யுத்தம் மரணம் கந்தசாமி

ரவிபிரகாஷ்

ISBN 979-8-88883-902-7

நூலாசிரியர் குறிப்பு

பத்திரிகையுலகப் பிதாமகர் அமரர் சாவி அவர்களின் சாவி வார இதழில் 1987 முதல் 1995 வரை பணியாற்றிவிட்டு, பின்னர் ஆனந்த விகடன் இதழில் பொறுப்பாசிரியராகவும், தொடர்ந்து 'சக்தி விகடன்' ஆன்மிக இதழின் ஆசிரியராகவும், பதிப்பாசிரியராகவும் பணியாற்றி. 2020-ல் ஓய்வு பெற்றார்.

ஏறத்தாழ 200 சிறுகதைகளுக்கு மேல் எழுதியுள்ள இவர், மாத நாவல்கள், குறுங்கதைகள், மின்மினிக் கதைகள், விஷுவல் டேஸ்ட் கதைகள், ஏடாகூடக் கதைகள் எனப் பலவும் எழுதியுள்ளார். இவை தவிர, ஆங்கில நூல்கள் சிலவற்றைத் தமிழில் மொழிபெயர்த்துள்ளார்.

2015-ல், சேக்கிழார் ஆராய்ச்சி மையம் இவருக்குச் 'சிறந்த பத்திரிகையாளர் விருது' வழங்கிக் கௌரவித்தது. 2017-ல், ஆலந்தூர் ஃபைன் ஆர்ட்ஸ் அமைப்பு இவருக்கு 'கண்ணதாசன் விருது' அளித்துப் பெருமைப்படுத்தியுள்ளது.

1

நல்ல இருள். சாலையோர மரங்களினிடையே புகுந்து, தார்ச்சாலையில் படிந்திருக்கும் கறுப்பு நிழலைத் தன்னால் முடிந்த அளவுக்குக் கழுவித் தள்ளிக்கொண்டிருக்கிறது மங்கலான நிலா வெளிச்சம். அந்த அந்தகார இருளில், வெண்ணிறப் புடவை அணிந்த ஒரு மங்கை பதற்றத்தோடு எங்கோ சென்றுகொண்டிருக்கிறாள். பின்னால் வரும் ஒரு காரின் ஹெட்லைட் வெளிச்சம் தன் மீது விழுவது கண்டு திரும்பிப் பார்க்கிறாள். தொப்பி அணிந்த ஒரு கனவான் அதைச் செலுத்தி வருகிறார். லேசான தூறல். தார்ச்சாலை ஈரமாக இருக்கிறது. கார்க் கண்ணாடியில் புகையாய்ப் படியும் நீர்த்திவலைகளை வைப்பர் கர்மசிரத்தையாய்த் துடைத்துக்கொண்டிருக்கிறது. கார் தன்னைப் பின்தொடர்வதைக் கண்டு அந்தப் பெண் கால்களை எட்டிப் போடுகிறாள். லேசான ஓட்டம். பின்பு ஓட்டத்தின் வேகம் அதிகரிக்கிறது. இருளில் கார் ஹெட் லைட்டின் இரு வெளிச்ச வட்டங்கள் அவளைப் பின்தொடர்கின்றன. அவள் இன்னும் விரைந்து ஓடுகிறாள். சாலையிலிருந்து இறங்கி, காட்டுப்பாதையில் ஓடுகிறாள். கணுக்கால் வரையிலான நீர்ப்பரப்பைக் கடந்து மேலேற, ரயில்வே லைன். தண்டவாளங்களுக்கு நடுவே ஓடுகிறாள். எதிரே வரும் ரயிலின் முகப்பு வெளிச்சம் கண்ணைக் கூச, விக்கித்து நிற்கிறாள். சடுதியில் ரயில் அவள் மீது மோதித் தூக்கி எறிகிறது. வீலென்ற அலறலோடு, பக்கத்திலிருந்த ஒரு நீர்ப்பாதையில் ரத்தக்களறியாக உருண்டு விழுகிறாள் அந்தப் பெண்...

"வாவ்... அம்பது அம்பத்தஞ்சு வருஷத்துக்கு முன்னாடி வந்த படம் இதுன்னா நம்ப முடியுதா... டைட்டில் காட்சியே என்னவொரு த்ரில்லா இருக்கு பாருங்க!" என்று அருகில் இருந்த ராஜசேகரிடம் சிலாகித்தார் ஈஸ்வர்.

ஜெயா மூவீஸில் மாலை 4 மணிக் காட்சியாக 'புதிய பறவை' தொடங்கியிருந்தது.

"சரியாச் சொன்னீங்க. படம் முழுக்கவே ஒரு சஸ்பென்ஸோட கதை நகரும். அதிலும், க்ளைமாக்ஸ்ல அசத்தியிருப்பார் நம்ம நடிகர் திலகம். 'ஆசை மரத்துல கல்லைக் கட்டினது, என்கூட ஆடிப்பாடினது எல்லாம் நடிப்பா..? சொல்லு லதா, நடிப்பா?'ன்னு அடி வயித்துலேர்ந்து பொங்கி வர்ற ஆத்தாமையோட, சரோஜாதேவியைப் பார்த்துக் கேட்பார் பாருங்க ஒரு கேள்வி, யப்பா..! இப்பெல்லாம் அந்த மாதிரி நடிக்கிறதுக்கு யார் இருக்கா?" என்றார் ராஜசேகர் தன் பங்குக்கு.

"முதல்ல, இப்பெல்லாம் எங்கே இந்த மாதிரி கதையம்சமுள்ள படம் வருது... அத்தச் சொல்லுங்க. எதையோ எடுக்கிறாங்க... ஆரம்பமும் இல்லாம, முடிவும் இல்லாம, நடுவுல ஒரு சம்பவத்தை எடுத்துட்டு, இதுதான் படம்கிறாங்க. அதுதான் நல்ல படம்னு யங்ஸ்டரும் கொண்டாடுறாங்க. நமக்குத்தான் ஒரு எழவும் புரிய மாட்டேங்குது..."

"நீங்க வேற, இதைச் சொன்னா, 'நீங்க அப்டேட் ஆகலே டாடி அந்தக் காலத்துலேயே நின்னுட்டீங்க'ங்கிறா எம் பொண்ணு."

பொண்ணு என்று ராஜசேகர் சொன்னதும், "ஆமா, இவ எங்கே இன்னும் ஆளையே காணோம். மத்தியானம் ரெண்டு மணிக்கெல்லாம் வந்துடுவேன்னு சொல்லிட்டுப் போனாளே.." என்று ஞாபகமூட்டினாள் பிரேமா.

"நாலரை ஆறு ராகு காலம் வேற..." என்றாள் செளம்யா. ஈஸ்வரின் மனைவி.

"இன்னிக்கு ஞாயித்துக்கிழமைதானே... இன்னிக்குமா ஆபீஸ்..?" என்றாள் ப்ரியா சுப்பிரமணியன். ஜெயந்தின் அக்கா.

சிணுங்குகிற தங்கள் குழந்தையைத் தோளில் போட்டுத் தட்டியவாறு ஹாலில் குறுக்கும் நெடுக்கும் நடைபயின்றுகொண்டிருந்த சுப்பிரமணியன், "மீடியாவுல இருக்கிறவங்களுக்கு ஞாயிறாவது திங்களாவது...? தீபாவளி, கிறிஸ்துமஸ்லாம்கூடக் கிடையாது அவங்களுக்கு. மேட்டர் எங்கே எங்கேன்னு ட்வென்டி ஃபோர் பை செவன், மூவி கேமராவையும் சேனல் மைக்கையும் தூக்கிட்டு ஓடிக்கிட்டே இருக்க வேண்டியதுதான்!" என்றான்.

வாசலில் மாவிலைத் தோரணத்தோடும், கனத்த மாலையோடும், நிலைக்கதவில் பூசப்பட்ட சந்தனத்தின் மணத்தோடும், மாடிப்படியின் கீழ் எலெக்ட்ரிக் மீட்டர் பாக்ஸ் அருகில் கழற்றிவிடப்பட்ட ஏராள செருப்புகளோடும், சற்று நேரத்தில் தொடங்க வேண்டிய ஓர் இனிய நிகழ்வுக்காக உற்சாகமாகக் காத்திருந்தது சென்னை, அசோக் நகர் 18-வது அவென்யூவில் உள்ள ஸ்ரீராம் அப்பார்ட்மென்ட்டின், 'சி' பிளாக், 2-ம் எண் கிரௌண்ட் ஃப்ளோர் வீடு.

'சோனி' 55 இன்ச் எல்ஈடி டி.வி. சுவரை அலங்கரித்திருக்க, கப்பல் மேல் தளத்தில் நின்றபடி பைனாகுலரில் கடலை நோட்டம் விட்டுக்கொண்டிருந்தார் 'கோப்பால்'. எதிரே 'எல்' வடிவ உயர்தர சோபாவில் ராஜசேகர், ஈஸ்வர், செளம்யா, ஜெயந்த் ஆகியோர் ஆக்கிரமித்திருக்க, சோபாவுக்கு முதுகை முட்டுக்கொடுத்தவாறு வசதியாகக் கீழே அமர்ந்திருந்தாள் ப்ரியா.

ஹாலை ஒட்டிப் பின்னால் ஒரு பெரிய டைனிங் ஹால். வட்டமான கண்ணாடி மேஜையும், நாற்காலிகளும் ஓர் ஓரமாகப் போடப்பட்டிருக்க, மையத்தில் அகலமும் நீளமுமான பவானி ஜமுக்காளம் விரிக்கப்பட்டு, பித்தளைத்

தாம்பாளங்களில் வெற்றிலை, பாக்கு, தேங்காய், வாழைப்பழங்கள், ஆப்பிள், ஆரஞ்சு, மல்லிகை, முல்லை, கதம்பம் எனப் பூச்சரங்கள், உதிரி ரோஜா, சாமந்திப் பூக்கள் இடம்பிடித்திருந்தன. எவர்சில்வர் டப்பாக்களில் மைசூர்பாகு, லட்டு இனிப்பு வகைகளும், அலுமினிய போசின்களில் மிக்சர், ரிப்பன் பக்கோடா வகையறாக்களும் நிரம்பியிருந்தன. சுவர் ஓரமாக பிரேமாவும் அவளுடன் எதிர் ஃபிளாட், பக்கத்து ஃபிளாட் பெண்டிர்களும் உட்கார்ந்திருந்தார்கள். அந்த பிளாக்கில் வேறு வேறு ஃபிளாட்டுகளில் இருந்த பெண்களும் ஒவ்வொருவராக உள்ளே நுழைந்துகொண்டிருந்தார்கள்.

இடைக்குறிப்பு (முன்குறிப்பு, பின்குறிப்பு இருக்கலாம்; இடைக்குறிப்பு இருக்கக்கூடாதா?!): அங்கிருந்தோர் யாரும் மாஸ்க் அணியவில்லை. அதற்காக அவர்களைக் கோபிக்க வேண்டாம். மாஸ்க் அணிய வேண்டியிராத, ஒற்றை மாஸ்க் போதுமா, இரட்டை மாஸ்க் வேண்டுமா எனக் கேள்விகள் எழாத, சானிட்டைஸர் உபயோகம் பரவலாக ஆகாத, 'சானிட்டைஸர் தடவிக்கொண்ட கையோடு கிச்சனுக்குள் நுழைந்தால் கையில் தீப்பற்றிக்கொள்ளும்; ஜாக்கிரதை!' என்பது மாதிரியான பயமுறுத்தல் வாட்ஸப் மெசேஜ்கள் பகிரப்படாத, சமூக இடைவெளி விடவேண்டிய அவசியம் இராத, மூன்றாவது அலை தொடங்கிவிட்டதா, இல்லையா, அது குழந்தைகளை அதிகம் பாதிக்குமா பாதிக்காதா என்றெல்லாம் விவாதங்கள் எழாத, இரண்டாண்டுகளுக்கு முந்தைய ஒரு பொற்காலத்தில் இந்தக் கதை நிகழ்கிறது.)

"ஃபங்ஷன் ஆரம்பிச்சாச்சா? ஸாரி, நான் கொஞ்சம் லேட்டு. எங்க மாமிக்கு டீ போட்டுக் கொடுத்துட்டு வரதுக்கு டயமாயிடுச்சு. ஹாசினி வந்துட்டாளா?" என்றபடியே வந்தாள் மூன்றாவது ஃப்ளோரில் இருக்கும் நிவேதிதா. ஹாசினி வயசுதான். காலேஜ்மேட்டும் கூட.

"இன்னும் வரக் காணம். அதான் கெதுக்குனு இருக்கு. மத்தியானம் ரெண்டு மணிக்கே வரேன்னுட்டுப் போச்சு. 'வேலை அதிகம் இருக்காதும்மா. ஹார்டு டிஸ்க் ஒண்ணு தரணும். கொடுத்துட்டு சீக்கிரம் வந்துடுவேன்'னுட்டுப் போச்சு. இன்னும் காணோம்" என்றாள் பிரேமா கவலையாக.

"நாலரையாகப் போகுதே. போன் பண்ணிப் பார்த்தீங்களா?" என்றாள் நிவேதிதா.

"அதானே... ஏங்க, அவளுக்கு ஒருகால் பண்ணிப் பாருங்களேன். 'கிளம்பிட்டாளா, எங்க வந்துட்டிருக்கா?'ன்னு கேளுங்களேன்" என்றாள் பிரேமா, "இங்க இத்தனை பேரும் அவளுக்காக மதியத்துலேர்ந்து காத்துட்டிருக்கோம்! கொஞ்சமாவது யோசனையிருக்கா அதுக்கு?" என்றாள்.

"பண்ணாம இருப்பேனா? ரிங் போகுது; எடுக்கலை. 'ஆன் த வே'ல இருப்பாளாயிருக்கும். டிரைவ் பண்ணும்போது கால் வந்தா அட்டெண்டே பண்ணாதேன்னு அவ கிட்ட ஸ்ட்ரிக்டா சொல்லியிருக்கேன்" என்றார் ராஜசேகர்.

"அதுல ஒரு வேடிக்கை பாருங்க ராஜசேகர்... நீங்க கவனிச்சிருப்பீங்களான்னு தெரியாது. மெகா சீரியல்கள் பார்க்கிறதுண்டா..? அதுல இப்படித்தான்... பரபரப்பான சீன் போயிட்டிருக்கும். வரவேண்டிய நபர் வரத் தாமதமாகும். எல்லாரும் என்னாச்சோ ஏதாச்சோன்னு பதறிட்டிருப்பாங்க. எல்லார் கையிலயும் மொபைல் போன் இருக்கும். ஆனா, சம்பந்தப்பட்ட நபருக்குப் போன் பண்ணிப் பார்க்கணும்னு யாருக்குமே தோணாது. வரலையே, இன்னும் வரலையே, ஏன்னு தெரியலையேன்னு தவியாத் தவிச்சிட்டிருப்பாங்க. இதைப் பார்த்துட்டிருக்கிற எங்க மாமியாருக்குதான் பிபி எகிறும். 'என்னா ஆளுங்களோ... ஒவ்வொருத்தர் கையிலயும்தான் போன் இருக்கே, எதுக்கு, வெச்சுக் கும்புடறதுக்கா? போன் பண்ணிப் பார்க்க வேண்டியதுதானே? தரித்திரங்க'னு சபிப்பாங்க. அதுக்கப்புறம்தான் அங்க ஸ்க்ரீன்ல யாராவது ஒருத்தர் ஞாபகப்படுத்த, இன்னொருத்தர் போன் பண்ணுவாங்க. ஒரு சீரியல் தப்பாம எல்லா சீரியல்லயும் இப்படி ஒரு காட்சி கட்டாயம் இருக்கும்" என்று சொல்லிச் சிரித்தார் ஈஸ்வர்.

"அது சீரியலோட டி.ஆர்.பி. ரேட்டிங்கை ஏத்துற உத்திங்க மாமா" என்றான் சுப்பிரமணியன். "ஸ்க்ரீன்ல இருக்கிற கதாபாத்திரங்களை கொஞ்சம் மந்தமா காண்பிச்சு, பார்த்துட்டிருக்கிற லேடீஸை புத்திசாலியா உணரும்படி பண்ணினாத்தான், தொடர்ந்து அவங்க அந்த சீரியலைப் பார்ப்பாங்க. எடுக்கிறவன் ஒண்ணும் கேனையன் இல்லை. இதெல்லாம் சைகலாஜிக்கல் டாக்டிக்ஸ்" என்றான்.

"என்னாக் கருமமோ, எல்லா சீரியல்கள்லயும் ஒரே அழுகை; சாப்பாட்டுல விஷம் வைக்கிறது, கார் டிக்கியில ஆள் கடத்துறதுன்னு திரும்பத் திரும்ப ஆட்டின மாவையே போட்டு ஆட்டிக்கிட்டிருக்காங்க" என்றார் ஈஸ்வர்.

"அப்பதாம்ப்பா ஸ்க்ரீன் ப்ளே ரொம்ப நைஸா இருக்கும்" என்று ஒரு மொக்கை ஜோக் அடித்துவிட்டுச் சுற்றிலும் பெருமிதத்துடன் பார்த்தாள் ப்ரியா. அவளின் ஜோக் புரியவில்லையா, அல்லது வரவேண்டிய ஹாசினி இன்னும் வராதது குறித்த கவலையில் எல்லாரும் ஆழ்ந்துவிட்டார்களா என்று தெரியவில்லை... ப்ரியாவின் ஜோக்குக்கு நோ ரெஸ்பான்ஸ்!

அதைக் காட்டிக்கொள்ளாமல், "சரி, சீரியல்ல வர்ற மாதிரியே நானும் கேக்கறேன்... அவ காலை அட்டெண்ட் பண்ணலைலன்னா என்ன, அவளோட 'மூவி பசார்' கம்பெனிக்கு போன் போட்டுப் பாக்குறதுதானே?" என்றாள்.

"அதுக்குத்தான் போட்டுட்டிருக்கேன்" என்றாள் நிவேதிதா, மொபைலை காதில் ஒற்றியவாறு. எல்லார் பார்வையும் அவள் மேல் படிந்தது.

"ஹலோ... ஷோ புரொடியூசர் ஹாசினி இருக்காங்களா?"

"......................"

"நான் அவங்களோட ஃப்ரெண்ட் நிவேதிதா. அவங்க வீட்லேருந்துதான் பேசறேன். இன்னிக்கு அவளோட மேரேஜ் எங்கேஜ்மென்ட் ஃபங்ஷன். ரெண்டு மணிக்கெல்லாம் வந்துடுவேன்னுட்டுப் போனாங்க. இன்னும் வர்ல. அதான்..."

"......................"

"அப்படியா... ஆனா, இன்னும் வர்லியே? ஓகே சார்.. வந்தா இன்ஃபார்ம் பண்றோம். தேங்க்யூ சார்!" என்றுவிட்டு மொபைலை அணைத்தாள் நிவேதிதா.

"மாமி, அவளோட சீம்ப்தான் பேசினாரு. ஹாசினி மதியம் ரெண்டு மணிக்கெல்லாம் கிளம்பிடுச்சாம்" என்றாள் பிரேமாவிடம்.

"கிளம்பிட்டாளா? பின்னே இன்னும் வீட்டுக்கு வராம எங்கே சுத்திட்டிருக்கா? தோ இருக்குது தெளசண்ட் லைட்டு. அங்கிருந்து டூ வீலர்ல வீட்டுக்கு வர அரை மணி ஆவுமா?" என்று மீண்டும் கவலைப்படத் தொடங்கினாள் பிரேமா.

"அதுக்குத்தாங்க நான் என் மவளை இந்த விஸ்காம், புஸ்காம்லெல்லாம் சேர்க்கவேயில்லே. அரசியல் கூட்டம், கலவரம் நடக்கிற இடம் இங்கெல்லாம் மொழ நீளத்துக்கு சேனல் மைக்கைத் தூக்கிட்டு ஓடணும்; அங்கே அவங்களுக்கு விழுகுற அடியில ரெண்டு நம்ம மேலயும் விழும். தேவையா நமக்கு?" என்றாள் இரண்டாவது ஃப்ளோர் சுந்தரம்மாள், கால நேரம் எதுவும் தெரியாமல்.

யாரும் பார்க்கப்படாமல் டி.வி-யில் திரைப்படம் ஓடிக்கொண்டிருந்தது. "சவுண்டைக் கொஞ்சம் கம்மி பண்ணுங்க. யாரும் பார்க்கலேன்னா அதை அமத்திருங்க!" என்றாள் பிரேமா.

"கரெக்ட்! எதுக்கு இப்போ டி.வி.? ஏண்டா ஜெயந்த், நீ பாக்குறியா?" என்று மகன் பக்கம்திரும்பினார்ஈஸ்வர். அவன்குனிந்து மொபைலை நோண்டிக்கொண்டிருந்தான்.

"அமத்திருங்க மாமா. ஏற்கெனவே ஒருவாட்டி பார்த்ததுதான். மறுக்காவும் போடுவான். அப்ப பாத்துக்கிட்டாப் போச்சு!" என்றாள் ப்ரியா.

ராஜசேகர் எழுந்து சென்று வால் டி.வி. ஸ்டாண்டில் பார்க்க, இரண்டு ரிமோட்டுகள் இருந்தன. "இதுல எதும்மா டி.வி. ரிமோட்டு?" என்றார் குழப்பமாய்.

"நீளமா இருக்கிறதுதான் டி.வி. ரிமோட். மத்தது டாடா ஸ்கையோடது" என்ற பிரேமா, "எத்தினி தடவ சொன்னாலும் மறந்துர்றாரு. இங்கே டி.வி. என் கன்ட்ரோல்தான். அவருக்கு நியூஸ் பார்த்தாப் போதும். போட்டுவிட்டா பார்த்துட்டேயிருப்பாரு. சேனல் மாத்தத் தெரியாது. திடீர்னு கூவும். வால்யூமை

ஏத்தி எறக்கத் தெரியாது" என்று அருகில் இருந்த பெண்மணிகளிடம் சொல்லியவள், ஹாலுக்குச் சென்று, "நவுருங்க. நான் ஆஃப் பண்றேன். நீங்க இங்கிட்டு வாங்க" என்று, அவரிடமிருந்து ரிமோட்டை வாங்கி டி.வி-யை அணைத்தாள் பிரேமா.

"டி.வி. கிட்டேயே போய் ஆஃப் பண்றோம். ஆனா, பேரென்னவோ 'ரிமோட்'. வேடிக்கையாயில்லே?" என்று மறுபடி இன்னொரு மொக்கையைப் போட்டாள் ப்ரியா. பரிதாபமாக இந்த முறையும் அவளின் நகைச்சுவை யாராலும் கண்டுகொள்ளப்படாமல் போனது.

வால் கிளாக் மணி ஐந்தைக் காட்டியது. "லேட்டாகும்னா ஒரு மெசேஜாவது பண்ணியிருக்கலாம்ல? என்ன பொண்ணு இவ" என்று சலித்துக்கொண்டாள் பிரேமா.

"மாமி, நான் கிளம்பட்டுங்களா? நான் போய்த்தான் நைட்டு டிபனுக்கு எதுனாச்சும் பண்ணணும். உங்க பொண்ணு வந்தா சொல்லுங்க, வரேன்" என்று கிளம்பிவிட்டாள் சுந்தரம்மாள்.

"நானும் உத்தரவு வாங்கிக்கிறேங்க. வெளியில ஷாப்பிங் போக வேண்டியிருக்கு. காய்கறியெல்லாம் கொஞ்சம் வாங்கணும்" என்றபடி கிளம்பினாள் வேறொரு பெண்மணி.

ஒவ்வொருவராகக் கழல, வீட்டில் கலகலப்பு குறைந்து, நிசப்தமானது. ஜெயந்த், தான்தான் இன்றைய ஃபங்ஷனின் கதாநாயகன் என்கிற நினைப்பின்றி, மொபைல் ஸ்க்ரீனைத் தள்ளித் தள்ளி கர்ம சிரத்தையாக ஃபேஸ்புக் ஸ்டேட்டஸ்களுக்கு லைக் போட்டுக்கொண்டிருந்தான்.

மீண்டும் ஹாசினியின் மொபைலுக்கு ட்ரை பண்ணிப் பார்க்கலாமா என்று நிவேதிதா தன் 'ரெட் மி'யை உயிர்ப்பித்த வேளையில், ராஜசேகரின் மொபைல் 'குறையொன்றுமில்லை மறைமூர்த்தி கண்ணா' பாடியது. எடுத்துப் பார்த்தார். கான்டாக்ட் ஜகானில் சிரித்தாள் ஹாசினி. பரபரப்புடன் கிரீன் டிக்கை ஸ்வைப் செய்து, காதில் வைத்து, "ஹாசினி, எங்கேம்மா இருக்கே? நாங்கெல்லாம் உனக்காக மதியத்துலேர்ந்து வெயிட் பண்ணிட்டிருக்கோம். ஏன் லேட்டு..." என்று பேசிக்கொண்டே போனவரை மறித்து,

"சார், வணக்கம். என் பேர் சித்தார்த்" என்றது கரகரத்த ஒர் ஆண் குரல்.

2

மகளின் குரலுக்குப் பதிலாக வேறொரு புதுக் குரல், அதுவும் ஆண் குரல் கேட்கவும், ரொம்பவே பதறிப்போனார் ராஜசேகர். சில விநாடிகளுக்குள் அவர் மனத்தில் ஏதேதோ விபரீத கற்பனைகள் உருவாகி, அவர் உடம்பை உதறிப் போடச் செய்துவிட்டது.

"யார் சார் நீங்க? என் மகளோட மொபைல் உங்க கிட்ட எப்படி? போனை என் மவ கிட்ட கொடுங்க" என்று படபடத்தார் ராஜசேகர்.

"சார், கொஞ்சம் பதறாம நான் சொல்றதைக் கேளுங்க. இங்கே ஆலந்தூர் மெட்ரோல, லிப்ட் கிட்ட ஒரு பொண்ணு மயங்கின நிலையில, சுவரோரமா விழுந்து கிடந்தாங்க. அப்படியே விட்டுட்டுப் போக மனசில்லே. அம்மா கூட இருந்தாங்க. அந்தப் பொண்ணு முகத்துல தண்ணி தெளிச்சுப் பார்த்தோம். எழுந்தாங்க. ஆனா, எதுவும் பேசலே. பக்கத்துல இருந்த ஒரு கிளினிக்குக்கு அழைச்சுட்டுப் போய்க் காண்பிச்சோம். 'நத்திங் டு வொர்ரி. காலையிலேர்ந்து சாப்பிடலை போலிருக்கு. அந்த மயக்கம்தான். ஏதாவது ஜூஸ் வாங்கிக் கொடுங்க. சரியாயிடுவாங்க'ன்னு சொல்லிட்டாரு டாக்டர். அப்படியே வாங்கிக் கொடுத்தோம். கொஞ்சம் தெளிவாச்சு அந்தப் பொண்ணு. ஆனா, எது கேட்டாலும் பதில் சொல்லலே. ஏதோ பிரமை பிடிச்ச மாதிரி திருதிருன்னு முழிச்சுப் பார்த்துட்டிருக்காங்க. அவங்களோட மொபைல்ல 'அப்பா'ன்னு சேவ் பண்ணியிருந்த எண்ணுக்குதான் இப்ப டயல் பண்ணியிருக்கேன். நீங்கதான் அவங்க ஃபாதரா?"

"யெஸ்... யெஸ்... என்ன ஆச்சு என் பொண்ணுக்கு? ஹாசினி எப்படியிருக்கா?" என்று பதறினார் ராஜசேகர்.

"ஒண்ணும் பயப்படாதீங்க. ஷீ இஸ் ஆல்ரைட்! ஸ்டேஷன்லயே அவங்களை வெச்சிருக்க முடியலை. அதனால என் வீட்டுக்கு அழைச்சிட்டு வந்திருக்கேன். அவங்க ரூம்ல படுத்து ரெஸ்ட் எடுத்திட்டிருக்காங்க. கூட என் அம்மாவும் இருக்காங்க. அதனால, யூ டோன்ட் வொர்ரி! என் அட்ரஸை மெசேஜ் பண்றேன். உடனே கிளம்பி வாங்க" என்று இணைப்பைத் துண்டித்தான் சித்தார்த்.

சற்று நேரத்தில் ராஜசேகர் மொபைலில் ஆதம்பாக்கம் முகவரி வந்து விழுந்தது.

"என்னங்க ஆச்சு ஹாசினிக்கு... எனக்குப் படபடன்னு வருது!" என்று உடல் நடுங்கினாள் பிரேமா. அவளைத் தாங்கிப் பிடித்துக்கொண்டாள் நிவேதிதா.

"பயப்படாதீங்க ஆன்ட்டி, அவளுக்கு ஒண்ணும் ஆகியிருக்காது. என்ன அங்கிள்... யார் பேசினது?" என்றாள்.

ராஜசேகர், விஷயத்தை அனைவரிடமும் சொன்னார். "அட்ரஸ் அனுப்பியிருக்கான். நான் போய்ப் பார்த்து, ஹாசினியை அழைச்சுட்டு வரேன்" என்று எழுந்தார்.

"டூ வீலர்ல வர்றதாதானே சொன்னீங்க... பின்னே அவ எப்படி ஆலந்தூர் மெட்ரோல..?" என்றாள் சௌம்யா.

"தெரியலை. நேர்ல போய் விசாரிச்சாதான் தெரியும். பிரேமா, மேஜை டிராயர்ல என் பர்ஸ் வெச்சிருக்கேன் பார், எடுத்துக்கொடு. ஒரு ஆட்டோ பிடிச்சுப் போயிட்டு வந்துடறேன்" என்றார் ராஜசேகர்.

"நானும் வேணா துணைக்கு வரட்டுமா அங்கிள்?" என்று கேட்டாள் நிவேதிதா.

"வேண்டாம்மா... நீ இவங்களுக்குத் துணையா வீட்ல இரு. நான் போயிட்டு வரேன் இவரோட" என்று எழுந்தார் ஈஸ்வர்.

"அதுக்கில்ல அங்கிள்... ஹாசினி மயங்கி விழுந்துட்டதா சொன்னீங்க. அதான், எதுக்கும் நானும் கூட வந்தா ஹெல்ப்பா இருக்குமேனு கேட்டேன்."

"அதுவும் சரிதான். வாயேன்" என்று கிளம்பினார் ராஜசேகர். ஈஸ்வரும் பின்தொடர்ந்தார்.

"ஒன் மினிட் அங்கிள், ஓலா ஆட்டோ புக் பண்றேன். இதோ வந்துடும். அந்த அட்ரஸை மட்டும் எனக்கு ஃபார்வேர்டு பண்ணி விடுங்க."

அப்படியே செய்தார் ராஜசேகர். சில விநாடிகளில், "இங்கதான் இருக்கு அங்கிள், ஆட்டோ! ரெண்டு நிமிஷத்துல வந்துடுவான். ட்வென்ட்டி ட்வென்ட்டிஃபைவ் ஆட்டோநம்பர். நீங்க வாசலுக்குப் போங்க. நான் வீட்டுல விஷயத்தைச் சொல்லிட்டு, இதோ ஒரு நொடியில ஓடி வந்துட றேன்" என்று மாடிப்படிகளில் ஏறினாள் நிவேதிதா. ராஜசேகரும் ஈஸ்வரும் வாசல் கேட்டைத் திறந்துகொண்டு வெளியேறி, மரத்தடியில் நிழலாக நின்றார்கள்.

ஜெயந்த் அப்போதும் மொபைலைத் தேய்த்துக்கொண்டிருந்தான்.

"ஆரம்பமே சரியில்லையே?" என்று முணுமுணுத்தாள் ப்ரியா.

"எங்கே, நான் சொல்றதை யாராவது காதுல போட்டுக்கிட்டாத்தானே? பெங்களூர்ல கிடைக்காத பொண்ணா? உங்கப்பா தன் தங்கை பொண்ணைத்தான் பையனுக்குக் கட்டி வைக்கணும்னு ஒத்தைக்கால்ல நின்னு, நம்மளையெல்லாம்

இங்க கூட்டிட்டு வந்துட்டார். உன் தம்பியும் எதுவும் சொல்லாம பூம்பூம் மாடு மாதிரி மண்டைய மண்டைய ஆட்டிட்டு உட்கார்ந்திருக்கான்” என்றாள் செளம்யா.

“என் தலையை ஏம்மா உருட்டறீங்க... பெரியவங்க நீங்க பார்த்து செஞ்சா சரியாதான் இருக்கும்னு நீங்க இழுத்த இழுப்புக்கு வரேனே, அது தப்பா?” என்றான் ஜெயந்த், மொபைலிலிருந்து கண்ணை எடுக்காமல்.

“ஆமாடா, தப்புதான். உனக்குன்னு சொந்த மூளை இல்லையா? அப்பா சொன்னா உனக்கு எங்கே போச்சு புத்தி? அம்மாதான் அவ்ளோ தூரம் படிச்சுப் படிச்சு ஒரு குழந்தைக்குச் சொல்றாப்ல சொன்னாங்க இல்லே... இந்தப் பொண்ணு வேண்டாம், இந்த ஃபேமிலியே வேண்டாம்னு. கேட்டியா? ஹாசினி என்ன பெரிய ஹன்சிகா மோத்வானியா? அவளை விட்டா வேற பொண்ணா கிடைக்காது இந்த உலகத்துல?” என்று சீறினாள் ப்ரியா.

“அவனை ஏம்மா சொல்றே, பாவம்! உன் தம்பி நல்லவன். உங்கப்பாவும் நல்ல மனுஷன்தான். அவர் ஏதோ தன் தங்கை சொந்தம் விட்டுப் போயிடக் கூடாதேங்கிறதுக்காக ஹாசினியை அவனுக்குக் கட்டி வைக்க நினைச்சிருக்கார். அதுவும் ஒண்ணும் தப்பில்லே. சரி, நடந்தது நடந்து போச்சு. இனிமே ஆக வேண்டியதைப் பார்ப்போம். மொதல்ல அவங்க ஹாசினியைக் கூட்டிட்டு வரட்டும். அவ என்ன நிலைமைல, என்ன மாதிரி இருக்கானு பார்ப்போம். அப்புறம் எல்லாரும் கூடி உட்கார்ந்து பேசி ஒரு முடிவுக்கு வருவோம்” என்றான் சுப்பிரமணியன்.

“தங்கை சொந்தமா... என்ன சொல்றீங்க மாப்ள? தங்கையே போய்ச் சேர்ந்துட்டா எப்பவோ. அப்புறம் எங்கே வந்தது தங்கை சொந்தமும் அக்கா சொந்தமும்?” என்றாள் செளம்யா வெடுக்கென்று.

“முடிவென்னங்க முடிவு... அவ என்ன நிலைமைல வேணா இருந்துட்டுப் போகட்டும். நமக்கென்ன வந்தது? அவங்களாச்சு, அவங்க பொண்ணாச்சு. வந்ததும் பார்த்து, 'இந்த இடம் எங்களுக்குச் சரிவராதுங்க. நீங்க வேற யாராவது இளிச்சவாயன் கிடைச்சா பார்த்து உங்க பொண்ணுக்குக் கட்டி வைங்க'ன்னு சொல்லி, பெரிசா ஒரு கும்புடு போட்டுட்டு, நம்ம வழியைப் பார்த்துக்கிட்டுக் கிளம்புவோம்” என்றாள் ப்ரியா

“அதெப்படிம்மா உறவுகளுக்குள்ள அப்படி வெடுக்குனு சொல்லிட்டுக் கிளம்ப முடியும்?”

“சரி, வெடுக்குனு சொல்ல வேணாம்... 'ஆரம்ப சகுனமே சரியா இல்லீங்க மாம்மா, மன்னிச்சுக்குங்குங்குங்க'ன்னு பணிவா கையெடுத்துக் கும்புட்டுட்டுக் கிளம்புவோம்; போதுமா? ஆக, இந்த இடம் நமக்கு வேணாம். என்னம்மா நான் சொல்றது?”

"ஹௌக்கும்... இத அவரு கேக்கணுமே?" என்றாள் சௌம்யா. தொடர்ந்து தணிந்த குரலில், "பாரு அங்க, ஏதோ வயித்துல பத்து மாசம் சுமந்து பெத்த பொண்ணைத் தொலைச்சுட்டு நிக்கிற மாதிரி பிரேமா மேடம் என்னமா ஸீன் போட்டுட்டிருக்காங்கன்னு" என்று முணுமுணுத்தாள்.

"ஸ்ஸ்... அவங்க காதுல விழப்போகுதும்மா..." என்று கிசுகிசுத்தாள் ப்ரியா.

"விழட்டும்டி விழணும்னுதானே சொல்றது!"

அத்தனை ஏச்சுப் பேச்சுகளையும் கேட்டுக்கொண்டு பதில் பேச வழியில்லாமல், டைனிங் ஹாலில் உள்ள பூஜை அலமாரி முன் அமர்ந்து, தன் மகளுக்கு எதுவும் ஆகிவிடக் கூடாது, அவள் நல்லபடியாக வீடு திரும்ப வேண்டும் என்று கண்ணீருடன் பிரார்த்தித்துக்கொண்டு இருந்தாள் பிரேமா. சௌம்யா கடைசியாக முணுமுணுத்தது காதில் விழவும், மெதுவாகத் தலையைத் திருப்பி, ஹாலில் பேசிக்கொண்டிருந்த அவர்களைப் பார்த்தாள். பின்பு மெதுவாக எழுந்து அங்கே போனாள்.

"சௌம்யா... நான் ஹாசினியை என் வயித்துல சுமக்கலைதான். அதுக்காக அவ என் மவ இல்லைன்னு ஆயிருமா? சரிம்மா, நான் ஸீன் போடறதாவே இருந்துட்டுப் போவட்டும். என்னைக்கூட அவ ஆத்தாவா நீங்க ஏத்துக்க வேணாம். ஆனா, அவ உன் கணவரோட சொந்தத் தங்கச்சியின் வயித்துல பொறந்த பொண்ணுதானே? ஜெயந்த்துக்கு சொந்த அத்தை பொண்ணுதானேம்மா ஹாசினி? அவளுக்கு என்ன குறை? ஏன் அவளைக் கண்டாலே உங்களுக்குப் பிடிக்கலே?" என்று தண்மையான குரலில் கேட்டாள்.

"என்ன குறையா...? ஹாசினி அப்பா போன்ல பேசினதைக் கேட்டீங்கல்ல..? நேரே இங்க வர வேண்டியவ ஆலந்தூர் எதுக்காகப் போனா? அங்கே மயங்கி விழுந்து கிடந்தாளாம். என்ன மயக்கம்? எதனால மயக்கம்? அப்புறம் யாரோ சித்தார்த்ங்கிறவன் அவளை அவனோட வீட்டுக்கு அழைச்சிட்டுப் போயிருக்கானாம். யாரு அந்த சித்தார்த்? ஏற்கெனவே அவளுக்குப் பழக்கமானவா? ஆபீஸ் ஃப்ரெண்டா? எதக் கேட்டாலும் பதிலே சொல்லாம முழிக்கிறானு வேற சொல்லியிருக்கான். அதுக்கு என்ன அர்த்தம்? ஏதானா பயித்தியம் கியித்தியம் பிடிச்சுடுச்சா அவளுக்கு..? இத்தனை வில்லங்கங்களை வெச்சுக்கிட்டு என்ன குறையாம்ல? வேண்டாம். எங்க புள்ளைக்கு நாங்க வேற எடம் பார்த்துக்கறோம்."

அவளை தீர்க்கமாகப் பார்த்தாள் பிரேமா. "கேக்கக்கூடாதுன்னுதான் நினைச்சேன். ஆனா, கேக்க வெச்சுட்டே உங்க புள்ள, உங்க புள்ளன்றியே சௌம்யா... உண்மையைச் சொல்லு, ஜெயந்த் ஈஸ்வருக்குப் பிறந்த பிள்ளையா?" என்றாள்.

* * *

ஆதம்பாக்கம் முருகன் கோயிலைத் தாண்டி, இரண்டாவது தெருவில் இருந்தது சித்தார்த்தின் வீடு. தனி வீடுதான். முன்புறம் தாராள இடம் இருந்தது. கேட்டிலிருந்து வீட்டின் வாசல் வரை, அலை அலையாய் வளைந்த பச்சை நிற பிளாஸ்டிக் ரூஃபிங் பந்தல் இருந்தது. கீழே நிழலாக ஹோண்டா பைக் ஒன்றும், ஒரு பழைய சைக்கிளும் நிறுத்தப்பட்டிருந்தன.

ஆட்டோவுக்குப் பணத்தைக் கொடுத்துவிட்டு இறங்கினார்கள் ராஜசேகர், ஈஸ்வர், நிவேதிதா மூவரும். கேட்டைத் திறந்துகொண்டு சென்று, நிலைப்படிக்கு அருகில் இருந்த அழைப்பு மணிப் பொத்தானை அழுத்தினார் ராஜசேகர். உள்ளே பறவைக் கூச்சலாக அது ஒலிக்க, சில விநாடிகளில் கதவு திறந்தது. புஸ்ஸென்று பறக்கும் யோகிபாபு ஸ்டைல் தலைமுடியுடன் நின்றிருந்தவன்தான் சித்தார்த்தாக இருக்க வேண்டும் என்ற எண்ணியவாறே, "நான்தான் ராஜசேகர். ஹாசினியின் அப்பா. எப்படியிருக்கா என் மகள்?" என்று படியில் ஏறினார்.

"ப்ளீஸ் கம். ஆமா, இவங்க யாரு?" என்று கேட்டான் சித்தார்த்.

"இவர் ஈஸ்வர். என் மச்சான். இவ நிவேதிதா. ஹாசினியின் பெஸ்ட் ஃப்ரெண்ட்" என்று ராஜசேகர் இருவரையும அறிமுகப்படுத்த, மூவரும் உள்ளே சென்றார்கள். கணிசமான நீள அகலம் கொண்ட ஹால். நேர் எதிரே கண்ணாடிக் கதவுகள் பதித்த அலமாரியில் குட்டிக்குட்டி புத்தர் விக்கிரகங்கள், அரக்கு நிற ஃப்ரேமில் பித்தளைத் தகட்டில் வாசகங்கள் பதித்த அவார்டுகள், முன்னிரு கால்களை உயர்த்தி எகிறும் பழுப்பு நிறக் குதிரை, பூஜாடிகள், கார் பொம்மைகள், எதிரெதிரே இரண்டு யானைகள் முட்டித் தள்ளிக்கொண்டிருக்க இடையில் சி.டி-க்கள் அடுக்கப்பட்ட ட்ரே, தபேலா வாசிக்கும் பிள்ளையார், பீங்கான் கப் அண்ட் சாசர்கள், செஸ் போர்டு மற்றும் செஸ் காயின்கள் அடங்கிய டப்பா, ரூபிக் க்யூப்...

அலமாரியை ஒட்டி, பின்புறம் கிச்சனுக்குப் போகும் வாசல் இருந்தது.

"அம்மா... அவங்கெல்லாம் வந்திருக்காங்க. மூணு காஃபி. எனக்கும் சேர்த்து நாலா போடுங்க" என்று பின்பக்கம் கிச்சன் பார்த்துக் குரல் கொடுத்துவிட்டு, "வாங்க, உங்க மக இந்த ரூம்லதான் படுத்திருக்காங்க. எழுந்துட்டாங்களான்னு பார்ப்போம்" என்று வலப்புறம் இருந்த கதவை விரலை மடக்கித் தட்டிவிட்டு மெல்லத் திறந்தான் சித்தார்த். எதிரே ஜன்னல் ஓரத்தில் உள்ள இரும்புக் கட்டிலில் படுத்திருந்தாள் ஹாசினி.

நால்வரும் உள்ளே நுழைந்தார்கள். நிவேதிதா விரைந்து சென்று ஹாசினியின் கையைப் பற்றினாள். "ஹாசினி, ஹாசினி... என்ன ஆச்சு உனக்கு?" என்றாள். பலகீனமாய்க் கண்களைத் திறந்து பார்த்தாள் ஹாசினி.

சித்தார்த் ட்யூப்லைட்டை எரியவிட்டான். பின்பு, ஓரத்தில் அடுக்கப்பட்டிருந்த பிளாஸ்டிக் நாற்காலிகளை ஒவ்வொன்றாக எடுத்துப் போட்டு, "உட்காருங்க சார்" என்றான். ராஜசேகர் மகளின் அருகில் போய் நின்றுகொண்டு கவலையுடன் பார்க்க, சித்தார்த் தன் அருகில் இருந்த ஈஸ்வரிடம், "சார், எனக்கு ஒரு சின்ன குழப்பம். எல்லாரும் இவங்களை ஹாசினி, ஹாசினிங்கிறீங்க. இவங்களுக்கு இந்தப் பேரைத் தவிர வேற பேர் ஏதாவது உண்டா சார்?" என்று கேட்டான்.

"எனக்குத் தெரிஞ்சு இல்லை" என்றார் ஈஸ்வர்.

"இல்லே... ஸ்கூலுக்குக் காலேஜுக்கெல்லாம் ஒரு பேர் இருக்கும். ஒரு சம்பிரதாயத்துக்காக வீட்டுல சீனியர் ஃபேமிலி மெம்பர் பேரையும் வைக்கிறதுண்டு. அது மாதிரி இவங்களுக்கு வேற பேர் உண்டான்னு கேட்டேன்" என்றான் சித்தார்த்.

"ஊஹூம், அப்படி எதுவும் இருக்கிறதா தெரியலை... ஏன், எதுக்குக் கேக்கறீங்க?" என்ற ஈஸ்வர், சித்தார்த் பதில் சொல்வதற்குள் ராஜசேகரின் தோளில் தட்டி, "ஏன் ராஜு, ஹாசினிக்கு வீட்டுல வெச்ச பேர் வேற ஏதாவது உண்டா? சார் கேக்கறாரு" என்றார்.

"ஒரே பேர்தான். ஏன்?" என்றார் ராஜசேகர். அதற்குள் ஒரு தட்டில் காபி டபரா, டம்ளர்களுடன் வந்தாள் சித்தார்த்தின் அம்மா வளர்மதி.

"ஏம்மா... இந்தப் பொண்ணோட பேர் கேட்டதுக்கு இவங்க என்ன சொன்னாங்கன்னு ஞாபகம் இருக்கா?" என்று கேட்டான் சித்தார்த்.

"ஏன் ஞாபகம் இல்லாம... நல்லா தெளிவாதானே சொன்னா!" என்றாள் வளர்மதி.

"கௌரின்னா!"

━━━⚜━━━

3

"கௌரியா?!" என்று குழப்பத்துடன் வளர்மதியைப் பார்த்தார்கள் ராஜசேகரும் ஈஸ்வரும்.

"யெஸ் சார், இதுவரைக்கும் உங்க டாட்டர் பேசினது அந்த ஒரு வார்த்தைதான். மயக்கமா படுத்திருந்தாங்க. டிஸ்டர்ப் பண்ண வேணாம்ணு விட்டுட்டோம்" என்று சித்தார்த் சொல்லிக்கொண்டிருக்கும்போதே, கட்டிலில் எழுந்து உட்கார்ந்தாள் ஹாசினி. அவள் அருகில் அமர்ந்து தோளைப் பற்றிய நிவேதிதா, "ஹாசினி, என்னடி ஆச்சு உனக்கு?" என்றாள்.

தூக்கக் கலக்கம்போல் அரைக் கண்களால் சுற்றுமுற்றும் பார்த்தவளின் முகத்தை ஒரு சின்ன டவலால் நிவேதா அழுந்தத் துடைக்க, சற்றே தெளிவு வரப் பெற்றவளாய், "ஹாய் நிவேதா, அப்பா, மாமா... இது எந்த இடம்? எனக்கு என்ன ஆச்சு?" என்றாள் ஹாசினி, மெல்லிய குரலில்.

"ஹாசினி... இப்போ எப்படியிருக்கு உடம்புக்கு? உன் டூ வீலர் என்ன ஆச்சு? ஆலந்தூர் மெட்ரோவில மயங்கி விழுந்து கிடந்தியாம். இந்தம்மாவும் இவங்க பையனும்தான் உன்னை இங்க, இவங்க வீட்டுக்கு அழைச்சுட்டு வந்திருக்காங்க. சொல்லும்மா, ஆலந்தூருக்கு எதுக்காக வந்தே? இன்னிக்கு வீட்டுல எங்கேஜ்மென்ட் ஃபங்ஷன். மதியமே வரேன்னுட்டுப் போனவளைக் காணமேன்னு பதறிட்டிருந்தோம். சார்தான் தகவல் சொல்லி எங்களை இங்கே வரவழைச்சாரு. சொல்லும்மா, என்ன ஆச்சு உடம்புக்கு?"

தலைவலி போல் நெற்றிப்பொட்டுகளை அழுந்தப் பிடித்துக்கொண்டு சில விநாடி நேரம் தலைகுனிந்து அமர்ந்திருந்தாள் ஹாசினி. பின்பு மெதுவாக, "ஆமாப்பா... சீக்கிரமே ஆபீஸ்லேர்ந்து கிளம்பிட்டேன். கிளம்பறப்பதான் பார்த்தேன், என்னோட சுசுகி அக்செஸ் டயர் பஞ்சர். 'சரி, அதை நாளைக்குப் பார்த்துக்கலாம்'னு ஆபீஸ்லேயே விட்டுட்டு, தௌசண்ட் லைட்ல மெட்ரோ பிடிச்சேன். கிளம்பறப்பவே நல்ல தலைவலி. ஆலந்தூர்ல லேன் மாறணுமில்லையா, அதுக்காக படியில இறங்கி கிராஸ் பண்ணினது வரைக்கும் நல்லா ஞாபகம் இருக்கு. அப்புறம் கிறுகிறுன்னு மயக்கம் வந்த மாதிரி இருந்தது. சுதாரிக்கிறதுக்குள்ளே மயங்கி விழுந்துட்டேன் போலருக்கு. அதுக்கப்புறம் நடந்தது எதுவுமே ஞாபகத்துல இல்லே" என்றாள்.

"இப்ப ஓகேவா? ஃப்ரெஷ்ஷா இருக்கியா? கிளம்புவோமா? பாவம், உன்னால இவங்களுக்குதான் சிரமம்" என்றார் ராஜசேகர்.

"சிரமமா, அதெல்லாம் ஒண்ணுமில்லே. நீங்க காபி எடுத்துக்குங்க" என்றாள் வளர்மதி. "ஜூஸ் குடிச்சப்புறம் கொஞ்சம் தெளிச்சியா இருந்தது. 'என்னம்மா உன் பேரு?'ன்னு கேட்டேன். 'கௌரி'ன்னுச்சு. மனசுக்குள்ள ஒரு ஜில்லிப்பு இறங்கின மாதிரி இருந்தது எனக்கு. அப்படியே அவளைத் 'தங்கமே'ன்னு அணைச்சுக்கிட்டேன். இப்ப இவ எனக்கும் ஒரு பொண்ணுதான்" என்றபடி வளர்மதி, ஹாசினியின் அருகில் சென்று, "இப்ப பரவாயில்லையா கண்ணு? ஓட்ஸ் கஞ்சி போட்டுக் கொண்டு வரவா, குடிக்கிறியா? கொஞ்சம் தெம்பா இருக்கும்" என்று கேட்டபடி, அவளின் தலையை ஆதுரத்துடன் வருடினாள். வளர்மதியை யாரோ போல் பார்த்தாள் ஹாசினி.

"நீங்க...?" என்றாள்.

"நான்தான் சித்தார்த்தின் அம்மா. நானும் அவனும்தான் உன்னை இங்க அழைச்சுட்டு வந்தோம். மறந்துட்டியா கண்ணு?" என்று புன்னகைத்தாள் வளர்மதி.

"சார், அவங்க பேசிட்டிருக்கட்டும். நீங்க இப்படி வாங்க. உங்களோடு கொஞ்சம் தனியா பேசணும்" என்று ராஜசேகரின் தோளை மெல்ல அழுத்திக் கிசுகிசுப்பான குரலில் அழைத்த சித்தார்த், "சார், நீங்களும்தான். வாங்க, மாடியில என் ரூமுக்குப் போவோம்" என்று ஈஸ்வரிடம் சொல்லிவிட்டு, இருவரையும் அழைத்துக்கொண்டு, வெளியேறினான். வாசலில், வீட்டுக்குப் பக்கவாட்டில் இருந்தது மாடிக்குச் செல்லும் படிக்கட்டு. சித்தார்த் முன்னே செல்ல, பின்தொடர்ந்தார்கள் இருவரும்.

படிகளின் முடிவில், நீளமும் அகலமுமான திறந்தவெளி மாடிப் பரப்பில், சூரிய உஷ்ணம் உள்ளே இறங்காமலிருக்க விசேஷ டைல்ஸ் பதிக்கப்பட்டிருந்தது. சுவர் ஓரங்களில் மண் ஜாடிகளில் பூச்செடிகள். மூலையில், கான்கிரீட் தூண்களின் மேல் கறுப்பு நிற சின்டெக்ஸ் வாட்டர் டேங்க் உட்கார்ந்திருந்தது. அந்தச் சுவரின் முதுகில் டிஷ் ஆன்டெனா தொற்றியிருந்தது. மாடி சுற்றுச் சுவரில் உள்பக்கம் விண்டோ ஏசிக்கான இன்வெர்ட்டர் பாக்ஸ் பொருத்தப்பட்டிருந்தது. வெளியேயிருந்து வேப்ப மரம் ஒன்று எட்டிப் பார்த்துக்கொண்டிருந்தது. நெடுக்காக ஓடிய கம்பிக் கொடியில் வண்ண வண்ண பிளாஸ்டிக் க்ளிப்புகளுடன் காய்ந்த துணிகள்.

சித்தார்த் அந்தத் துணிகளை இருபுறமும் ஒதுக்கி வழி செய்துகொண்டு, முன்னே சென்றான். மாடி அறைக் கதவைத் திறந்து, "வாங்க சார்" என்றான். வெளிச்சம் போட்டான். அறை விசாலமாக இருந்தது. சுவர்களில் கண்ணாடி அலமாரிகளுக்குள் நிறைய புத்தகங்கள். நடுவே மர மேஜை மேல், ஜன்னல் திட்டுகளில், நாற்காலிகளில்... புத்தகம், புத்தகம், புத்தகம்.

ஈஸ்வர் ஒன்றை எடுத்துப் பார்த்தார். 'ஆவியுலக ஆராய்ச்சிகள்' என்றது தலைப்பு. கண்ணாடி அலமாரிகளுக்குள் இருந்த புத்தகங்களை நோட்டம் விட்டார். அகதா கிறிஸ்டியின் 'த மூவிங் ஃபிங்கர்', 'அப்பாயின்ட்மென்ட் வித் டெத்', இன்னபிற நாவல்கள், அப்துல் கலாமின் 'அக்னிச் சிறகுகள்', ஆன்டன் செகாவின் சிறுகதைகளின் தொகுப்பு, சேத்தன் பகத்தின் 'கேர்ள் ஃப்ரெண்ட்', டான் பிரௌனின் 'த டாவின்சி கோட்', சுஜாதாவின் தேர்ந்தெடுக்கப்பட்ட சிறுகதைகள் தொகுப்பு, 'ஓ ஹென்றி' சிறுகதைகள், 'பொன்னியின் செல்வன்' ஐந்து பாகங்கள், விக்கிரவாண்டி ரவிச்சந்திரன் எழுதிய புத்தகங்கள், வைரமுத்துவின் 'கள்ளிக்காட்டு இதிகாசம்' எனக் கலவையாக இருந்தன. தவிர, லெஸ்லி ஜே.ஜீ எழுதிய 'மெஸ்மரிசம் அன்வெயில்ட்', வெஸ்லி குக் எழுதிய 'பிராக்டிகல் லெசென்ஸ் இன் ஹிப்னாடிசம்' போன்ற உளவியல் தொடர்பான கட்டுரைகள் அடங்கிய புத்தகங்களும் கண்ணில் பட்டன. ஒரு புத்தகத்தின் முதுகில் இருந்த தலைப்பை, கழுத்தை வளைத்துச் சிரமப்பட்டுப் படித்தார் ஈஸ்வர். *'The Law of psychic phenomena by Thomson Jay Hudson'*.

"உங்க பொண்ணுக்கு 'ஹாசினி'ங்கிற ஒரே பேர்தான். வேற பேர் கிடையாது. ஆர் யு ஷூர்?" என்று கேட்டான் சித்தார்த்.

"ம்ஹூம்... நிச்சயமா இல்லை" என்றார் ராஜசேகர் உறுதியாக.

"அப்போ, கெளரி'ங்கிற பேர்ல உங்க குடும்பத்துல யாராவது இருக்காங்களா, இருந்தாங்களா? அல்லது, உங்களுக்குத் தெரிஞ்சவங்க யாராவது... நல்லா ஞாபகப்படுத்திச் சொல்லுங்க" என்றான் சித்தார்த்.

அவன் சொன்னதற்காகச் சில விநாடிகள் நெற்றியைச் சுருக்கி யோசித்தவர், "அப்படி யாரும் எங்க குடும்பத்துல இல்லை. கெளரிங்கிற பேர்ல எனக்குத் தெரிஞ்சவங்களும் யாரும் கிடையாது" என்றார் ராஜசேகர்.

"ஆனா, ரொம்பத் தெளிவா 'கெளரி'ன்னு சொன்னாங்க உங்க பொண்ணு. மனசுல ஆழமா பதிஞ்சிருக்கலேன்னா அப்படி ஒரு பெயர் அவங்க வாயில வந்திருக்காது. அதனாலதான் திருப்பித் திருப்பிக் கேக்கறேன்" என்றான் சித்தார்த்.

"ஒருவேளை, ஆபீஸ்ல அவளோடு வேலை செய்யற யாராவது 'கெளரி'ன்னு இருக்கலாம். ஏன் ராஜசேகர், அவ கிட்டயே கேட்டுப் பார்க்கலாமே?" என்றார் ஈஸ்வர்.

"இருக்கலாம். ஆனா... சித்தார்த் சார், குறிப்பா ஏன் அதையே துருவித் துருவிக் கேக்கறீங்க? அதென்ன அவ்ளோ பெரிய விஷயமா? ஏதோ ஒரு மயக்கத்துல டங் ஸ்லிப்பாகூட சொல்லியிருக்கலாமே?"

"ஸாரி, இப்ப நான் சொல்லப்போறதை நீங்க எப்படி எடுத்துப்பீங்கன்னு தெரியலை. இருந்தாலும் நான் அப்சர்வ் பண்ணின வரையில் சொல்றேன்... உங்க

பெண்ணோட மனசு லேசா பாதிக்கப்பட்டிருக்கு. ஐ மீன்... பாதிப்புன்னா கவலை, வருத்தம்கிற அர்த்தத்துல சொல்லலை. சீரான நினைவலையில் ஒரு கலக்கம்..."

"சார்..." என்றபடி சித்தார்த்தை ஏறிட்டார் ராஜசேகர்.

"யெஸ்... இது ஒருவகையான சைகோஸோமேட்டிக் டிசீஸ்..."

"சார், என்ன சொல்றீங்க... எனக்குப் பயமாயிருக்கே! என் பொண்ணுக்குச் சித்தப்பிரமையா இருக்கும்கிறீங்களா..?"

"நோ, நோ... நீங்க பயப்படற மாதிரியெல்லாம் இல்லே. இது ஒருவகையான மன நோய். ஸாரி, இதை நோய்னு சொல்றதுகூடத் தப்புதான். ஒரு சின்ன மனப் பிறழ்வுன்னு சொல்லலாம். அல்லது, மனம்பாற்பட்ட உடல் நோய்னு வெச்சுக்கலாம். அதாவது, சின்ன வயசுல மனசுல அழுத்தமா படிஞ்ச சில சம்பவங்கள், சில பெயர்கள் பின்னாளில் எப்பவாவது வெடிச்சுக்கிட்டு வெளியில வரும். இதை க்யூர் பண்றது சுலபம்."

"ஆனா, ஹாசினி அதுலேர்ந்து மீண்டு இப்ப சரியாதானே பேசிட்டிருக்கா?"

"இருக்கலாம். ஆனா, திரும்பவும் அவங்க இப்படி வித்தியாசமா நடந்துக்கமாட்டாங்கன்னு என்ன நிச்சயம்? நாளைப் பின்ன டூ வீலர் ஓட்டிட்டுப் போகும்போது இப்படித் திடீர் மயக்கம் வந்ததுன்னா என்ன ஆகும்னு யோசிச்சுப் பாருங்க."

"என்ன சார் பயமுறுத்தறீங்க..?"

"ப்ளீஸ் சார், என்னை சார்னு சொல்லாதீங்க. உங்களைவிட வயசுல ரொம்பச் சின்னவன் நான். நீங்க என்னை சார், சார்ங்கிறது எனக்கு ரொம்பச் சங்கடமா இருக்கு. கால் மி சித்தார்த். பை த பை... நான் உங்களை பயமுறுத்தறதுக்காகச் சொல்லலை. அவங்க மனசுல தெச்சிருக்கிற அந்த முள்ளை எடுத்துப் போட்டுட்டோம்னா நல்லதில்லையா, அதுக்காகத்தான் சொல்றேன். இதை வளர விடாம, ஆரம்பத்துலயே கிள்ளி எறியறது நல்லது."

"சித்தார்த், நீங்க டாக்டரா?" என்று கேட்டார் ஈஸ்வர்.

"எம்.பி.பி.எஸ். டாக்டர் இல்லை. மனோதத்துவ மருத்துவர். ஹிப்னோதெரப்பிஸ்ட். படிச்சுட்டிருக்கேன்."

"ஏன் சித்தார்த், நீங்க சொல்றதைப் பார்த்தா... ஹாசினியை உடனடியா ஒரு நல்ல சைக்கியாட்ரிஸ்ட் கிட்ட அழைச்சுட்டுப் போய்க் காட்டணுமா?" என்று கேட்டார் ராஜசேகர்.

"காட்டறது நல்லது. சார், மறுபடியும் சொல்றேன்... உங்க பெண்ணுக்கு எந்த நோயும் இல்லே. ரொம்ப பயப்பட வேணாம். ஷி இஸ் ஆல்ரைட். சித்தப்பிரமை பிடிச்சவங்க, மன நலம் பாதிக்கப்பட்டவங்க இவங்கெல்லாம்தான் மன நல மருத்துவர்கிட்டே போய்ச் செக் பண்ணிக்குவாங்கன்னு நினைச்சது அந்தக் காலம். இப்ப இருக்கிற டிஜிட்டல் உலகத்துல, இந்த சோஷியல் மீடியா யுகத்துல, பொறந்த குழந்தைங்ககூட 'டார்ச்சர் பண்ணாதே', 'டென்ஷனா இருக்கு'ன்னெல்லாம் சொல்லத் தொடங்கிடுச்சுங்க. படிப்பு, பணிச்சூழல்னு பல காரணங்களால எல்லாருக்குமே மென்டல் பிரஷர் ஏகத்துக்கும் எகிறிக் கிடக்கு. அதுக்காகப் பலரும் மனநல மருத்துவர்களைப் போய்ப் பார்க்கிறது இப்போ சகஜமாயிடுச்சு. நீங்க எதையும் மனசுல போட்டுக் குழப்பிக்க வேணாம். உங்க டாட்டருக்கு ஒண்ணுமில்லை. ஷி இஸ் நார்மல். உங்களுக்குத் தெரிஞ்ச ஒரு நல்ல மனநல மருத்துவரை ஜஸ்ட் ஒரு விசிட் பண்ணிட்டு வந்துடுங்க. தட்ச் இட்."

ராஜசேகரும் ஈஸ்வரும் ஒருவரையொருவர் பார்த்துக்கொண்டார்கள்.

"ஏன் சித்தார்த், இதனால ஹாசினியின் ஹெல்த்துக்கு ஒண்ணும் பிராப்ளம் இல்லேல்ல..?"

"சார், நீங்க ரொம்ப பயப்படறீங்க. ஸாரி, நான்தான் உங்களை பயமுறுத்திட்டேன்னு நினைக்கிறேன். அவங்க ஹெல்த்துக்கு ஒரு பிரச்னையும் இல்லை."

"இல்ல... எதுக்குக் கேக்கறேன்னா, ஹாசினிக்கு அடுத்த மாசம் வெட்டிங் டேட் ஃபிக்ஸ் பண்ணலாம்னு இருக்கோம்..."

"கங்கிராஜுலேஷன்ஸ்! மறக்காம இன்விடேஷன் அனுப்புங்க, சார்! அம்மாவையும் அழைச்சுட்டு வரேன்!" என்று புன்னகையோடு ராஜசேகரின் கையைப் பற்றிக் குலுக்கினான் சித்தார்த். பின்பு, "ஒன் செகண்ட்..." என்றவன், மேஜை டிராயரைத் திறந்து, ஒரு விசிட்டிங் கார்டை எடுத்து அவரிடம் நீட்டினான்.

"சார், இவர் செல்வகுமார். சென்னையிலேயே நம்பர் ஒன் சைக்கியாட்ரிஸ்ட் கீழ்ப்பாக்ல இருக்கார். சங்கம் சினிமாஸ் இருக்கில்லையா, அதான் லேண்ட்மார்க். அங்கே போய் விசாரிச்சா சொல்லுவாங்க. கீழே க்ளினிக்; மாடியில வீடு. ஒரு சிட்டிங் போனாலே போதுமானது; ஃப்ரெஷ்ஷாயிடலாம். அவரோடு கொஞ்ச நேரம் பேசிட்டிருந்தாலே நமக்கு அவ்ளோ எனர்ஜி கிடைக்கும். நாளைக்கோ நாளன்னிக்கோ போய்ப் பார்த்துடறது பெட்டர். சரி, கீழே போகலாமா?"

மூவரும் இறங்கி வந்தார்கள். ஹாசினி முகம் கழுவி, தலை வாரி, பளிச்சென்றிருந்தாள்.

"எங்கேப்பா ஒருத்தரையும் ஆளையே காணோம்... எங்கே போயிட்டீங்க எல்லாரும்?" என்றாள்.

"மாடியில தம்பியோட ரூமைப் பார்த்துட்டு வரோம்மா. ஏயப்பா... அலமாரிகள் நிறைய எவ்ளோ புக்ஸ் வெச்சிருக்காருங்கறே... ஒரு லைப்ரரிக்குள்ள நுழைஞ்சுட்டு வந்த மாதிரி இருந்துச்சு" என்றார் ஈஸ்வர்.

"சரிங்க, அப்ப நாங்க கிளம்பறோம்" என்றபடியே ராஜசேகர் தன் பையிலிருந்து பர்ஸ் எடுத்து, அதிலிருந்து நான்கு ஐந்நூறு ரூபாய் நோட்டுகளை எடுத்து வளர்மதியிடம் நீட்டினார். வளர்மதி கையைப் பின்னுக்கு இழுத்துக்கொண்டாள். "ஐயய்ய... என்ன இது, எதுக்கு இதெல்லாம்?" என்றாள்.

"இல்லம்மா, என் பொண்ணை டாக்டர்கிட்ட அழைச்சிட்டுப் போயிருக்கீங்க. அப்புறம் இங்க அழைச்சுட்டு வர, கால் டாக்ஸிக்கு செலவு பண்ணியிருப்பீங்க. அதையெல்லாம் விடுங்க. மயங்கி விழுந்து கிடந்த என் பொண்ணைப் பார்த்துட்டு மத்தவங்க மாதிரி 'எனக்கென்ன'னு போகாம, பத்திரமா அவளைக் கூட்டிட்டு வந்து, எனக்குத் தகவல் சொல்லியிருக்கீங்களே... அதுக்கெல்லாம் நான் கைம்மாறு செய்ய முடியாதும்மா. இது ஜஸ்ட் என்னோட அன்பின், நன்றியின் ஒரு சின்ன அடையாளம்தான். மறுக்காம வாங்கிக்குங்க" என்றார் ராஜசேகர்.

அந்தப் பணத்தை வாங்கி, அவரின் சட்டைப்பையிலேயே வைத்தான் சித்தார்த். "இருக்கட்டும் சார், மனுஷனுக்கு மனுஷன் இதுகூட உதவலேன்னா அப்புறம் நாமெல்லாம் எதுக்கு?"

வெளியே காரின் ஹார்ன் சத்தம் கேட்டது. "சரி, கிளம்பலாம். டாக்ஸி வந்துட்டான்" என்றாள் நிவேதிதா.

ராஜசேகரும் நிவேதிதாவும் ஹாசினியின் இருபுறமும் அவளின் கைகளைப் பிடித்துக்கொண்டு அழைத்து வர, வளர்மதியும் சித்தார்த்தும் பின்தொடர்ந்து கேட் வரையில் வந்தார்கள். ஈஸ்வர் முன்னால் சென்று, கார் கதவுகளைத் திறந்தார். "ஒரு நிமிஷம்... என் மொபைலை ரூம்லேயே ஸ்டில்ல வெச்சுட்டேன்" என்றபடி வீட்டுக்குள் ஓடின நிவேதிதா, சில விநாடிகளில் தன் மொபைலோடு திரும்பினாள். ஈஸ்வர் முன்புறம் ஏறிக்கொள்ள, பின் சீட்டில் நடுவில் ஹாசினியும், அவளின் இருபுறமும் ராஜசேகரும் நிவேதிதாவும் அமர்ந்தார்கள்.

ஹாசினி செலுத்தப்பட்டவள் போன்று ஒரு ரோபோட்டிக் இயக்கத்தில் நடந்து வந்து காரில் அமர்ந்ததை அவர்களில் யாரும் கவனிக்கவில்லை.

"ஓடிபி நம்பர் சொல்லுங்க" என்றார் டிரைவர். "த்ரீ த்ரீ ஃபோர் ஃபைவ்" என்றாள் நிவேதிதா. சில விநாடிகளில் டாக்ஸி கிளம்பியது. கேட்டில் நின்றிருந்த

வளர்மதியிடமும் சித்தார்த்திடமும் கார் ஜன்னல் வழியே கையசைத்து விடைபெற்றார் ராஜசேகர்.

கார் நகர்ந்து, சற்று தூரம் ஓடி, அடுத்து வந்த சாலையில் திரும்ப, சித்தார்த்தின் வீடு கண்களிலிருந்து மறைந்தது.

"ஹாசினி... நீ உன் மொபைலை எடுத்துக்கிட்டியா?" என்று அவளைப் பார்த்துக் கேட்டாள் நிவேதிதா. ஹாசினி பதில் சொல்லாமல், மனசுக்குள் மந்திரம்போல் ஏதோ முணுமுணுத்துக்கொண்டிருந்தாள்.

"நான் வெச்சிருக்கேம்மா அவளோட மொபைலையும் ஹேண்ட் பேகையும்! புறப்படும்போது மறக்காம வளர்மதியம்மா எடுத்து வந்து கொடுத்தாங்க" என்று அவள் பக்கம் திரும்பிச் சொன்னார் ராஜசேகர். 'ஹாசினியைப் பாருங்க அங்கிள்' என்று அவருக்கு கண் ஜாடை காட்டினாள் நிவேதிதா.

'ஒத்தையடிப் பாதையிலே ஒத்தையிலே போறவளே

கரடி வந்து வழிமறிச்சா காட்டுக்குள்ளே என்ன செய்வே?' என்று மெல்லிய முனகலாகப் பாடிக்கொண்டிருந்தாள் ஹாசினி.

⚯

4

'ஜெயந்த் ஈஸ்வருக்குப் பிறந்த பிள்ளையா?' என்று பிரேமா கேட்ட கேள்வி சுருக்கென்று தைக்க, சௌம்யா, ப்ரியா, சுப்பிரமணியன், ஜெயந்த் நால்வரும் ஏக காலத்தில் அவளை முறைத்தார்கள்.

"முறைக்காதே சௌம்யா, கொஞ்ச நேரத்துக்கு முன்னே ஹாசினியை நீ பேசின பேச்சுக்கு நான் கேட்டது கம்மிதான். அவளைப் பத்தி பூடகமா நீ கக்கின நெருப்பு வார்த்தைகளுக்கு அர்த்தம் தெரியாதவ இல்ல நான். அந்தச் சூடு எனக்கு எப்படி வலிச்சிருக்கும்னு நீ தெரிஞ்சுக்க வாணாமா... அதான், அப்படிக் கேட்டேன். ஜெயந்த் உங்களோட வளர்ப்புப் புள்ளதான். அவனுக்கு அப்பா, அம்மா இல்லை. ஆனா, ஹாசினிக்கு அப்படியில்லை. அவளுக்குச் சொந்த அப்பா இருக்கார். ஆக, ஜெயந்துக்கு எந்த விதத்திலும் தகுதிக் குறைவானவ இல்லை ஹாசினி."

"அடேங்கப்பா, வியாக்கியானமெல்லாம் பலமாத்தான் இருக்கு. ஆனா, இவ்ளோ தெரிஞ்ச உனக்கு, ஹாசினியை மருமவளாக்கிக்க எனக்கு ஏன் இஷ்டமில்லைன்னும் தெரிஞ்சிருக்கணுமே?"

"அதைத்தான் சொல்லு, தெரிஞ்சுக்கறேங்கிறேன்!"

"தெரியாத மாதிரி நடிக்காதே பிரேமா! நீ எப்படி இந்த வீட்டுக்குள்ள வந்தே, சங்கரி எப்படி செத்துப்போனா, உன் வீட்டுக்காரரோட லட்சணம் என்னாங்கிறதெல்லாம் இவங்களுக்கு வேணா தெரியாம இருக்கலாம். ஹாசினி கிட்டயும் நீ அதையெல்லாம் மறைச்சிருக்கலாம்..."

"சௌம்யா..." என்று அதட்டினாள் பிரேமா. "வார்த்தையை அளந்து பேசு. உன் கற்பனைக்கும் ஒரு எல்லை உண்டு..!"

"கற்பனையா... சரி, இதுக்கு பதில் சொல்லு. சங்கரி இருந்தவரைக்கும் ஜெயந்தின் அப்பா கிருஷ்ணகுமார் இந்த வீட்டுலதானே வளர்ந்தான். நல்லபடியாத்தானே இருந்தான். நீ வந்த கொஞ்ச நாள்ல அப்படி என்னதான் பிரச்னை ஏற்பட்டுச்சு அவனால்? எதுக்காக அவனை ரெண்டு பேருமா சேர்ந்து வீட்டை விட்டு அடிச்சுத் துரத்தினீங்க..?"

"இல்லே சௌம்யா, உன் பேச்செல்லாம் ரொம்ப விபரீதமா இருக்கு. ஸாரி, இதுக்கு மேலயும் என்னால பொறுமையா இருக்க முடியாது. இனிமே நீயே

விரும்பினாக்கூட இந்தக் கல்யாணம் நடக்காது" என்றாள் பிரேமா. கோபத்தில் அவள் உடல் ஆடிக்கொண்டிருந்தது.

சற்று நேரம் அங்கே மயான அமைதி நிலவியது. மௌனத்தைக் கலைத்தாள் ப்ரியா.

"அம்மா, இவ்ளோ நடந்திருக்கு. அப்புறம் எதுக்காகம்மா நீயும் அப்பாவும் இவ்ளோ தூரம் கிளம்பி வந்தீங்க? பத்தாக்குறைக்கு எங்களையும் வரச் சொன்னீங்க. ஏம்மா... அங்கேயே அப்பா கிட்ட விவரமா எடுத்துச் சொல்லித் தடுத்திருக்க வேண்டியதுதானே?" என்றாள்.

"உங்க அப்பாதானே... நல்லாக் கேப்பாரேளேம் பேச்ச. ரெண்டும் மூணும் கூட்டினா அஞ்சுன்னு சின்னக் குழந்தைக்குக் கூடத் தெரியும். உங்கப்பாவுக்குத் தெரியலை. என்னடா, தன் தங்கை இருக்க வேண்டிய இடத்துல வேற ஒருத்தி உட்கார்ந்துக்கிட்டு நாட்டாமை பண்ணிட்டிருக்காளோங்கிற எண்ணமே இல்லை அவருக்கு. அல்பாயுசுல செத்துப்போன சங்கரியை நினைச்சாதான் எனக்குப் பரிதாபமா இருக்குது."

"அடாடா... நாத்தி மேலதான் எவ்வளவு கரிசனம் உனக்கு?" என்றாள் பிரேமா.

"ஹலோ... சங்கரி நாத்தியாகுறதுக்கு முன்னாலேயே எனக்கு டியரெஸ்ட் ஃப்ரெண்டு. ஸ்கூல்லேருந்து காலேஜ் வரைக்கும் ஒண்ணாப் படிச்சிருக்கோம். அவதான் எங்க கல்யாணம் நடக்குறதுக்கே காரணமா இருந்தா. தெரியுமா உனக்கு?" என்று சீறினாள் சௌம்யா.

"சரி, விடுங்கம்மா! அதான் அவங்களே இந்தக் கல்யாணம் நடக்காதுன்னு சொல்லிட்டாங்க இல்லே... அதோட விடுங்க! மாமாவும் மத்தவங்களும் வந்ததும் சொல்லிட்டுக் கிளம்புவோம். மேல மேல பேசி ஆவப்போறது ஒண்ணுமில்லே" என்றான் சுப்பிரமணியன்.

"ஆமாம்மா, ஜெயந்துக்கும் ஒண்ணும் இந்தக் கல்யாணத்துல விருப்பம் இருக்கிறதா தெரியல. பாரேன், இங்க இவ்ளோ ரகளை நடந்துட்டிருக்கு. அவன் மொபைலை நோண்டிட்டிருக்கான். ஹாசினிக்கு என்ன ஆச்சோ, ஏது ஆச்சோங்கிற கவலையோ அக்கறையோ கொஞ்சம்கூட இல்ல அவன்கிட்ட" என்றாள் ப்ரியா.

ஜெயந்த் ஒருமுறை தலையை நிமிர்த்தி ப்ரியாவைப் பார்த்துவிட்டு, மீண்டும் மொபைலில் மூழ்கினான்.

***

"**ஹா**சினி..." – கட்டைத் தொண்டையில் பாடிக்கொண்டிருந்த அவளின் தோளைப் பிடித்து உலுக்கினார் ராஜசேகர்.

'சிக்கி முக்கிக் கல்லெடுத்து சீக்கிரமா பத்தவெச்சு நெருப்பேத்தி வெறுப்பேத்தி கரடியைச்சுட்டுத் தப்பிப் போவேன்' என்றாள் ஹாசினி.

"என்ன அங்கிள் இது, இவ பாடறாளா, பேசறாளானு ஒண்ணுமே புரியலையே?" என்றாள் நிவேதிதா கவலையாய். "ஹாசினி, ஹாசினி... இங்க என்னைப் பாரு" என்று அவளை உலுக்கினாள்.

திரும்பிப் பார்த்த ஹாசினி, "சதுரமாய் முட்டை இல்லை, சந்தோஷமே வாழ்க்கை இல்லை, துன்பத்திலும் ஞானம் உண்டு மறக்காதே, தைரியமே நம் சொத்து, மத்தெல்லாம் பம்மாத்து" என்று குழறலாகச் சொல்லியபடி, கண்கள் செருக, அப்படியே மயங்கிச் சீட்டில் சாய்ந்தாள்.

"ஏதோ சித்தர் பாடல் மாதிரியில்ல இருக்கு... ஏன் ராஜு, உனக்கு ஏதாவது ஞாபகம் வருதா?"

ஈஸ்வர் பின்புறம் திரும்பிப் பார்த்துக் கேட்டார். ராஜசேகருக்கு குப்பென்று வியர்த்தது. ஹாசினி தன்னை 'கெளரி' என்று சொல்லிக்கொள்கிறாள்; 'ஒத்தையடிப் பாதையிலே...' என்று பாடுகிறாள். அப்படியானால்... இவள்... இவளுக்குள்...

கால் டாக்ஸியின் ஏ.சி-யையும் மீறி, குபீரென்று வியர்த்துவிட்டது ராஜசேகருக்கு. காசித் துண்டை எடுத்து முகம், கழுத்துப் பகுதிகளை அழுந்தத் துடைத்துக்கொண்டார். அவருக்கு இப்போது பளிச்சென்று ஞாபகம் வந்துவிட்டது அந்த 'கெளரி' யாரென்று.

பல வருடங்களுக்கு முன்னால், திருச்சியில் இருந்தபோது, அவர் வீட்டில் வேலை செய்துகொண்டிருந்த பெண்தான் கெளரி. பத்தொன்பது வயதில் தூக்கு மாட்டிச் செத்துப்போனாள். பத்துப் பாத்திரங்கள் தேய்க்கும்போதும், தரையைப் பெருக்கி 'மாப்' போட்டுத் துடைக்கும்போதும் என எப்போதும் அவள் இந்தப் பாட்டைத்தான் முணுமுணுத்துக்கொண்டிருப்பாள். அவளுக்குக் கொஞ்சம் கட்டைக் குரல்தான். இருந்தாலும், நன்றாகவே பாடுவாள். இந்தப் பாட்டைப் பாடுவதில் அவளுக்கு அத்தனை சந்தோஷம். அப்படி லயித்துப் பாடுவாள்.

அல்பாயுசில் துர்மரணம் எய்தியவர்கள் ஆவியாக உலவுவார்கள் என்பார்களே... ஒருவேளை, பேய்ப் படங்களில் வருவது போல அந்த கெளரிதான் இப்போது ஆவியாக ஹாசினிக்குள் புகுந்துகொண்டிருக்கிறாளா? நினைப்பே அவர் உடம்பை நடுக்கியது. தன் மகளைத் திரும்பிப் பார்க்கவும் பயமாக இருந்தது.

டாக்ஸி கத்திப்பாரா மேம்பாலத்தில் ஏறி இறங்கிக்கொண்டிருந்தது.

'என் மகளின் இந்த நிலை குறித்து ஈஸ்வர் என்ன நினைப்பார்? இன்றைக்கு இந்தப் பரிசச் சடங்கு நல்லபடியா நடக்குமா? ஏற்கெனவே ஈஸ்வர் வீட்டில் அவரைத் தவிர, வேறு யாருக்கும் இந்தக் கல்யாணத்தில் அவ்வளவாக விருப்பம் இல்லை

என்பது, அவர்களின் முகத்தைப் பார்த்தாலே தெரிகிறது. அதிலும் சௌம்யாவுக்கு இதில் கொஞ்சங்கூடப் பிடித்தம் இல்லை.

சங்கரி இருந்தவரையில் சௌம்யா அடிக்கடி வீட்டுக்கு வந்துபோய்க் கொண்டிருந்தாள். குழந்தை ஹாசினியைத் தூக்கிவைத்துக்கொண்டு அப்படிக் கொஞ்சுவாள்! சங்கரி இறந்து, பிரேமாவை நான் இரண்டாவதாகத் திருமணம் செய்துகொண்டதிலிருந்துதான் சௌம்யாவின் போக்கு மாறிவிட்டது.

அவர்கள் எப்படியோ போகட்டும். ஆனால், ஹாசினி வாழப்போவது ஜெயந்த்துடன் அல்லவா? ஆனால், அவனுக்கும்கூட இந்தக் கல்யாணத்தில் ஆர்வமில்லை போலிருக்கிறதே! குறிப்பிட்ட நேரத்தில் ஹாசினி வரவில்லையென்றதும், மற்றவர்களுக்கு எழுந்த பதற்றத்தில் ஒரு சதவிகிதம்கூட அவனிடத்தில் எழவில்லையே?

ராஜசேகருக்குள் பலப்பல கேள்விகள் அலையலையாய் எழுந்துகொண்டிருந்தன.

கார் 18-வது அவென்யூவுக்குள் நுழைந்து, ஸ்பீடு பிரேக்கர்களில் பதவிசாக ஏறி இறங்கி, வேகம் தணிந்து, ஸ்ரீராம் அப்பார்ட்மென்ட் வாசலில், சிவப்பாகப் பூத்துக்கொட்டியிருந்த கோல்டு மெஹர் மரத்தடியில் நிழலாக ஓரங்கட்டி நின்றது.

"ஹாசினி, எழுந்திருடி... வீடு வந்துடுச்சு" என்று அவளின் முகத்தைத் துடைத்து எழுப்பினாள் நிவேதிதா.

"ஹாய்... வீடு வந்தாச்சா? ஒரு ஹாம்பனவருக்குள்ளதூங்கிப் போயிட்டிருக்கேன்" என்று புன்னகைத்தபடி காரிலிருந்து இறங்கினாள் ஹாசினி.

உள்ளே நுழைந்ததுமே நிலைமை சரியில்லை என்பது புரிந்தது ராஜசேகருக்கு. வீடு நிசப்தமாக இருந்தது. ஹாலில் யாருமில்லை. மின்விளக்குகள் அணைக்கப்பட்டிருந்தன. மாலை ஆறரை மணிதான் ஆகிறது. வெளியே அஸ்தமன சூரியனின் வெளிச்சம் இன்னமும் கணிசமாக இருக்கிறது. ஹாலில் அப்படியொன்றும் இருட்டு இல்லை. மற்ற நாள்களில் இந்த வெளிச்சமே போதுமானதுதான். ஆனால், இன்றைக்கு வீட்டில் விசேஷம் என்பதால், மின்வெளிச்சத்துடன் ஹால் பிரகாசமாக இல்லாதது குறையாக இருந்தது. வீடே சோகத்தில் ஆழ்ந்திருந்ததுபோல ஒரு தோற்றம் கொடுத்தது. டைனிங் ஹால் வெறிச்சென்று காணப்பட்டது. அங்கே விரிக்கப்பட்டிருந்த ஜமுக்காளத்தையும் அதன் மீதிருந்த மங்கலப் பொருள்களையும் காணோம். ஈஸ்வர் குடும்பத்தார் அனைவரும் அவர்களுக்கென்று ஒதுக்கப்பட்டிருந்த அறைக்குள் முடங்கியிருந்தார்கள்.

நிவேதா ஹால் லைட்டைப் போட்டாள். ஹாசினி களைப்புடன் சோபாவில் அமர்ந்துகொண்டாள். சேலைத் தலைப்பால் முகத்தை அழுந்தத் துடைத்துக்கொண்டபடி உள்ளிருந்து வந்தாள் பிரேமா. "ஹாசினி... ஹாசினி...

என்னம்மா ஆச்சு உனக்கு? எங்களைப் பதற வெச்சுட்டியே கொஞ்ச நேரத்துல. சமயபுரம் மாரியம்மனுக்கு உப்பும் மிளகும் வாங்கிக் கொட்டறதா நேந்துக்கிட்டிருக்கேண்டி!" என்றபடியே வந்து, ஹாசினியின் பக்கத்தில் அமர்ந்தாள்.

"ஸாரிம்மா... இன்னிக்கு நடக்க இருந்த ஒரு நல்ல ஃபங்ஷன் என்னாலதானே நடக்காம போச்சு. ஐயம் வெரி ஸாரி! என்னவோ, திடீர்னு ஒரு மயக்கம்..."

"விடுறீ... எல்லாம் நல்லதுக்குதான்னு நினைச்சுக்க. நீ நல்லபடியா உடம்பு தேறி வந்தா அதுவே போதும் எனக்கு" என்றாள் பிரேமா, ஹாசினியின் தலையை வருடியவாறே.

தங்களின் அறைக்குள் சென்றிருந்த ஈஸ்வர் சில நிமிடங்களில் வெளியே வந்து, ஹால் சோபாவில் அமர்ந்துகொண்டார். அவரைத் தொடர்ந்து அவரின் குடும்பத்தார் ஒவ்வொருவராக வந்து, ஏதோ ஏலியனைப் பார்ப்பது போல ஹாசினியை வேடிக்கை பார்த்தார்கள். தொண்டையைக் கனைத்துக்கொண்டார் ஈஸ்வர்.

"ராஜசேகர், சித்தார்த் ரெகமண்ட் பண்ணின அந்த டாக்டர் கிட்டே ஹாசினியை நாளைக்குக் கூட்டிட்டுப் போ. அவ உடம்பு பூரண குணமாகட்டும். நாங்க நாளைக்குக் கிளம்பறோம். சடங்கு சம்பிரதாயமெல்லாம் எங்கேயும் போயிடாது. அடுத்த மாசமே இன்னொரு நல்ல நாள் பார்த்துப் பரிசம் வெச்சுக்கலாம். இப்போ அதுக்கு அவசரமில்லை. ஹாசினியின் ஹெல்த்துதான் முக்கியம். என்ன சொல்றே?" என்றார் ஈஸ்வர்.

"ஏங்க, சொல்றேனென்னு தப்பா நினைக்காதீங்க. ஆரம்ப சகுனமே சரியில்ல. அதனால நமக்கு இந்தச் சம்பந்தம் வேண்டாம். அவ்வளவுதான், நான் சொல்றதைச் சொல்லிட்டேன். அப்புறம் உங்க விருப்பம்!" என்றாள் சௌம்யா.

"ஆமா ஈஸ்வர் சார், எனக்கும் அதுதான் சரின்னு படுது. உங்க பையனுக்கு வேற பொண்ணு கிடைக்காம போகாது; என் மகளுக்கும் வேற நல்ல மாப்ள கிடைக்காம போவமாட்டாரு. அக்கினி மாடசாமி இருக்காரு; அவரு பார்த்துக்குவாரு. யார் யாருக்கு எப்படிப் படியளக்கணுமோ அப்படி கரெக்டா அளப்பாரு" என்றாள் பிரேமா. தொடர்ந்து, "ஹாசினி பழையபடி உடம்பு நல்லாயிட்டு வரணும். எனக்கு இப்ப அது ஒண்ணுதான் முக்கியம்" என்றபடி, அவளின் முகவாயைப் பற்றித் தன் பக்கம் திருப்ப முயன்றாள்.

உதறி விடுவித்துக்கொண்டு ஈஸ்வரை ஆழ்ந்து நோக்கிய ஹாசினி, 'ஹெஹ்ஹெஹ்ஹெஹ்...' என்று வித்தியாசமாக ஒரு சிரிப்பு சிரித்தாள்.

"அரையடி நீளம் நாக்கு, ஆறடி ஆளைக் கொல்லும்; ஆணவம் கொண்டு வீணாய் ஏசாதே! எழுத்தறிவோ எல போடும், அனுபவமே சோறு போடும்; தங்கத்த

சுமந்தாலும் பெட்ரோலில்தான் வண்டி ஓடும்..." என்று ராகமாகப் பாடிவிட்டு, மீண்டும் நீளமாகச் சிரிக்கத் தொடங்கினாள் ஹாசினி.

சந்திரமுகியாக மாறிய ஜோதிகாவைப் பார்ப்பது போல் அனைவரும் அவளை மிரள மிரளப் பார்த்தார்கள்.

சுமந்தாலும் பெட்ரோலில்தான் வண்டி ஓடும்..." என்று ராகமாகப் பாடிவிட்டு, மீண்டும் நீளமாகச் சிரிக்கத் தொடங்கினாள் ஹாசினி.

சந்திரமுகியாக மாறிய ஜோதிகாவைப் பார்ப்பது போல் அனைவரும் அவளை மிரள மிரளப் பார்த்தார்கள்.

5

ஜெயந்தியைப் பிரசவித்துப் போட்டகையோடுகண்களைமூடிவிட்டாள்உமா. அவள் ஒரு பள்ளியில் சத்துணவு ஆயாவாக வேலை பார்த்துக் கொண்டிருந்தாள். அவளின் சொற்ப சம்பளத்தில்தான் அவர்களின் குடும்பம் ஓடிக்கொண்டிருந்தது. ஜெயந்தின் அப்பா கிருஷ்ணகுமார் வேலைவெட்டியில்லாமல் சுற்றிக்கொண்டிருந்தான். எனவே, குழந்தை ஜெயந்தியை வளர்த்துப் படிக்க வைத்து ஆளாக்கும் பொறுப்பை ஏற்றுக்கொண்டார் ஈஸ்வர். கிருஷ்ணகுமாரும் அண்ணன் வீட்டில் தஞ்சம் புகுந்தான். அண்ணி சௌம்யாவின் சமையலைப் புகழ்வதும், அண்ணனுக்குத் தெரியாமல் கைச்செலவுக்கு அவளிடம் அவ்வப்போது ஐம்பது, நூறு என்று வாங்கிச் செல்வதுமாகக் காலத்தை ஓட்டிக்கொண்டிருந்தான். மகனைப் பற்றிய அக்கறையோ, அண்ணனுக்கு உதவியாகக் குடும்ப பாரத்தைத் தாங்க வேண்டும் என்ற எண்ணமோ அவனிடம் கிஞ்சித்தும் இல்லை.

ஈஸ்வர் அப்போது கோயம்புத்தூரில், சிண்டிகேட் பேங்க்கில் ஒரு கிளார்க்காகப் பணியாற்றிக்கொண்டிருந்தார். அவருடைய தங்கை சங்கரியைத் திருச்சியைச் சேர்ந்த ராஜசேகருக்குக் கட்டிக்கொடுத்திருந்தார்கள். திருச்சி, துவாக்குடியில் உள்ள இண்டஸ்ட்ரியல் எஸ்டேட்டில், மோட்டார் வாகனங்களுக்கான உதிரி பாகங்கள் தயார் செய்யும் 'மகாவீர் ஜெயின் மோட்டார்ஸ்' என்னும் ஆட்டோமொபைல் ஸ்பேர் பார்ட்ஸ் மேனுஃபேக்சரிங் நிறுவனத்தில் 'பிளான்ட் டைரக்டராக'ப் பணியாற்றிக்கொண்டிருந்தார் ராஜசேகர். அவரிடம் தன் தம்பியை அனுப்பினால், அவர் வேலை செய்யும் நிறுவனத்திலேயே அவனுக்கும் ஏதாவது வேலை போட்டுக் கொடுத்து, தொழில் கற்றுக் கொடுத்துக் கைதூக்கி விடுவார் என்று எண்ணினார் ஈஸ்வர்.

அதன்படி, கிருஷ்ணகுமார் திருச்சி வந்து, தங்கை சங்கரி குடும்பத்துடன் தங்கினான். ராஜசேகர் தயவில் அவனுக்கு அவர் கம்பெனியிலேயே 'ஹெல்ப்பர்' வேலையும் கிடைத்தது. ஹாசினி அப்போது ஒரு வயதுக் குழந்தை.

ஈஸ்வரும் சௌம்யாவும் வருடத்துக்கு ஒருமுறையாவது குடும்பத்தோடு திருச்சி வந்து, ராஜசேகர் வீட்டில் ஐந்தாறு நாட்கள் தங்கிச் செல்வது வழக்கம். அவர்கள் வரும்போதெல்லாம் உடன் வரும் ஜெயந்தி, ஈஸ்வரையும் சௌம்யாவையும்தான் அப்பா, அம்மா என்று அழைத்தானே தவிர, சொந்த அப்பாவுடன் ஒட்டவேயில்லை. கிருஷ்ணகுமாருக்கும் தன் மகன் பேரில் பிரியமெல்லாம் ஒன்றும் இல்லை.

சித்தன் போக்கு, சிவன் போக்கு என்றிருந்தான். தினமும் 'சரக்கு' உள்ளே போயாக வேண்டும். 'கம்பெனியில் எலும்பை முறிக்கிற வேலை. இது இல்லையென்றால், வலி ஆளைக் கொன்றுவிடும்' என்பதாகத் தங்கையிடம் சமாதானம் சொல்வான்.

கிருஷ்ணகுமாரைப் பற்றி சங்கரி எதுவும் சொல்லவில்லை என்றாலும், ராஜசேகர் அவ்வப்போது ஈஸ்வருக்கு போன் செய்து புகார்ப் பட்டியல் வாசிப்பார். அவன் வேலைக்கே ஒழுங்காக வருவதில்லை என்பார். அதிகம் குடிக்கிறான் என்பார்.

ஆபீஸ் பணத்தைக் கையாடிவிட்டான் என்று ஒரு தடவை அவனை கம்பெனியில் பலர் முன்னிலையில் வைத்து விளாசிவிட்டார் ராஜசேகர். விஷயம் கேள்விப்பட்டு, அண்ணனுக்காகப் பரிந்து பேசினாள் சங்கரி. "அவனுக்கு நம்மளைவிட்டா யாருங்க இருக்கா? எடுத்துச் சொல்லிப் புரிய வைக்காம, இப்படிப் பலர் முன்னாடி அவனை அவமானப்படுத்தலாமா?" என்றாள். இதனால் அவளுக்கும் அவருக்கும் நாளடைவில் மனஸ்தாபம் ஏற்பட்டு, வாய்ச்சண்டையாகி, ஒருநாள் அவளையும் கைநீட்டி அடிக்கும் அளவுக்குப் போய்விட்டார் ராஜசேகர். "வேண்டாங்க. அவனால நமக்குள்ள சண்டை வேணாம். அவன் இங்க இருக்கிறது உங்களுக்குப் பிடிக்கலைன்னா அவனை வீட்டை விட்டுத் துரத்தி விட்டுருங்க. எங்கேயோ எப்படியோ போய்த் தொலையட்டும்" என்று அழுகையும் ஆற்றாமையுமாகப் பொங்கித் தீர்த்துவிட்டாள் சங்கரி.

வருடங்கள் ஓடின. 99-ல் சங்கரி இறந்துபோனாள். அடுத்த ஆண்டே, தன் கீழ் ஸ்டெனோகிராஃப்பராகப் பணியாற்றிய பிரேமாவை ரெஜிஸ்ட்ரார் ஆபீஸில் வைத்துப் பதிவுத் திருமணம் செய்துகொண்டார் ராஜசேகர்.

வெறும் டைப்பிஸ்ட்டாக இருந்த பிரேமா முதலாளியம்மா ஸ்தானத்துக்கு வந்துவிட்டது கிருஷ்ணகுமாருக்குப் பிடிக்கவில்லை. அலுவலகத்திலேயே அவன் அவளுக்கு அவ்வளவாக மரியாதை கொடுத்துப் பேச மாட்டான். திருமணமாகி வந்ததும் இன்னும் மோசம். திமிர்ப் பேச்சும், எகத்தாளப் பேச்சும் சேர்ந்துகொண்டன. "நல்ல பசையான ஆள்னு இவரை நீ வளைச்சுப் போட்டுட்டியாக்கும்... பலே கைகாரிடி நீ" என்று அவன் அவளைத் துச்சமாய்ப் பேசிக்கொண்டிருந்ததை ராஜசேகரே ஒருமுறை காதுபடக் கேட்டு, விரைந்து வந்து அவனை அறைந்தார். அவருக்கும் அவனுக்கும் அடிக்கடி முட்டல் மோதல்கள் நிகழ்ந்துகொண்டிருந்தன.

ஒருநாள் ஆத்திரத்தின் உச்சியில், பிரம்பால் வீறுவீறென்னு வீறி, "இனி ஒரு கணம் இந்த வீட்டுல நீ இருக்கக் கூடாது. வெளியே போடா நாயே!" என்று அவனை அடித்துத் துரத்திவிட்டார் ராஜசேகர்.

கிருஷ்ணகுமார் நேரே கோயம்புத்தூர் வந்தான். அவன் வந்த சமயம், வீட்டில் ஈஸ்வர் இல்லை. அண்ணியிடம் புலம்பித் தீர்த்தான்.

"அண்ணி, நான் சோம்பேறிதான். குடிகாரன்தான். ஒத்துக்கறேன். ஆனா, உமா இருந்தவரைக்கும் நான் எப்பவாவது குடிச்சிருக்கேனா? அவ மேல என் சுண்டு விரல் நுனியாவது பட்டிருக்குமா? அவளைத் தவிர வேற பொண்ணை மனசாலயாவது நினைச்சிருப்பேனா? ஆனா, அத்தனை கொடுமைகளையும் உங்க சிநேகிதிக்குப் பண்ணியிருக்கார் அண்ணி அந்த மனுஷன்! நல்லவன் மாதிரி வேஷம் போட்டு, உங்களையெல்லாம் ஏமாத்திக்கிட்டிருக்கார்.

ஆபீஸ்ல பிரேமானு ஒரு ஜாலக்காரி. ரொம்பப் பராரி குடும்பம். இந்த மனுஷன் காசும் பணமும் அந்தஸ்துமா இருக்கவே இவரை வளைச்சுப் போட்டுக்கிட்டா. தங்கச்சி இருந்தப்பவே இவருக்கு அவ மேல ஒரு கண்ணு. லெட்டர் டிக்டேட் பண்ணனும்னு தன் அறைக்குக் கூப்பிடுவார். ஒரு லெட்டர் டிக்டேட் பண்ண எவ்ளோ நேரமாகும், நீங்களே சொல்லுங்க? ரெண்டு மணி நேரம் அப்படி என்னதான் அவர் டிக்டேட் பண்ணுவாரோ... பொறுக்கமுடியாம ஒருநாள் ஒட்டுக் கேட்டேன்... அறைக்குள் கெக்கேபிக்கேன்னு ஒரே சிரிப்பு! 'அடச்சி'ன்னு ஆகிப்போச்சு எனக்கு.

இதையெல்லாம் சங்கரிகிட்ட ஒருநாளும் நான் சொன்னதில்லை. பாவம், வருத்தப்படுவா. தன் விதியை நினைச்சு அழுவா. அவளால வேற என்ன பண்ண முடியும்? அதனால, இந்தக் கருமாந்திரத்தையெல்லாம் அவகிட்ட சொல்லி, அவ நிம்மதியைக் குலைக்க வேணாமேனு விட்டுட்டேன். அப்புறம் ஒரு வருஷம்தானே சங்கரி உயிரோட இருந்தா. அவ சாகுற அன்னிக்கும் சண்டைதான். அவளைக் கச்சாமுச்சானு திட்டிட்டிருந்தார். அன்னிக்கு ராத்திரியே செத்துப் போயிட்டா. எனக்கென்னவோ இந்த ஆளுதான் அவளைக் கொலை பண்ணியிருக்கணும்னு தோணுது. கொலைன்னா பிளான் பண்ணிக் கொன்னார்னு சொல்ல வரலை. கோவத்துல பளார்னு அறைஞ்சிருக்காரு. அது பொட்டுல பட்டு அந்த நொடியே உசிரை விட்டுட்டா. பக்கத்துல இருந்த டாக்டரைக் கூட்டிட்டு வந்து ஹார்ட் அட்டாக்னு டெத் சர்ட்டிஃபிகேட் வாங்கிட்டாரு.

சங்கரி போனப்புறம் தண்ணி தெளிச்சி விட்டமாதிரி ஆயிருச்சு மனுஷனுக்கு. தட்டிக் கேப்பாரில்லே. காதும் காதும் வெச்ச மாதிரி கச்சிதமா காய் நகர்த்தி, ஆசைநாயகியா இருந்த பிரேமாவை சட்டபூர்வமான இல்லத்தரசியாவே ஆக்கி, வீட்டுக்குக் கூட்டி வந்துட்டார். தங்கச்சி இருந்தப்பவே எனக்கு அந்த வீட்டுல மரியாதை இல்லை. எனக்காகப் பரிஞ்சு பேசி, அவர் கிட்ட சங்கரி வசவு வாங்கிக்கட்டிக்கிட்டதுதான் மிச்சம். பிரேமா வந்தப்புறம் கேக்கணுமா? தொடர்ந்து என்னை அந்த வீட்டுல இருக்க விடுவாளா அவ?

பாருங்க அண்ணி... தோள்ளயும் கால்லயும் எப்படித் தடித்தடியா வீங்கியிருக்குதுன்னு. எல்லாம் அந்த மனுஷன் நாயை அடிக்கிற மாதிரி பிரம்பால அடிச்ச காயம்தான். எனக்கு இப்போ என்ன வயசு தெரியுமா? முப்பத்தெட்டு. என்னைவிட அந்த மனுஷன் என்ன, நாலு அல்லது அஞ்சு வயசு பெரியவனா

இருப்பானா? எப்படிக் காட்டடி அடிச்சிருக்கான் பாருங்க. இனியும் நான் அந்த வீட்டுல இருக்க முடியாது அண்ணி! அண்ணனுக்கு ஆரம்பத்துலேர்ந்தே என் மேல நல்ல அபிப்ராயம் இல்லே. அவருக்கு ராஜசேகர் சொல்றதுதான் வேத வாக்கு. அதனால, அண்ணனுக்கு பாரமா இங்க இருக்கவும் நான் விரும்பலே. எனக்குக் கொஞ்சம் பணம் கொடுத்து உதவுங்க அண்ணி. நான் எங்கேயாவது கண்காணாத இடத்துக்குப் போய், என் பொழைப்பை பார்த்துக்கறேன். நீங்க உதவுவீங்கன்னு நம்பித்தான் வந்திருக்கேன். என் பையனை நீங்க நல்லா பார்த்துக்கறீங்க. அந்தவொரு சந்தோஷம் போதும் எனக்கு" என்று செளம்யாவைக் கையெடுத்துக் கும்பிட்டுக் கண்கலங்கினான் கிருஷ்ணகுமார்.

அவன் கை, காலெல்லாம் ரணகளமாகியிருந்தது. பார்க்கவே சங்கடமாக இருந்தது செளம்யாவுக்கு. தன்னிடம் இருந்த முப்பதாயிரம் ரூபாயை எடுத்துக் கொடுத்தாள்.

"உங்களுக்கு எப்படி ஆறுதல் சொல்றதுன்னு தெரியல கிருஷ்ணா. ஆண்டவன் நல்லவங்களைத்தான் அதிகம் சோதிப்பான்னு சொல்லுவாங்க. தைரியமா இருங்க. கூடிய சிக்கிரம் உங்களுக்கும் ஒரு நல்ல காலம் வரும். இப்போதைக்கு என்கிட்ட இவ்வளவுதான் இருக்குது. இதுகூட உங்க அண்ணனுக்குத் தெரியாம சேர்த்து வெச்சதுதான். அதனால அவர்கிட்ட எதையும் சொல்லிக்க வேணாம்" என்றாள் செளம்யா.

"ரொம்ப தேங்க்ஸ் அண்ணி, இந்த உதவியை நான் உயிருள்ள வரை மறக்க மாட்டேன். நான் கிளம்பறேன். அண்ணன் வரவரைக்கும் நான் இங்கிருக்க விரும்பலே. மறுபடி உங்களையெல்லாம் சந்திக்கும்போது, அண்ணனே பார்த்துப் பெருமைப்படற அளவுக்கு நல்ல அந்தஸ்தோட ஒரு பெரிய மனுஷனாதான் வருவேன். தயவுசெய்து அந்த ராஜசேகரை நம்பாதீங்க. அவன் ஒரு விஷப் பூச்சி. முடிஞ்சா அண்ணனுக்கும் இதைப் புரிய வைங்க. நான் வரேன்" என்ற கிருஷ்ணகுமார், செளம்யாவின் இடுப்பைக் கட்டிக்கொண்டு மிரள மிரள நின்றிருந்த மகன் ஜெயந்தின் தலையைக் கோதி, கன்னத்தில் தட்டி, "சமர்த்தா இருக்கணும். பெரியம்மா சொல்றபடி கேட்டு நடந்துக்கணும், என்ன... நல்லாப் படிக்கணும். வரட்டுமா? வரேன் அண்ணி" என்று கண்ணீரைத் துடைத்துக்கொண்டு, விடைபெற்றுக் கிளம்பிப் போனான்.

அந்தக் காட்சி ஜெயந்தின் மனதில் ஆழமாய்ப் பதிந்திருந்தது. அன்றைக்கு அவரைப் பிரியும் வேதனையை அவன் உணரவில்லையே தவிர, அதன்பின் வளர வளர... பிறந்தபோதே தாயை இழந்தது, தந்தை உயிருடன் இருந்தும் அவரின் நெருக்கத்தை, பாசத்தை அனுபவிக்கக் கொடுத்துவைக்காதது என எல்லாம் சேர்ந்து அவன் மனசை அழுத்தத் தொடங்கின.

பெரியம்மா சொல்வதெல்லாம் உண்மையாகத்தான் இருக்க வேண்டும். சங்கரி அத்தை இறந்த அடுத்த வருடமே ராஜசேகர் மாமா பிரேமாவைத் திருமணம் செய்துகொண்டது, அதற்குத் அடுத்த வருடமே அப்பாவை வீட்டை விட்டு விரட்டியது என எல்லாம் திட்டமிட்டுச் செய்த மாதிரிதான் இருக்கிறது. மாமா கோபத்தில் அறைய, அது யதேச்சையாக அத்தையின் நெற்றிப்பொட்டில் பட்டு அவள் இறந்துவிட்டதாகச் சொல்லியிருக்கிறார் அப்பா. அதுகூடச் சந்தேகம்தான். மாமா திட்டமிட்டே அத்தையைக் கொன்றிருக்கக்கூடும். செய்யக்கூடியவர்தான் அவர். பணபலம், பதவி, அந்தஸ்து வந்தால் யாரும் எந்த எல்லைக்கும் செல்வார்கள். ஆனால், அப்படிப்பட்டவர்களுக்குதான் காலமும் நேரமும்கூட ஒத்துழைக்கிறது.

மறு ஆண்டே திருச்சி வீட்டை காலிசெய்துவிட்டு, சென்னையில் இந்த ஃப்ளாட்டை விலைக்கு வாங்கிக் குடியேறிவிட்டார் மாமா. கூடவே, கிண்டி இண்டஸ்ட்ரியல் எஸ்டேட்டில் 'சங்கரி ஆட்டோ இண்டஸ்ட்ரீஸ்' என்று சொந்தமாக ஒரு சின்ன பிளான்ட்டையும் நிறுவிவிட்டார். நிறுவனத்துக்கு அத்தையின் பெயரைச் சூட்டியது ஒரு கண்துடைப்பு. மூத்தாளை அவர் இன்னும் மறக்கவில்லையாம்; அவள் மீதிருந்த பாசம் எள் முனையளவும் குறையவில்லையாம் அவருக்கு.

அவரை ஏனோ பெரியப்பா முழுசாய் நம்பினார். மாமாவைப் பற்றி எது சொன்னாலும், 'பிள்ளைங்க கிட்ட சும்மா ஏதாவது உளறிட்டிருக்காதே' என்று அதட்டி, பெரியம்மாவின் வாயை அடக்கிவிடுவார்.

வளர்ந்த பின்பு ஜெயந்த்தே ஒரு நாள் பெரியப்பாவிடம் கேட்டான்... "ஏம்ப்பா... சங்கரி அத்தை ஹார்ட் அட்டாக்லதான் இறந்துபோனாங்களா? அவங்களுக்கு ஏற்கெனவே இதயப் பிரச்னை இருந்ததா? அப்படின்னா, அவ்வளவு பணமிருந்தும் மாமா ஏன் அத்தையை ஒரு நல்ல கார்டியாலஜிஸ்ட் கிட்டே அழைச்சிட்டுப் போய்க் காட்டலே?"

"அழைச்சிட்டுப் போகாம என்ன... நிறைய தடவை போயிருக்காரு. அவளும் நார்மலாதான் நடமாடிட்டிருந்தா. என்ன... அத்தைக்கு வந்த முதல் ஸ்ட்ரோக்கே பலமா வந்து ஆளை அடிச்சுப் போட்டுருச்சு" என்றார் அப்பா.

"சரிப்பா... அதை விடுங்க. என் அப்பா என்ன தப்பு பண்ணினாரு? அவரை ஏன் அடிச்சு வீட்டை விட்டுத் துரத்தினார் மாமா? அப்புறம் அப்பா என்னதான் ஆனாரு?"

"ஸாரி ஜெயந்த், நீ வளர்ந்துட்டே. உங்கப்பாவைப் பத்திக் குறையாய்ச் சொன்னா உனக்குக் கசப்பாதான் இருக்கும். விடு, போனவனைப் பத்தியே நினைச்சிட்டிருக்காதே. அவன் எனக்கு ஒரு நல்ல தம்பியாகவும் இல்லை; உமோவுக்கு ஒரு நல்ல கணவனாகவும் இல்லை; உனக்கு ஒரு நல்ல அப்பனாகவும் இல்லை. அதனால என்ன... நானோ அம்மாவோ உனக்கு ஏதாவது குறை வெச்சோமா? எங்க

சொந்த பிள்ளை மாதிரிதானே பார்த்துக்கறோம்?" என்று அவன் முதுகை வருடினார் ஈஸ்வர்.

'எல்லாம் சரிதான். ஆனால், பெரியப்பா மழுப்புகிறார். ஏதோ ஒரு பெரிய உண்மையை என்னிடமிருந்து மறைக்கிறார். அது என்னவென்று கண்டுபிடிப்பேன். மாமாவின் லட்சணம் இதுதான் என்று அவருக்குப் புரிய வைப்பேன். அதற்காகத்தான் பெரியப்பா கூப்பிட்டதும் தட்டாமல் கிளம்பி வந்திருக்கிறேன். மாமா குற்றவாளி என்பது உறுதியானால், அவரைச் சட்டத்தின் முன் நிறுத்தி, தகுந்த தண்டனை வாங்கித் தராமல் ஓய மாட்டேன்!'

ஜெயந்த் யோசனையில் ஆழ்ந்திருக்க, ஹாசினியின் புதிரான பாடலும், விபரீதச் சிரிப்பும் அங்கிருந்த மற்றவரிடையே ஒரு குழப்பத்தை ஏற்படுத்தியிருந்தது. கலக்கமும் கவலையுமாக நிமிர்ந்து பார்த்தார் ராஜசேகர். எதிரே சுவரில், முருகன் சிரித்துக்கொண்டிருக்க, 'ஆகஸ்ட் 18' என்றது காலண்டர்.

தூக்கிவாரிப்போட்டது ராஜசேகருக்கு. அன்றுதான் 'கௌரி'யின் பிறந்த நாள். மட்டுமல்ல, அவள் தூக்கு மாட்டி இறந்த நாளும் அன்றுதான்!

6

ராஜசேகரின் உடம்பு தடதடவென்று ஆடத் தொடங்கியது. வியர்த்துக் கொட்டியது. சந்தேகமில்லாமல் கௌரியின் ஆவிதான் ஹாசினிக்குள் புகுந்துகொண்டிருக்கிறது என்று தீர்மானமே செய்துவிட்டார் அவர்.

'அரையடி நீளம் நாக்கு, ஆறடி ஆளைக் கொல்லும்; ஆணவம் கொண்டு வீணாய் ஏசாதே!' என்று ஹாசினி பாடிய வரிகள் அனைவரின் காதிலும் தெளிவாய் விழுந்தன. பூடகமாய் அதில் ஏதோ செய்தி இருப்பதாகத் தோன்றியது ஈஸ்வருக்கு.

சிவ வாக்கியர் என்னும் சித்தரின் பாடல்கள் கிட்டத்தட்ட இப்படித்தான் இருக்கும். இப்போதுதான் கூகுள் என்னும் வரப்பிரசாதம் வாய்த்திருக்கிறதே! எதைப் பற்றிக் கேட்டாலும் தகவல்களை அள்ளிக் கொட்டும் நவீன அலாவுதீன் விளக்கல்லவா அது!

"ஜெயந்த், இந்த வரியைப் போட்டு சர்ச் பண்ணிப் பாருடா. எதுல வர்ற வரி இதுன்னு கண்டுபிடி" என்றார் ஈஸ்வர். அவன் அவர் சொன்னதைக் காதிலேயே போட்டுக்கொள்ளவில்லை. ஏதோ யோசனையில் மூழ்கியிருந்தான்.

"இதோ நான் பார்க்கிறேன் மாமா, எனக்கும் இது தோணாம போச்சு!" என்றபடியே மொபைலை உயிர்ப்பித்து 'குரோமு'க்குள் புகுந்தாள் நிவேதிதா. சில விநாடிகளில்... "மாமா, இது வைரமுத்து எழுதின பாட்டு. 'சிநேகிதியே'ங்கிற படத்துல வந்திருக்கு" என்றாள்.

"வெரிகுட்! எந்த வருஷம் வந்த படம்மா அது?" என்றார் ஈஸ்வர்.

"2000-த்தில் வந்திருக்கு, மாமா."

"ஏன் ராஜு, ஹாசினிக்கு இந்தப் பாட்டு ரொம்பப் பிடிக்குமோ? ஒரு வரியையும் மிஸ் பண்ணாம மனப்பாடமா பாடறாளே?" என்று கேட்டார் ஈஸ்வர். அப்போதுதான் ராஜசேகரின் உடல் நடுங்கிக்கொண்டிருப்பதைப் பார்த்தார். பதறிப்போய் அவரின் தோளைத் தொட்டு, "ராஜு, எனிதிங் பிராப்ளம்? ஆர் யு ஆல்ரைட்?" என்றார் கவலையாக.

"கொஞ்சம் இப்படி வாயேன்" என்றபடி ராஜசேகர் எழுந்து வாசல் பக்கம் போக, ஈஸ்வரும் பின்தொடர்ந்தார். காம்பௌண்ட் சுவரோரமாக சிமென்ட் நடைபாதையில்

ஒன்றன் பின் ஒன்றாக நிறுத்தியிருந்த இரு சக்கர வாகனங்களைக் கடந்து, வாசல் கேட்டைத் திறந்துகொண்டு, மர நிழலுக்கு வந்தார்கள் இருவரும்.

"கார்ல ஹாசினி பாடிட்டு வரும்போதே அது என்ன பாட்டு, கௌரிங்கிறது யாருன்னெல்லாம் நல்லா ஞாபகத்துக்கு வந்துடுச்சு எனக்கு. பல வருஷங்களுக்கு முன்னால, நாங்க திருச்சில இருந்தப்போ எங்க வீட்டுல வேலை செஞ்சுட்டிருந்தாளே ஒரு டீனேஜ் பொண்ணு... அதாம்பா, தற்கொலை பண்ணிக்கிட்டுச் செத்துப் போனாளே... அவ பேருதான் கௌரி.."

"யாரு... அந்த..." என்று திடுக்கிடலோடு சொல்லி ஈஸ்வர் நிறுத்த, "அவளேதான். அவ அடிக்கடி பாடுற பாட்டுதான் இது. இன்னிக்குதான் அவளோட பொறந்த நாள், இறந்த நாள் எல்லாம்..!"

"நீ சொல்றதைப் பார்த்தா, அந்த கௌரியின் ஆவிதான் ஹாசினிக்குள்ள வந்து புகுந்திருக்கா?!"

"வேற எப்படி நினைக்கிறது? ஆனா ஆவி, பூதம், பேய், பிசாசு இதிலெல்லாம் எனக்கு நம்பிக்கையும் இல்லே..!" என்றார் ராஜசேகர்.

"சரி ராஜு, ஒண்ணும் கவலைப்படாதே! அந்தப் பையன் சித்தார்த் சொன்ன மாதிரி, நாளைக்கு அந்த சைக்கியாட்ரிஸ்ட் கிட்ட பேசிப் பாரு. அழைச்சுக் கொண்டு போய்க் காட்டு. எல்லாம் சரியாயிடும். நாங்க நாளைக் காலைல கிளம்பறோம். சௌம்யா வாய வெச்சுக்கிட்டு சும்மா இல்லாம, நாம இங்க இல்லாத நேரத்துல பிரேமாவை ஏதோ சொல்லியிருப்பா போலிருக்கு. அதை எதுவும் மனசுல ஏத்திக்க வேண்டாம்னு பிரேமா கிட்ட சொல்லு. சௌம்யாவின் பூரண சம்மதத்தோடயே இந்தக் கல்யாணம் நிச்சயம் நடக்கும். சரி, வா... உள்ள போகலாம். இனிமே இதைப் பத்தி நாம எதுவும் பேசிக்க வேணாம்" என்றபடி உள்ளே சென்றார் ஈஸ்வர்.

மறுநாள் காலை 6 மணிக்கெல்லாம் ஈஸ்வர் குடும்பம் தங்களின் 'இன்னோவா'வில் பெங்களூர் கிளம்பிவிட்டது. ஹாசினி மலர்ந்த முகத்துடன் தெளிவாகத்தான் இருந்தாள். புன்முறுவலோடு கையசைத்து வழியனுப்பினாள். நேற்று உளறலாக ஏதோ பேசி, பாடி, விபரீதச் சிரிப்பு சிரித்த 'லக லக லக சந்திரமுகி'யா இவள் என்று சந்தேகம் வரும் அளவுக்கு இயல்பாக, எப்போதும் போல் இருந்தாள்.

வழக்கம்போல் ஒன்பது மணிக்கெல்லாம் ஆபீஸ் கிளம்பிவிட்டாள். "இன்னிக்கு ஒருநாள் லீவு போட்டுட்டு வீட்டுல கொஞ்சம் ஓய்வா இருந்தாதான் என்ன ஹாசினி?" என்று பிரேமா கரிசனத்துடன் கேட்டாள்.

"பயப்படாதேம்மா. எனக்கு ஒண்ணும் இல்ல. நேத்திக்கு வேலை வேலைலன்னு நெக்கை கட்டிப் பறந்துட்டிருந்தேன். சீக்கிரமா முடிச்சுட்டுக் கிளம்பணுமேங்கிற பதற்றத்துல சாப்பிடக்கூடத் தோணலை. அதான், கொஞ்சம் படுத்திடுச்சு. நத்திங் டு

வொர்ரி! ஐ'ம் ஆல்ரைட்! இன்னிக்கு ஈவ்னிங்குள்ள வந்துடுவேன். அக்செஸை வேற ரெடி பண்ணணும்" என்றபடி கிளம்பிச் சென்றாள் ஹாசினி.

பத்து மணி சுமாருக்கு, சித்தார்த் கொடுத்த செல்வகுமார் நம்பருக்கு மொபைலில் தொடர்புகொண்டார் ராஜசேகர். 'செல்வாசெரெனிட்டி சென்டர்' என்றது எதிர்முனை. "டாக்டர் செல்வகுமார் இருக்காரா?" என்றார் ராஜசேகர். "நீங்க யார் சார்? ஏதாவது செக்கப்புக்காகப் பார்க்கணுமா?" என்று கேட்டது பெண் குரல்.

"ஆமாம், என் பொண்ணுக்காக ஒரு அப்பாயின்ட்மென்ட் வேணும் அவர் கிட்ட."

"ஸாரி சார்... ஒரு செமினாருக்காக சார் கனடா போயிருக்கார். ட்வென்ட்டி டேஸ் ஆகும் வர்றதுக்கு."

"ஓகே தென்... வேற யாராவது நல்ல சைக்கியாட்ரிஸ்ட்டை சஜஸ்ட் பண்ண முடியுமா?"

"ஸாரி சார், இந்த ஸீட்ல உட்கார்ந்துக்கிட்டு நான் அப்படி சஜஸ்ட் பண்றது தப்பு. ஒரு இருபது நாள்தானே, வெயிட் பண்ணலாமே? ஏதாவது அர்ஜென்ட்டா?"

"ஆமாம், கொஞ்சம் அவசரம்!"

"தென், நீங்க கூகுள்ள சர்ச் பண்ணாலே கிடைக்குமே? ருத்ரன் வேணா ட்ரை பண்ணிப் பார்க்கறீங்களா,,,?" என்றவள், "ம்ஹ்ரும்... ஒருவேளை அவரும் இந்த கான்ஃபரென்ஸ்ல கலந்துக்கறதுக்குப் போயிருக்கலாம்!"

"ஓகேம்மா... நான் பார்த்துக்கறேன். தேங்க்ஸ்" என்று இணைப்பைத் துண்டித்தார் ராஜசேகர்.

சித்தார்த்தையே தொடர்பு கொண்டு ஆலோசனை கேட்டால் என்ன என்று தோன்றியது. உடனே லைன் போட்டார். 'ஒரு காற்றில் அலையும் சிறகு எந்த நேரம் ஓய்வு தேடும்...' என்றது காலர் ட்யூன். சில விநாடிகளுக்குப் பின், "ஹலோ, சித்தார்த் ஸ்பீக்கிங்".

"சித்தார்த், நான் ராஜசேகர் பேசறேம்ப்பா. ஹாசினி அப்பா."

"சொல்லுங்க சார், செல்வகுமார்கிட்ட அப்பாயின்ட்மென்ட் வாங்கிட்டீங்களா?"

"அவர் ஏதோ செமினாருக்காக கனடா போயிருக்காராமே..?"

"அப்படியா?!" என்றான் சித்தார்த் ஆச்சரியமாய். "போகப் போறார்னு தெரியும். நெக்ஸ்ட் வீக்தான் செமினார். அதனால, இந்த வீக் எண்டுலதான் கிளம்புவார்னு நினைச்சேன். முதல்லேயே கிளம்பிட்டார் போலிருக்கு. ஓகே... அவர் வந்ததும் நீங்க போய்ப் பாருங்க" என்றான்.

"இல்லை சித்தார்த், நீங்க சொன்னாப்ல ஹாசினியை உடனே ஒரு நல்ல மனநல மருத்துவர் கிட்ட கொண்டு காண்பிச்சா தேவலைன்னு தோணுது!"

"ஏன், மறுபடியும் மயக்கம் போட்டு விழுந்துட்டாங்களா?"

"யெஸ்...! ஏன் சித்தார்த், ஹாசினி தன் பேரை 'கெளரி'ன்னா இல்லே..? அது தவிர, அவ கிட்ட வேற ஏதாச்சும் முரண்பாடா தெரிஞ்சுதா உங்களுக்கு?"

"அதான் சொன்னேனே சார், லேசா மனநலம் பாதிக்கப்பட்டவங்க போல நடந்துக்கிட்டாங்க."

"அதில்லை. அவளோட நடவடிக்கையில ஏதாவது வித்தியாசம்...? புரியாத பாஷையில பேசுறது, இந்த மாதிரி..."

"இல்லையே, ஏன்? அப்படி ஏதாவது நடந்துக்கிட்டாங்களா?"

"ஆமாம் சித்தார்த், அவ ஒரு சினிமாப் பாட்டைக் கட்டைக் குரல்ல பாடினா. விபரீதமா சிரிச்சா..."

"சினிமாப் பாட்டா... என்ன பாட்டு?"

"சிநேகிதியே படத்துல வர்ற 'ஒத்தையடிப் பாதையிலே...'ங்கிற பாட்டு."

"யாரும் ஒரு சினிமாப் பாடலை ஹம் பண்றது நார்மல்தானே சார்?" என்றான் சித்தார்த்.

"அது அந்த கெளரி பாடற பாட்டு, சித்தார்த்!" என்று சொல்லும்போதே குரல் நடுங்கியது ராஜசேகருக்கு.

"கெளரி...?! அப்படி யாரும் உங்களுக்குத் தெரிஞ்சு இல்லைன்னீங்களே..?"

"ஆமாம். அப்போ சட்டுனு ஞாபகம் வரலை. இவ இந்தப் பாட்டைப் பாடினதும் எனக்கு எல்லாம் பளிச்சுனு ஞாபகம் வந்துடுச்சு!"

"யார் அந்த கெளரி? உங்க ரிலேஷனா?"

"இல்லை சித்தார்த், இவ பல வருஷங்களுக்கு முன்னால எங்க வீட்டுல வேலை செய்த பணிப் பெண். தூக்கு மாட்டி, அல்பாயுசுல செத்துப் போயிட்டா!"

"மை காட்! உங்க பொண்ணு ஹாசினிக்கு அந்த கெளரியைத் தெரியுமா? நல்ல பழக்கமுண்டா?"

"சின்ன வயசுல பார்த்திருக்கலாம். ஆனா, ஞாபகம் இருக்க வாய்ப்பில்லே. கெளரி செத்துப்போனது 2001-ல. அப்போ, ஹாசினிக்கு ஆறு, ஏழு வயசுதான். கெளரிங்கிற பேரோ, அவ சூசைட் பண்ணிக்கிட்டாங்கிற விஷயமோ அவளுக்குத் தெரிஞ்சிருக்க சான்ஸே இல்லே."

"தெரியாம பின்ன எப்படி சார் அவங்க அந்த பேரைச் சொல்லியிருக்க முடியும்? இப்ப வேணா மறந்திருக்கலாம். ஆனா, அவங்க ஆழ் மனசுல 'கௌரி'ங்கிற அந்தப் பெண் அழுத்தமா பதிஞ்சிருக்காங்க."

"டு பி ஃப்ராங்க் வித் யு சித்தார்த், எனக்கு இந்த பேய், பிசாசு, ஆவி சமாச்சாரங்களிலெல்லாம் நம்பிக்கை இல்லே. ஆனாலும், ஹாசினி நடந்துக்கிற விதத்தைப் பார்த்தா, செத்துப்போன அந்த கௌரியின் ஆவிதான் அவளுக்குள் புகுந்திருக்கோன்னு தோணுது. ஐ மே பி ராங்!" என்றார் ராஜசேகர்.

சிரித்தான் சித்தார்த். "சார், பொதுவாவே நம்ம அறிவுக்கு எட்டாத சம்பவங்கள் நடக்கிறப்போ, யாரும் இப்படி நினைக்கிறது இயல்புதான். அப்படி மனுஷனால கற்பிக்கப்பட்டதுதான் இந்த ஆவி, பூதம், பேய்களெல்லாம். 'அமுக்குப் பிசாசு'ன்னு கேள்விப்பட்டிருக்கீங்களா? காலையில நீங்க தூக்கத்துலேர்ந்து விழிச்சிருப்பீங்க. ஆனா, உங்க மார்புல யாரோ கனமா உட்கார்ந்துக்கிட்டு அழுத்தற மாதிரி இருக்கும். உங்களால கையைக் காலைக் கொஞ்சம்கூட அசைக்க முடியாது. கத்தக்கூட முடியாது. சில நிமிடங்களுக்குப் பிறகு, சட்டுனு அந்த பாரம் காணாம போய், இயல்பா உங்களால இயங்க முடியும். கிரேக்கத்துல இந்த அமுக்குப் பிசாசு நம்பிக்கைகள் அதிகம். உண்மையில் இதை 'ஸ்லீப் பராலிசிஸ்'னு வகைப்படுத்துது சயின்ஸ்.

தனக்குத் தெரியவே தெரியாத ஒரு வேற்று மொழியில் திடீர்னு சிலர் சரளமா பேசுவாங்க. சுத்தியிருக்கிறவங்களுக்கு அது ஆச்சரியமா இருக்கும். ஏதோ ஆவிதான் அவங்களுக்குள்ள புகுந்து பேசுதோன்னு தோணும். ஆனா, எல்லாத்துக்கும் பின்னணியில் உளவியல் காரணம் இருந்தே தீரும். சுருக்கமா சொல்றேனே... நம்ம மனசுக்குப் பல பரிமாணங்கள் இருக்கு. ஏதாவது காரணத்தால், அதில் சில குறிப்பிட்ட ஏரியாக்கள் தூண்டப்பட்டால், அவங்க இதுவரை அறிந்தேயிராத மொழியில் பேச ஆரம்பிச்சுடுவாங்க. குரலும் வழக்கத்துக்கு மாறான தொனியில் இருக்கும். உலகம் முழுக்க இப்படியான சம்பவங்கள் நிகழ்ந்துட்டுதான் இருக்கு. பல விஷயங்களை அறிவியலால்கூட இன்னும் முழுசா விளக்க முடியலை. நம்ம மனசு குறித்த ஆராய்ச்சிகள் தொடர்ந்து நடந்துட்டுதான் இருக்கு.

ஸாரி சார், உங்களை நான் ரொம்ப போரடிக்கிறேன்... நீங்க சொல்லுங்க. அந்த 'கௌரி'ங்கிற பொண்ணு பாடுற பாட்டை உங்க பொண்ணும் பாடுறாங்க. தன்னை கௌரின்னு சொல்லிக்கிறாங்க. ஆனா, கௌரி பத்தியோ, அவங்க இந்தப் பாட்டை அடிக்கடி பாடுவாங்கன்ற விஷயமோ உங்க பொண்ணுக்குத் தெரியாது, இல்லையா?! இது நீங்க நினைக்கிறாப்ல ஆவி, பூதம் சமாச்சாரமெல்லாம் இல்லை, சார். ப்யூர்லி சயின்ஸ். உளவியல் சம்பந்தப்பட்டது. பயப்பட வேண்டாம். சரி பண்ணிடலாம்!"

"சித்தார்த், எனக்கு ரொம்பக் கவலையா இருக்கு. வேற யாராவது நல்ல சைக்கியாட்ரிஸ்ட்டை எனக்கு நீங்க சஜஸ்ட் பண்ண முடியுமா? உடனடியா அவளை அழைச்சுட்டுப் போய்க் காட்டினாதான் என் மனசு ஆறும்!" என்றார் ராஜசேகர்.

"இருக்காங்க சார் பல பேரு. ஆனா, அந்த செமினார் ரொம்ப முக்கியமானதுங்கிறதால, லீடிங் சைக்கியாட்ரிஸ்ட்ஸ் எல்லாரும் அதுல கலந்துக்கப் போயிருப்பாங்க..." என்று கொஞ்சம் இடைவெளி விட்டவன், "சரி, உங்களுக்கு ஆட்சேபனை இல்லேன்னா நான் ஒரு ஐடியா சொல்றேன். உங்களுக்கு வசதிப்படுமான்னு பாருங்க. நானும் இதே லைன்லதான் இருக்கேன். படிப்பும் முடியப்போகுது. என்னுடைய கரியரும் இதுதான். உங்க பெண்ணை அழைச்சுட்டு வாங்க. சிம்பிளா கவுன்சலிங் கொடுத்துப் பார்க்கலாம். பேஷிக்கா என்ன பிராப்ளம்னு முதல்ல புரிஞ்சுப்போம். அப்புறம் செல்வகுமார் சென்னை திரும்பியதும், அவர் கிட்ட எக்ஸ்ப்ளெயின் பண்றதுக்கும் ஈஸியா இருக்கும். என்ன சொல்றீங்க?" என்றான்.

"ஓகே சித்தார்த், எனக்கு உங்க மேல நம்பிக்கை இருக்கு. என் பெண்ணை நீங்களே பாதி குணப்படுத்திடுவீங்க. எப்போ அழைச்சுட்டு வரலாம்னு சொல்லுங்க?" என்றார் ராஜசேகர் ஆர்வமாக.

'அப்படி வாடா வழிக்கு! மவனே, மாட்டினடா நீ எங்கிட்ட!' என்று மனசுக்குள் கறுவிக்கொண்டான் சித்தார்த்.

❧

7

சித்தார்த் எதிர்பார்த்தது இதைத்தான். தன் மீது கடுகளவும் எந்தவொரு சந்தேகமும் இல்லாமல் ஹாசினியை அவர் தன்னிடம் சிகிச்சைக்கு அழைத்து வர வேண்டும்; ஆரம்பத்திலேயே இதைச் சொல்லியிருந்தால், 'இவனுக்கு ஏன் இதில் இவ்வளவு ஆர்வம்?' என்று அவர் மூளை யோசிக்கத் தொடங்கியிருக்கும். அதனால்தான், செல்வகுமார் கிளம்பிப் போனது தெரிந்தும், அவரைத் தொடர்புகொள்ளும்படி சொல்லியனுப்பினான். அவர் இல்லையென்றதும், தாமாக வேறு ஒரு சைக்கியாட்ரிஸ்டை அணுகுவதற்குப் பதிலாக தன்னிடம் ஆலோசனை கேட்டு வருவார் ராஜசேகர் என்று எதிர்பார்த்தான். அவனது நம்பிக்கை வீண் போகவில்லை.

"ஓகே சார், என் மேல நீங்க வெச்சிருக்கிற நம்பிக்கைக்கு ரொம்ப தேங்க்ஸ். எங்கேஜ்மென்ட் ஃபங்ஷனெல்லாம் நேத்து நல்லபடியா முடிஞ்சிருக்கும்னு நம்பறேன். அடுத்து மேரேஜ் தொடர்பான ஏற்பாடுகள்ல பரபரப்பா இறங்க வேண்டியிருக்கும். அதனால, நீங்க கொஞ்சம் ரிலாக்ஸாயிட்டுச் சொல்லுங்க. கவுன்சிலிங்குக்கு நாம ஒரு டேட் ஃபிக்ஸ் பண்ணிப்போம். பைதை, வெட்டிங் டே ஃபிக்ஸ் பண்ணிட்டீங்களா?" என்று அக்கறையுடன் கேட்டான் சித்தார்த்.

"ஸாரி சித்தார்த், நேத்து பரிச சடங்கு நடக்கலே. தவிர, இந்தக் கல்யாணமே நடக்குமான்னு தெரியலே..." என்றார் ராஜசேகர்.

இதுவும் சித்தார்த்துக்குத் தெரிந்ததுதான். இருந்தும், "காட்...! என்ன சார் ஆச்சு? ஹாசினி நடவடிக்கையைப் பார்த்து, அவங்களுக்கு ஏதோ பெரிய நோய் இருக்கும் போலிருக்குன்னு பிள்ளை வீட்டுக்காரங்க ஏதாவது தப்பா நினைச்சுட்டாங்களா? அவங்க நம்பர் இருந்தா கொடுங்க, நான் வேணா அவங்க கிட்ட பேசிப் புரிய வைக்கிறேன்" என்றான்.

"இல்லை சித்தார்த், அவங்களுக்கு ஆரம்பத்துலேர்ந்தே இந்த சம்பந்தத்துல இஷ்டம் இல்லை. இப்ப ஹாசினியின் இந்தப் போக்கு ஒரு சாக்கு. பரவாயில்லை, விடுங்க. எல்லாம் நல்லதுக்குத்தான். எப்ப ஹாசினியை கவுன்சிலிங்குக்கு அழைச்சுட்டு வரலாம்னு சொல்லுங்க?"

"ஓகே சார், நீங்க எப்ப ஃப்ரீன்னு சொல்லுங்க. மேடமும் அவங்க வேலையில பிஸியா இருப்பாங்க. ஸோ, அவங்களுக்கும் எப்ப செளகரியப்படும்னு கேட்டுக்குங்க.

வர சண்டே வேணா முதல் சிட்டிங்கை வெச்சுக்கலாம். உங்க பொண்ணு கிட்ட கன்சல்ட் பண்ணிட்டுச் சொல்லுங்க" என்றான் சித்தார்த்.

"அப்படியே செய்யறேன்... அப்புறம் ஒரு டவுட் சித்தார்த்..."

"என்னன்னு சொல்லி உங்க பொண்ணை கவுன்சிலிங்குக்குக் கூட்டிட்டு வர்றதுன்னுதானே?" என்று சிரித்தான் சித்தார்த்.

"அட, எப்படி சித்தார்த் என் மனசுல இருக்கிறதை அப்படியே படிக்கிறீங்க?" என்று வியந்தார் ராஜசேகர்.

"சார்ர்ர்ர்..." என்று இழுத்தான் சித்தார்த் செல்லமாக. "போங்க சார், நான் ஓர் உளவியல் நிபுணன், சைகாலஜி மாணவன்னு அடிக்கடி உங்களுக்கு ஞாபகப்படுத்த வேண்டியிருக்கு" என்றான் ஓர் உரிமையான பொய்க் கோபத்துடன். தொடர்ந்து, "ஆதம்பாக்கத்துல உங்களுக்கு யாராவது ரிலேஷன் இருக்காங்களா?" என்று கேட்டான்.

"இல்லையே, ஏன் கேட்கறீங்க?"

"நேரடியா உங்க பொண்ணை என் வீட்டுக்கு அழைச்சுட்டு வந்தீங்கன்னா, அவங்களுக்கு டவுட் வரலாம். அதனால, ரிலேஷன் வீடு இருந்தா, அவங்களைப் பார்க்க வர மாதிரி வந்துட்டு, அப்படியே தெரிஞ்சவங்கன்ற முறையில ஒரு எட்டுப் பார்த்துட்டுப் போகலாமேன்னு சொல்லி இங்க அழைச்சுட்டு வந்தீங்கன்னா சரியா இருக்கும். அதுக்காகத்தான் கேட்டேன்" என்றான் சித்தார்த்.

"நல்ல ஐடியாதான். ஆனா, அங்க ரிலேஷன்னு எனக்கு யாருமில்லையே?" என்ற ராஜசேகர், "ஆங்... ஒண்ணு பண்றேன். வர்ற சண்டே, அங்கே வி.எம். ஹால்ல என் நண்பர் ஒருவருக்கு அறுபதுக்கு அறுபது விழா. வாட்ஸப்புலதான் இன்விடேஷன் அனுப்பியிருந்தாரு. அவ்வளவு நெருங்கின நண்பர் இல்லைதான். ஆனாலும், முக்கியமானவர்னு சொல்லி வொய்ஃபையும் டாட்டரையும் அதுக்கு அழைச்சுட்டு வரேன். ஃபங்ஷன் முடிஞ்சதும் அங்கிருந்து உங்க வீட்டுக்கு வரோம். என்ன?" என்றார் உற்சாகமாக.

"வொய்ஃப் வேண்டாமே?" என்றான் சித்தார்த்.

"ஏன்?"

"இல்ல... பொண்ணுக்கு என்னவோ ஏதோன்னு அவங்க ஏற்கெனவே கவலையில இருப்பாங்க. கவுன்சிலிங், ட்ரீட்மென்ட் அது இதுன்னா அவங்க பயந்துக்கப் போறாங்களேங்கிறதுக்காகச் சொன்னேன்."

"இல்லை. அவ பயப்பட மாட்டா. தவிர, உங்களைப் பார்த்து தேங்க்ஸ் சொல்லணும்ன்னும் அவ சொல்லிட்டிருந்தா. அதனால, அவளையும் அழைச்சுட்டு

வரேன். அறுபதுக்கறுபது ஃபங்ஷனுக்குப் பொண்ணை மட்டும் அழைச்சுட்டு வந்தாலும் சரியா இருக்காது.”

“தென் ஓகே! சண்டே வர்றதுக்கு முன்னாடி எனக்கு கால் பண்ணுங்க!” என்றான் சித்தார்த்.

அவன் பேசி முடிக்கிற தருணத்தில், கையில் ஓட்ஸ் கஞ்சியோடு வந்த வளர்மதி, டம்ளரை அவனிடம் தந்துவிட்டு, “யார்ரா வரப்போறாங்க நம்ம வீட்டுக்கு?” என்று ஆர்வத்துடன் கேட்டாள்.

“நேத்திக்கு வந்தாங்களே ஹாசினி, அவங்களும் அவங்க பேரன்ட்ஸும்!” என்றான் சித்தார்த்.

வளர்மதியின் முகம் மலர்ந்தது. “வரட்டும்டா! ஆமா, நேத்து ஃபங்ஷன் நல்லபடியா நடந்துச்சாமா? கல்யாணம் என்னிக்கு வெச்சிருக்காங்களாம்?” என்று ஆர்வத்துடன் கேட்டாள்.

“இல்லம்மா. அந்தப் பொண்ணு சித்தப்பிரமை பிடிச்ச மாதிரி நடந்துக்கவும், ஃபங்ஷனை கேன்சல் பண்ணிட்டு அவங்க கிளம்பிட்டாங்களாம்!”

“த்சொ... த்சொ..! பாவம், கடவுள் ஏன்தான் அதுக்குத் திடீர்னு இப்படி ஒரு சோதனையைக் கொடுத்தானோ?” என்ற வளர்மதி, “நேத்திக்கு அந்தப் பொண்ணைப் பார்த்ததுமே என் மனசுக்குள்ள ஒரு யோசனை ஓடிச்சு. ஆனா, அதுக்குக் கல்யாணம் நிச்சயமாகப் போகுதுன்னதால அதை வெளியே சொல்ல முடியலை. தவிர, நீயும் அதை எப்படி எடுத்துப்பியோன்னு தெரியலை. வர்ற செப்டம்பருக்கு உனக்கு இருபத்தொன்பது முடியுது. வீட்டுக்கு விளக்கேத்த ஒரு மகாலக்ஷ்மி வேணுமேன்னு யோசிச்சிட்டிருந்தேன். கடவுளா பார்த்துதான் தேவதை மாதிரி இந்தப் பொண்ணை நம்ம கிட்ட கொண்டு வந்து சேர்த்திருக்கார்னு நினைக்கிறேன். நீ என்ன சொல்றே?” என்று கேட்டாள்.

“பார்க்கலாம்மா... எனக்கும் வேற சில திட்டங்கள் இருக்கு!” என்றான் சித்தார்த்.

***

வேலூர் சரவணபவன் வாசலில் இன்னோவா ஓய்வெடுத்துக்கொண்டிருக்க, ஈஸ்வர் குடும்பம் ஓட்டலில் டிபன் சாப்பிட்டுக்கொண்டிருந்தது. அப்போதும் மொபைல் ஸ்க்ரீனைத் தேய்த்துக்கொண்டிருந்தான் ஜெயந்த்.

அவனுக்கு இந்த நிச்சயதார்த்தம் நடக்காது என்று முன்பே தெரியும். அப்படியே எல்லாரும் ஒருமுகமாக ஒப்புக்கொண்டு நடந்துவிடும் சூழல் வந்தாலும், கடைசி நிமிடத்தில், ஏதாவது காரணம் சொல்லி நிறுத்திவிடும் எண்ணத்தில்தான் இருந்தான். அவன் இங்கு வந்ததன் நோக்கமே வேறு. ராஜசேகரின் சரித்திரத்தை அலசுவது;

அத்தையின் மரணத்துக்கு அவர்தான் காரணமா என்று ஆராய்வது; தன் அப்பாவை அவர் ஏன் அடித்து விரட்டினார் என்பதைக் கண்டுபிடிப்பது. அதற்கெல்லாம் அவன் சில நாள்கள் ராஜசேகர் வீட்டில் தங்கியாக வேண்டும். ஆனால், அதற்குள் என்னென்னவோ நடந்துவிட்டது. ஹாசினி ஏன் அப்படி விசித்திரமாக நடந்துகொண்டாள் என்று தெரியவில்லை. அதைச் சாக்கிட்டு, பெரியம்மா பழைய கோபத்தையெல்லாம் வெளிப்படுத்த, மனஸ்தாபம் ஏற்பட்டு, அப்பா மறுநாளே குடும்பத்துடன் கிளம்பிவிடுவார் என அவன் எதிர்பார்க்கவில்லை.

ஜெயந்த்தின் மொபைல் சிணுங்கியது. வாட்ஸப் மெசேஜ் வந்ததன் அறிவிப்பு. எடுத்துப் பார்த்தான். "ரொம்ப தேங்க்ஸ் ஜெயந்த்" என்று ஹாசினிதான் அனுப்பியிருந்தாள். 'எனக்கெதுக்கு தேங்க்ஸ்? எதையும் வெளிக்காட்டிக்காம சைலன்ட்டா இருந்ததுக்கா?' என்று நினைத்துக்கொண்டான்.

நாலு நாள் முன்பே அவள் அவனுக்கு ஒரு வாய்ஸ் மெசேஜ் அனுப்பியிருந்தாள்.

"ஹாய் ஜெயந்த், நான் ஹாசினி பேசறேன். நான் சொல்லப்போறதை நீ தெளிவா புரிஞ்சுப்பேன்னு நினைக்கிறேன். அத்தைப் பொண்ணு, மாமா பையன் உறவு நம்மளுக்குள்ள இருந்தாலும், நாம அதிகம் பழகினதில்லே. எப்பவோ சின்ன வயசுல டிராயர், சட்டை போட்டுக்கிட்டு, ஒரு சின்ன பையனா எங்க வீட்டுக்கு வந்திருக்கே. அவ்வளவுதான். ஈஸ்வர் மாமாதான் அடிக்கடி அப்பாகூட டெலிபோன்ல பேசிட்டிருப்பார். அப்போ என்னைப் பத்தியும் அப்பா கிட்டே அக்கறையா விசாரிப்பார். என்கூடவும் சில சமயம் அன்பா பேசியிருக்கார். 'எப்படிம்மா இருக்கே? படிப்பெல்லாம் எப்படிப் போயிட்டிருக்கு? காலேஜ்ல என்ன கோர்ஸ் எடுத்திருக்கே?'ன்னெல்லாம் கேட்பார். படிப்பெல்லாம் முடிஞ்சு, 'மூவி பசார்'ல நான் சேர்ந்ததையும் அவர் கிட்ட சொல்லியிருக்கேன். அப்போதான் திடும்னு ஒருநாள் 'எப்போம்மா எங்க வீட்டுல உன் வலது காலை எடுத்து வைக்கப் போறே?'ன்னு கேட்டார், சட்டுனு அவர் இப்படிக் கேட்டதும் எனக்கு என்ன சொல்றதுன்னே தெரியலே. 'என்ன அங்கிள் சொல்றீங்க?'ன்னேன். 'உன்னை என் மருமகளாக்கிக்கலாம்னு நினைக்கிறேம்மா'ன்னார். 'உங்கப்பா கிட்ட இது பத்திப் பேசினேன். அவருக்கும் இதுல சந்தோஷம்தான். பரிபூரண சம்மதம்தான். நீ என்ன சொல்றே?'ன்னார். 'திடும்னு கேட்டா எனக்கு பதில் சொல்லத் தெரியலே அங்கிள். எனக்குக் கொஞ்சம் யோசிக்க டைம் கொடுங்க'ன்னேன்.

அதுக்கப்புறம்தான் கொஞ்ச நாள் கழிச்சு அப்பா இது பத்தி என்கிட்டப் பேசினார். 'ஜெயந்த் ரொம்ப சாதுவான பையன்மா. நல்ல பிசினஸ். கை நிறையச் சம்பாதிக்கிறான். நீ அந்த வீட்டுக்கு மருமகளா போனா, மகாராணி மாதிரி இருக்கலாம்'னார். "உங்க காலம் வேறப்பா. எனக்கு இப்படித் திடீர்னு ஒரு பையனை லைஃப் பார்ட்னரா ஏத்துக்கிறதுங்கிறது முடியவே முடியாத ஒரு விஷயம். அவன் யாரு, எப்படிப்பட்டவன், என் மைண்ட் செட்டுக்கு ஒத்து வருவானாங்கிறதெல்லாம்

தெரியாம என்னால சம்மதிக்க முடியாது. எப்பவோ சின்ன வயசுல பார்த்தது. அதுக்கப்புறம் அவனை நான் பார்த்ததே இல்லை. போன்லகூடப் பேசினது இல்லை. அதனால, முதல்ல அவனோடு 'சாட்' பண்ணிப் பார்க்கறேன். அப்புறம் முடிஞ்சா நாங்க ரெண்டு பேரும் 'காபி கிளப்' மாதிரி ஏதாவது ஒரு பொது இடத்துல மீட் பண்ணிப் பேசுறோம். ரெண்டு பேருடைய வேவ் லெங்த்தும் ஒரே மாதிரி இருந்துதுன்னா, அதுக்கப்புறம் நீங்க இதை புரொசீட் பண்ணலாம்'னேன்.

நான் உடனே 'ஓகே' சொல்லிடுவேன்னு அப்பா ரொம்ப நம்பிட்டிருந்திருக்கார் போல. இப்படிச் சொன்னதும் கொஞ்சம் அப்செட் ஆயிட்டார். 'என் பொண்ணு என் பேச்சைத் தட்ட மாட்டா'னு ஈஸ்வர் கிட்ட பெருமையா சொல்லிக்கிட்டேனே... அது பொய்யா? ரொம்ப நம்பிக்கையோடு, 'வற்ற சண்டே, குடும்பத்தோடு கிளம்பி வா, ஈஸ்வர். நல்ல நாளா இருக்கு. நிச்சயதார்த்தத்தை முதல்ல நடத்திடலாம். அப்புறம் சீக்கிரமே ஒரு முகூர்த்த நாள் பார்த்து, கல்யாணத்தையும் ஜாம் ஜாம்னு முடிச்சுடலாம்'னு கூப்பிட்டிருக்கேன். அவனும் வரேன்னு சொல்லியிருக்கான். இப்ப அவனுக்கு என்ன பதில் சொல்றதுன்னு தெரியலையே'ன்னார்.

அப்பாவைப் பார்த்தா எனக்குப் பாவமா இருந்தது. அவர் மனசை மேலும் நொறுக்க நான் விரும்பலை. 'இப்ப என்னப்பா... அந்தப் பையன் வேண்டாம்னு சொல்லையே? பேசிப் பழகின பிறகு ஓகே சொல்றேன்னுதானே சொல்றேன். சரி, அவங்க வற்றபடி வரட்டும். பார்த்துக்கலாம். எல்லாம் நல்லபடி நடக்கும். நீங்க வொர்ரி பண்ணிக்காதீங்க'ன்னு சமாதானப்படுத்தினேன்.

ஜெயந்த், நீதான் இப்ப எனக்கு ஒரு ஹெல்ப் பண்ணணும். சண்டே சென்னை வரும்போது, இந்தக் கல்யாணத்துல உனக்கு விருப்பமில்லாதது போலவே நடந்துக்க. என் அப்பா கிட்டக் கூட சரியா முகம் கொடுத்துப் பேசாதே. அப்புறம் எங்கப்பாவைத் தனியா கூப்பிட்டு, உனக்கு என்னைக் கல்யாணம் பண்ணிக்க விருப்பமில்லைன்னு தெளிவா சொல்லிடு. மே பி, உங்க அப்பா கிட்டே மறுத்துச் சொல்ல முடியாத சிச்சுவேஷன்ல நீ இருக்கலாம்னு யூகிக்கிறேன். அதனாலதான் சொல்றேன். சரியா?

மத்தபடி உன் மேல எனக்குத் தனிப்பட்ட வெறுப்பு ஒண்ணும் இல்லை. ஓப்பனாவே சொல்றேன், நான் என்னோடு வேலை பார்க்கிற ஒருத்தரை லவ் பண்றேன். இதை அப்பா கிட்ட இப்ப சொல்ல முடியாது. பொறுமையா, சரியான ஒரு தருணம் பார்த்து அவர் கிட்டே விஷயத்தைச் சொல்லி சம்மதம் வாங்கலாம்னு காத்திருந்தேன். அதுக்குள்ளே திடீர்னு இந்த ஏற்பாட்டைப் பண்ணிட்டார். ஸோ, ப்ளீஸ்... எப்படியாவது இந்தச் சடங்கை நிறுத்திடு. உனக்கேத்த ஒரு நல்ல பொண்ணு பெங்களூர்லயே கிடைப்பா. விஷ் யூ ஆல் த பெஸ்ட்!"

ஹாசினியின் கோரிக்கை மனசுக்குள் ஒலிக்க, ஒரு பெருமூச்செறிந்தான் ஜெயந்த். 'விஷ் யூ ஆல் த பெஸ்ட் ஹாசினி! சீக்கிரமே உன் லவ்வைப் பத்தி உன் அப்பா கிட்டே சொல்லி, சீக்கிரம் கல்யாணச் சாப்பாடு போடு!' என்று பதில் மெசேஜ் தட்டிவிட்டான்.

'பெரியப்பா கிட்டே மறுத்துச் சொல்ல முடியாத சிச்சுவேஷன்ல நான் இருப்பேன்னு ஹாசினி யூகித்தது சரிதான். அப்பா, அம்மா இல்லாத என்னைச் சின்ன வயதிலிருந்தே எடுத்து வளர்த்தவர் பெரியப்பாதான். என்னைப் படிக்க வைத்து, ஆளாக்கி, ஒரு நல்ல வேலையையும் வாங்கிக் கொடுத்து, இன்று நான் நல்ல நிலைமையில் இருப்பதற்குக் காரணம் அவர்தான். அவர் பேச்சை நான் தட்ட முடியாது. அதே சமயம், பெரியம்மா சொன்னதையெல்லாம் வைத்துப் பார்த்தால், அத்தை குடும்பத்துடன் சம்பந்தம் வைத்துக் கொள்வதில் எனக்குக் கொஞ்சம்கூட விருப்பம் இல்லை. இப்போது ஹாசினிக்கும் விருப்பம் இல்லை என்று தெரிந்துவிட்டது. ஆனாலும், பெரியப்பாவின் பேச்சுக்கு மதிப்புக் கொடுத்து அவருடன் போகலாம். ஹாசினி சொன்னபடியே செய்து, இந்த எங்கேஜ்மென்டை நிறுத்திவிடலாம். பின்னர், ஏதாவது காரணத்தைச் சொல்லி, அத்தை வீட்டில் சில நாள்கள் தங்கியிருந்து ராஜசேகர் பற்றிய உண்மைகளைக் கண்டுபிடிக்கலாம்' என்று எண்ணியிருந்தான் ஜெயந்த். இப்போது அதற்கு வழியில்லாமல் போய்விட்டது.

ஹாசினி சொன்னது போல், அவளின் அப்பாவைத் தனியாக அழைத்து, இந்தத் திருமணத்தில் தனக்கு விருப்பம் இல்லை என்று சொன்னால், அவர் என்ன செய்வார்? காரணம் கேட்பார். தவிர, தன் பெரியப்பாவிடம் சொல்லுவார். பெரியப்பா கேட்டால், அவருக்கு என்ன பதில் சொல்வது? தர்மசங்கடமான நிலைமை.

ஹாசினிக்கும் இது புரிந்திருக்க வேண்டும். அதனால்தான் நேற்று மயக்கம், உளறல் பேச்சு என்று ஒரு டிராமா பண்ணியிருக்கிறாள். கல்யாணத்தை நிறுத்த யாருக்கும் பாதகமில்லாத ஒரு காரணம் கிடைத்துவிட்டதல்லவா? ஆமாம், ஹாசினி நிச்சயம் டிராமாதான் ஆடியிருக்கிறாள். 'மீடியா'வில் வேலை செய்பவளுக்கு டிராமா ஆடக் கற்றுக் கொடுக்க வேண்டுமா?

யோசித்த ஜெயந்தின் மனத்தில், 'எல்லாம் சரி, ராஜசேகரை உளவு பார்ப்பது எப்படி?' என்ற கேள்வி எழுந்தது. கூடவே ஒரு திட்டமும் உதித்தது.

வாட்ஸப்பை உயிர்ப்பித்து, ஹாசினியின் நம்பரைத் தேடினான்.

━━━━

8

ஈஸ்வர் வங்கி வேலை மாற்றலாகி, குடும்பத்துடன் பெங்களூர் வந்து, மேனேஜராக அங்கேயே ஓய்வும் பெற்றுவிட்டார். பணியில் இருந்தபோதே மகள் ப்ரியாவுக்கு நல்ல இடத்தில் வரன் பார்த்துத் திருமணமும் செய்துகொடுத்துவிட்டார். மாப்பிள்ளை சுப்பிரமணியனுக்கும் பேங்க் உத்தியோகம்தான். அவர்கள் பெங்களூர் சில்க் போர்டில் வசதியானதொரு ஃப்ளாட்டில் வசிக்கிறார்கள்.

பேங்க மேனேஜர் என்றுதான் பேரே தவிர, ராஜசேகருடன் ஒப்பிடும்போது ஈஸ்வர் அந்தஸ்தில் வெகு குறைவு. ராஜசேகர் பெரிய பெரிய மோட்டார் கம்பெனிகளுடன் டை-அப் வைத்துக்கொண்டு, அவர்களுக்குத் தேவையான உதிரிபாகங்களைத் தயாரித்து அனுப்பிக்கொண்டிருக்கிறார். கிண்டியில் ஒரு சின்ன தொழிற்கூடமாக அவர் தொடங்கிய 'சங்கரி ஆட்டோ இண்டஸ்ட்ரீஸ்' இந்த இருபது ஆண்டுகளில் பெரிய நிறுவனமாக வளர்ந்து, அம்பத்தூர், திருமுல்லைவாயில் எனக் கிளைபரப்பி நிற்கிறது. கோடிக்கணக்கில் டர்ன் ஓவர்.

ப்ரியாவின் திருமணத்தை விமரிசையாக நடத்த, ராஜசேகர் பெருமளவில் பண உதவி செய்திருக்கிறார் என்று ஜெயந்துக்குத் தெரியும். பல ஆண்டுகளுக்கு முன்பு 'அம்பாசடர்' கார் ஒன்று வைத்திருந்தார் ராஜசேகர். ஒருமுறை, ஈஸ்வர் அவரிடம் தான் ஒரு 'வேகன் ஆர்' வாங்கத் திட்டமிட்டிருப்பதாகப் பேச்சுவாக்கில் சொல்ல, "அட, எதுக்குப்பா காசைக் கொண்டு கார்ல போட்டுக்கிட்டு..? உனக்கு ஏற்கெனவே ஏகப்பட்ட செலவு இருக்கு. பொண்ணுக்குக் கல்யாணம் பண்ணணும், பையனை மேல படிக்க வைக்கணும்... நான் சொல்றதைக் கேளு. என்னோட கார் நாலு வருஷம்தான் ஓடியிருக்கு. நல்ல கண்டிஷன்ல இருக்கு. நான் புதுசு வாங்கலாம்னு இருக்கேன். நீ இதை எடுத்துக்கோ" என்று ஒரு பைசா வாங்காமல் அதை அன்பளிப்பாக ஈஸ்வருக்குக் கொடுத்துவிட்டார்.

இதற்கெல்லாம் நன்றிக்கடனாகத்தான், ராஜசேகர் பற்றி பெரியம்மா எது சொன்னாலும் பெரியப்பா அதைக் காதிலேயே போட்டுக்கொள்வதில்லையோ என்று நினைத்தான் ஜெயந்த்.

திரும்பிப் பார்த்தான். அனைவரும் மும்முரமாக பூரியைச் சுவைத்துக்கொண்டிருந்தார்கள். எழுந்தான். "நீங்க சாப்பிட்டுட்டு வாங்க. நான் கார்ல இருக்கேன்" என்று வாஷ் பேசினில் கைகழுவிக்கொண்டு வெளியே வந்தான்.

மூடப்பட்டிருந்த ஒரு கடையின் ஓரம் நிழலாக நின்று, மெல்லிய குரலில் ஹாசினிக்கு வாய்ஸ் மெசேஜ் அனுப்பினான்.

"ஹாசினி, வாழ்த்துகள். உன் விருப்பம் போலவே இந்த எங்கேஜ்மென்ட் நின்னுடுச்சு. எனக்கும் உன் பேர்ல விருப்போ, வெறுப்போ, எந்த அபிப்ராயமோ இல்லாமதான் இருந்தது. அப்பா வற்புறுத்தினதுக்காகத்தான் கிளம்பி வந்தேன். நீ சொன்னபடியே இந்தச் சடங்கை நிறுத்துற ஐடியாவுலதான் இருந்தேன். ஆனா, அதை நான் சரியா செயல்படுத்துவேனா மாட்டேனான்னு உனக்குச் சந்தேகம் வந்துடுச்சு போல. சாதுர்யமா ஒரு நாடகம் ஆடி, இந்தக் கல்யாணமே வேண்டாம்னு ரெண்டு பேருடைய அம்மாக்களும் ஒரு முடிவுக்கு வர்ற மாதிரி பண்ணிட்டே. ஆமாம், நேத்து நீ நடந்துக்கிட்டதெல்லாம் ஒரு டிராமாதான். இது மத்தவங்களுக்கு வேணா தெரியாம இருக்கலாம்; எனக்கு நல்லா தெரியும். போகட்டும், உன் கிட்ட ஒரு உதவி கேட்டுத்தான் இப்ப நான் மெசேஜ் பண்றேன்.

என் பிசினஸ் என்னன்னு உனக்குத் தெரிஞ்சிருக்கும்னு நினைக்கிறேன். வீடுகளுக்கு, கம்பெனிகளுக்கு சோலார் பேனல் இன்ஸ்டால் பண்ணித் தர்ற பிசினஸ். கூடவே சிசிடிவி கேமரா பொருத்தறது, சேஃப்டி அலாரம், ஸ்மோக் டிடெக்டர் பொருத்தறதெல்லாம்கூடப் பண்றோம். மெயின் சோலார் பேனல்தான். இப்போதைக்கு பெங்களூர், கோயம்புத்தூர் ரெண்டுலயும் நல்லாப் போயிட்டிருக்கு பிசினஸ். சென்னையிலதான் ஒரு ஓப்பனிங் கிடைக்கலே. அதுக்குதான் உன்னோட உதவியை எதிர்பார்க்கிறேன்.

உங்க 'மூவி பசார்' என்டர்டெயின்மென்ட் சேனல் ரொம்பப் பாப்புலரா இருக்கு. மில்லியன் கணக்குல சப்ஸ்கிரைபர்ஸ் இருக்காங்க. நான்கூட சப்ஸ்கிரைப் பண்ணியிருக்கேன். நீங்க போடுற ஒவ்வொரு பதிவுக்கும் போட்ட சில நிமிஷங்கள்லயே லட்சக்கணக்குல வியூஸ் கவுன்ட் எகிற்றதைப் பார்க்கிறேன். நீதான் அங்க நல்ல போஸ்ட்ல இருக்கியே... 'வளர்ந்து வரும் இளம் தொழிலதிபர்' மாதிரி ஏதாவது ஒரு டைட்டில்ல என்னை இன்டர்வியூ பண்ணி, என்னோட பிசினஸ் பத்தியும், மின் தட்டுப்பாட்டைப் போக்க வீட்டுக்கு வீடு சோலார் பேனல் அமைக்க வேண்டிய அவசியம் பத்தியும் ஒரு வீடியோ பதிவு போட்டேன்னா ஜனங்களுக்கும் அது உதவியா இருக்கும்; எனக்கும் பூஸ்ஃபுல்லா இருக்கும். தவிர, உன்னோட சர்க்கிள்ள உனக்குத் தெரிஞ்சவங்க கிட்ட இது பத்தி எடுத்துச் சொல்லி ஆர்டர் பிடிச்சுக் கொடுத்தாலும் சந்தோஷம்.

இன்னொரு முக்கியமான உதவி ஹாசினி, சென்னையில என் வியாபாரம் சூடு பிடிக்கிறதுக்கு நான் கொஞ்ச நாள் அங்கு வந்து தங்கி அலைய வேண்டியிருக்கும். உங்க வீட்டுலதான் வந்து தங்கலாம்னு இருக்கேன். உனக்கு ஒண்ணும் ஆட்சேபனை இருக்காதே? விரைவில் பதில் எதிர்பார்க்கிறேன்."

ரெக்கார்ட் செய்த மெசேஜை அனுப்பிவிட்டு காரிடம் சென்றான். "என்ன ஜெயந்த், நீ ஏன் சரியா சாப்பிடவேயில்லே..?" என்றபடி வந்தார் சுப்பிரமணியன். தொடர்ந்து, அனைவரும் வர, கார் கதவுகளைத் திறந்துவிட்டான். ஏறிக்கொண்டதும், "ஹப்பா... கொதிக்குதே. வெயில்ல நிறுத்தினது அவ்ளோ சூடா இருக்கு. ஜன்னல் கதவுகளை இறக்கி விடு. கொஞ்சம் போனதும் ஏசி போட்டுக்கலாம்" என்றாள் ப்ரியா.

கார் நகர்ந்தது.

* * *

மதியம் லன்ச் பிரேக்கில் வாட்ஸப்பைத் திறந்து, என்னென்ன மெசேஜ்கள் வந்திருக்கின்றன என்று பார்த்தாள் ஹாசினி. ஜெயந்தின் இரண்டு வரி வாழ்த்து மெசேஜும், இரண்டு நிமிட வாய்ஸ் மெசேஜும் கண்ணில் பட்டன. இயர் ஃபோன் எடுத்துக் காதுகளில் பொருத்திக்கொண்டு கேட்டாள்.

அடப்பாவமே... இவன் இப்படி நினைக்கிறானா? இந்த நிச்சயதார்த்தத்தை நிறுத்த நான் இவ்வளவெல்லாம் மெனக்கிட வேண்டுமா என்?! அப்பாவிடம் 'வேண்டாம்ப்பா. எனக்கு இந்தக் கல்யாணத்தில் இஷ்டம் இல்லை. அவர்களுக்கு போன் செய்து வர வேண்டாம் என்று சொல்லிவிடுங்கள்' என்று சொல்ல எனக்கு எவ்வளவு நேரமாகும்? அப்பா கொஞ்சம் அப்செட் ஆவார் என்பது உண்மைதான். ஆனால், அவரைவிடப் பல மடங்கு நான் அப்செட் ஆகிக் கிடக்கிறேன். அதிலிருந்து மீளுவதற்கு நான் பெரிய மனப்போராட்டமே நடத்த வேண்டியிருக்கிறது. அதன் வெளிப்பாடுதான் என்னுடைய விசித்திர நடவடிக்கைகள்.

'கெளரி, கெளரின்னியே... யாருடி அந்த கெளரி?' என்று நிவேதிதா நேற்று என்னைக் கேட்டாள். 'யாருக்குத் தெரியும்?' என்றேன். அப்புறம் நான் கண்கள் சொருகி, மயங்கிய நிலையில் அந்த 'ஒத்தையடிப் பாதையிலே...' பாட்டைப் பாடும்போது அப்பாவைக் கவனித்தாளாம். அவர் உடம்பு பலமாக ஆடிக்கொண்டிருந்ததாம். எதனால்?

"கெளரி என்ற பெயருக்கும் அந்தப் பாட்டுக்கும் ஏதோ தொடர்பிருக்கிறது. அது மட்டுமல்ல, அதற்கும் உங்க அப்பாவுக்கும்கூட ஏதோ தொடர்பு இருக்க வேண்டும். 'புதிய பறவை' படத்தில், ரயில் கடந்து செல்லும்போது சிவாஜிக்குள் படபடப்பு, டென்ஷன் எகிறும், பார்த்திருக்கிறாயா? அந்தப் படத்தில் அவர்தான் தன் மனைவியைக் கொலை செய்து, தண்டவாளத்தில் போட்டிருப்பார். ரயில் வந்து அரைத்துச் சென்றுவிடும். அதைப் பார்த்த அதிர்ச்சி அவருக்குள் இறங்கி, எப்போது ரயில் தெடதடத்துச் சென்றாலும், அவர் முகம் வியர்த்து விறுவிறுத்து, பீதிக்குள்ளாவார். அப்படி ஏதோ ஒரு சம்பவம் உங்கப்பாவுக்கும் நடந்திருக்க வேண்டும். கேட்டுப் பார்" என்றாள் நிவேதிதா.

· **50** ·

நிச்சயம் அப்பாவுக்குத் தெரிந்திருக்க வேண்டும். ஏதோ ஒரு ரகசியம் அவருக்குள் புதைந்திருக்கிறது. வெளிப்படையாகச் சொல்லத் தயங்குகிறார். மறைக்கிறார். நேற்றைக்குதானே ஜாடியிலிருந்து பூதம் கிளம்பியிருக்கிறது. நேற்று வீட்டில் அத்தனை பேர் இருந்தார்கள். அவர்கள் முன்னிலையில் சொல்ல முடியாமல் இருக்கலாம். இன்றைக்கு அவராகச் சொல்வார் என்று எதிர்பார்க்கிறேன். ஆனால், என்னிடம் தயக்கமின்றி அந்த உண்மையை அவர் சொல்வாரா? பார்க்கலாம், இந்த விபரீத விளையாட்டு எது வரைக்கும் போகிறதென்று!

ஜெயந்துக்கு 'தாராளமாக அவன் வந்து இங்கு எவ்வளவு நாள்கள் வேண்டுமானாலும் தங்கியிருக்கலாம். தனக்கு ஒரு ஆட்சேபனையும் இல்லை என்றும், அவன் கேட்ட உதவிகளைத் தன்னால் முடிந்த வரையில் செய்து தருவதாகவும்' வாட்ஸப் மூலம் பதில் அனுப்பினாள்.

இன்று அலுவலகத்தில் அதிகம் வேலை இல்லாததால், மாலையில் சீக்கிரமே கிளம்பி வீட்டுக்கு வந்துவிட்டாள் ஹாசினி. அப்பா இன்னும் வந்திருக்கவில்லை. வழக்கமாக அவர் வீடு திரும்ப இரவு 9 மணி ஆகும். அம்மா மட்டும்தான் இருந்தாள். பிரேமா வளர்ப்பு அம்மாவாக, சித்தியாக இல்லை; ஹாசினிக்குச் சொந்த அம்மாவுக்கும் மேலாக இருக்கிறாள். அப்பாவிடம் பகிர்ந்துகொள்ள முடியாத விஷயங்களையும் எந்தத் தயக்கமும் இன்றி ஹாசினியால் அவளிடம் பகிர்ந்துகொள்ள முடியும். கௌரி பற்றியும், அந்தப் பாட்டு பற்றியும் அம்மாவிடம் கேட்டால் சொல்வாளா? அவளுக்குத் தெரிந்திருக்குமா?

"உப்புமா பண்ணியிருக்கேன். தரட்டுமாம்மா? ஒரு தட்டுல போட்டு எடுத்துட்டு வரேன்; கொஞ்சம் தின்னுட்டு... காபி தரேன், குடி! இப்ப உடம்பு பரவாயில்லையா?" என்று அன்புடன் கேட்டாள் பிரேமா.

"நேத்து நான் ஏன் அப்படி நடந்துக்கிட்டேன்னே தெரியலை. ரொம்பப் பயந்துட்டீங்களாம்மா?" என்றாள் ஹாசினி.

"பின்னே... கொல நடுங்கிப்போச்சு எனக்கு. அப்பாதான் பாவம், பொண்ணுக்கு என்னவோ ஏதோன்னு ஆடிப்போயிட்டார்."

"ப்ச்... நேத்து நம்ப வீட்டுல நடக்க இருந்த ஒரு மங்கள காரியம் என்னாலதானே தடங்கலாகிப்போச்சு?"

"விடு! நல்லதுதான். சௌம்யாவின் பேச்சும் எண்ணமும் சரியே இல்லை. அவளுக்கு உன்னைக் கண்டாவே பிடிக்கலை. நேத்து நீங்க இல்லாதப்போ அவ உன்னைப் பத்தி என்னவெல்லாம் பேசினாங்கறே? நானும் ரொம்ப நேரம் பொறுமையாதான் இருந்தேன். ஒரு கட்டத்துல தாங்க முடியாம எழுந்து போய், அவளைக் கத்தித் தீர்த்துட்டேன். 'இந்தக் கல்யாணம் நடக்காது.

நீங்க போகலாம்'னுட்டேன். ஆமாம் ஹாசினி, அங்கே வாழ்க்கைப்பட்டுப் போய் நீ சுகப்பட முடியாது. உனக்கேத்த ராஜகுமாரன் எங்கேயாவது பொறந்திருப்பான். நீ கவலையே படாதே!" என்று ஹாசினியின் தலையை வருடினாள் பிரேமா. அவளின் மார்பில் சாய்ந்துகொண்டாள் ஹாசினி.

99-ல் ஹார்ட் அட்டாக்கில் இறந்துபோனாள் சங்கரி. ஹாசினி அப்போது நான்கு வயதுக் குழந்தை. அவளுக்குத் தன் சொந்த அம்மாவை நேரில் பார்த்த ஞாபகமே இல்லை. புகைப்படத்தில் பார்த்த முகம்தான் மனதில் பதிந்திருக்கிறது. பின்னாளில், அம்மா பற்றியும், அவள் இறந்த பின்பு அப்பாவைத் திருமணம் செய்துகொண்டு தான் இந்த வீட்டுக்கு வந்தது பற்றியும் பிரேமா அம்மா அவ்வப்போது ஹாசினிக்குச் சிறுகச் சிறுகச் சொல்லியிருக்கிறாள்.

"கம்பெனி வேலையையும் கவனிச்சுக்கிட்டு, ஸ்கூல் போக ஆரம்பிச்சிருந்த உன்னையும் கவனிச்சுக்க முடியாம ரொம்பவே திண்டாடிப் போனார் உங்க அப்பா. அதிலும் நீ பெண் குழந்தையாச்சே! ஒரு தகப்பனால தனியா ஒரு பெண் குழந்தையை வளர்க்கறது சாத்தியமே இல்லை. தாயின் அரவணைப்பு கட்டாயம் தேவை. பள்ளி முடிஞ்சு குழந்தை நீ ஸ்கூல் வேன்ல வீட்டுக்கு வருவே. வீடு பூட்டியிருக்கும். பக்கத்து வீட்டுல தேமேன்னு ரெண்டு மணி நேரமோ, மூணு மணி நேரமோ, அப்பா வர வரைக்கும் தனியா இருப்பே. என்னதான் அந்த ஆன்டி பிஸ்கட், பால் எல்லாம் கொடுத்துக் கவனிச்சுக்கிட்டாலும், கூடவே அம்மாவோ அப்பாவோ இருந்து கவனிச்சுக்கிற மாதிரி ஆகுமா? உன்னை நினைச்சு தினம் தினம் கவலைப்பட்டுக்கிட்டிருந்தார் உங்க அப்பா.

பல நாள் உன்னை கம்பெனிக்கு அழைச்சுட்டு வருவார். தன் ரூம்லேயே வெச்சுப்பார். நீ சமர்த்தாஒரு சோபாவுல உட்கார்ந்து வீட்டுப் பாடம் எழுதிட்டிருப்பே. உன் கையெழுத்து குண்டு குண்டா, அழகா இருக்கும். நான் உங்கப்பா கிட்டதான் ஸ்டெனோகிராஃப்பரா வொர்க் பண்ணிட்டிருந்தேன். எனக்கு உன்னைக் கண்டா அவ்ளோ பிடிக்கும். நீயும் எங்கிட்டே ஆசையா ஒட்டிப்பே. உனக்கு நான் கணக்குப் போடக் கத்துத் தருவேன். வீட்டுப் பாடம் எழுதச் சொல்லிக் கொடுப்பேன். உன்னைக் கைப்பிடிச்சு அந்தக் கம்பெனி முழுக்கச் சுத்தி வருவேன். ஸ்பேர் பார்ட்ஸ் தயாராகிறதையெல்லாம் வேடிக்கை காண்பிப்பேன். நீயும் என் விரலைப் பிடிச்சுக்கிட்டு நடந்து வருவே.

ஒருநாள், நான் எதிர்பார்க்கவே இல்லை... 'உங்களைக் கல்யாணம் கட்டிக்க விரும்பறேன். உங்களுக்குச் சம்மதமா?'ன்னு கேட்டார் உங்கப்பா. 'எனக்காகக் கேட்கலை. என் குழந்தைக்காகத்தான் கேட்கறேன். உங்களைவிட என் குழந்தையை வேற யாராலயும் நல்லபடியா கவனிச்சுக்க முடியும்னு தோணலை. ஒரு அம்மா ஸ்தானத்திலிருந்து, ஸ்தானம் என்ன... ஹாசினிக்கு அம்மாவாகவே நீங்க மாறி, அருமையும் பெருமையுமா அவளை வளர்ப்பீங்கன்னு நான் நம்பறேன்'னார்.

நான் மிடில் கிளாஸுக்கும் குறைவான வசதியுள்ள குடும்பத்தைச் சேர்ந்தவள். உங்கப்பாவோட அந்தஸ்தோடு ஒப்பிடும்போது நான் தூசிலும் தூசு. அதனால, அவர் கேட்டதும் உடனே எனக்கு ஓகே சொல்லத் தோணலை. 'யோசிச்சு சொல்றேனே' அப்படின்னேன். 'கண்டிப்பா. டேக் யுவர் ஒன் டைம். உங்க அப்பா, அம்மா கிட்டயும் கேட்டுக்குங்க. என்ன முடிவானாலும் தயங்காம சொல்லுங்க. இதுக்கும் இங்க உங்க வேலைக்கும் எந்தச் சம்பந்தமும் இல்லே. இது வேற, அது வேற'ன்னார். சும்மா சொல்லக்கூடாது ஹாசினி, உங்கப்பா ஒரு ஜெம். எவ்ளோ டீசன்ட்டா தன் விருப்பத்தை வெளியிட்டார் தெரியுமா? மறுநாள் என் சம்மதத்தைச் சொன்னேன்.

மில்லேனியம் தொடங்கினப்போ, திருச்சி சப்-ரிஜிஸ்ட்ரார் ஆபீஸ்ல எங்க கல்யாணம் சிம்பிளா நடந்தது. ஈஸ்வர் சாருக்கு மட்டும் தகவல் அனுப்பியிருந்தார் உங்க அப்பா. அப்புறம் சில நாள் கழிச்சு, திருமண நிகழ்வையொட்டி ஒரு சின்ன விருந்து கொடுத்தார். அதில் ஈஸ்வர் சார் மட்டும் வந்து கலந்துக்கிட்டார். சௌம்யாவோ, பிள்ளைங்களோ வரலை. என் அப்பா, அம்மா... அப்புறம் கம்பெனி அதிகாரிகள், ஊழியர்கள்னு முக்கியப்பட்டவங்க ஒரு நாப்பது அம்பது பேர் கலந்துக்கிட்டாங்க" என்று, தான் இந்த வீட்டுக்கு வந்த கதையை விஸ்தாரமாகவே சொல்லியிருக்கிறாள் பிரேமா. அவ்வளவு அன்பான அப்பாவுக்குள் அப்படியென்ன ரகசியம் புதைந்திருக்கிறது?!

"ஏம்மா... நேத்து நான் என்னை 'கௌரி'ன்னு சொல்லிக்கிட்டேனே... யாரும்மா அந்த கௌரி? உனக்கு ஏதாவது தெரியுமா?" என்று கேட்டாள் ஹாசினி.

"வேண்டாம்மா. அந்தப் பேச்சையே எடுக்காதே! எனக்கு பயம்மாயிருக்கு" என்றாள் பிரேமா. அவள் இதயம் படபடத்துத் துடித்தது ஹாசினிக்குக் கேட்டது.

⚊⚊⚊⚊⚊

9

"ஏம்மா உன் நெஞ்சு இப்படிப் படபடக்குது? நான் ஏதாவது தப்பாக் கேட்டுட்டேனா? நேத்து நான் என் பெயரை 'கௌரி'ன்னு சொல்லிக்கிட்டதா அங்கே அந்த அம்மா சொன்னாங்க. அப்பாவும் சொன்னாரு. அப்புறம் ஏதோ பழைய சினிமாப் பாட்டை ராகம் போட்டுப் பாடினேனாம். யார் அந்த கௌரி? எனக்கே தெரியாத பாட்டை நான் எப்படிப் பாடினேன்? யோசிச்சா தலைவலியே வந்துடும் போலிருக்கும்மா. அதான், உனக்கு ஏதாவது தெரியுமான்னு கேட்டேன். ஸாரிம்மா, உனக்குக் கஷ்டமா இருந்தா இனி அது பத்திக் கேட்கலை!" என்றாள் ஹாசினி.

"பல வருஷங்களுக்கு முன்னால நம்ம வீட்டுல வேலை செஞ்சவளோட பேரும்மா கௌரி. ரொம்பத் தங்கமான பொண்ணு. என்னவோ தெரியலே, திடீர்னு ஒரு நாள் அது தூக்குமாட்டிக்கிட்டு செத்துப்போச்சு. எனக்கு மனசே ஆறலை. விஷயம் கேள்விப்பட்டு, ஆறுதல் சொல்ல அவங்க வீட்டுக்குப் போயிருந்தேன். அந்தப் பெண்ணைக் கூடத்துல படுக்க வெச்சிருந்தாங்க. அழகான அந்தப் பொண்ணு கண் விழி பிதுங்கி, வாய் திறந்து, நாக்குத் துருத்திக்கிட்டுப் படுத்திருந்த அந்தக் கோலம் பார்க்கவே சங்கடமா இருந்தது. என் வயித்தைப் புரட்டிச்சு. அந்தப் பொண்ணோட அம்மா தலைதலையா அடிச்சுக்கிட்டு அழுத காட்சி இன்னும் மறக்கலை எனக்கு. அந்தப் பொண்ணுதான் எப்பவும் இந்தப் பாட்டை முணுமுணுத்துக்கிட்டே இருக்கும். நீ உன்னை கௌரின்னு சொல்லிக்கிட்டது, அவ பாடுற பாட்டை நீ பாடினது எல்லாம் எனக்குள்ளே ஒரு பயத்தைக் கிளப்பியிருக்கும்மா. அப்பாவும் திகிலடிச்சுப்போயிருக்கார். இதென்ன ஆவி, பூதம் சமாசாரமா? இந்த 21-ம் நூற்றாண்டுல கூட இதெல்லாம் உண்டா? ஒண்ணுமே புரியலையே எனக்கு" என்றாள் பிரேமா.

"ஏம்மா, அந்தப் பொண்ணு தூக்கு மாட்டிச் செத்துப்போச்சுன்னியே, போலீஸ் கேஸ் ஆகலையா?"

"இல்லேம்மா... அந்த விவரமெல்லாம் எனக்கு அவ்வளவா தெரியலே. விடியற்காலம் அப்பாவுக்கு போன் வந்தது. எங்கோ வெளியே ஓடினார். கௌரியின் அம்மாதான் போன் பண்ணியிருந்திருக்காங்கன்னு அப்புறம்தான் தெரிஞ்சுது. அந்த பாடியைக் கீழே இறக்கி வைக்க அப்பாதான் உதவி செஞ்சிருக்கார். அப்புறம் ஆகவேண்டியதை அப்பாவே கூட இருந்து பார்த்தார். நானும் போய்ப் பார்த்தேன்.

11 மணிக்கெல்லாம் உடம்பை நல்லபடியா மின்மயானத்துல தகனம் பண்ணிட்டாங்க. பாவம், அல்பாயுசுல போயிடுச்சு அந்தப் பொண்ணு. அதான் வேதனை."

"அவங்கள்ளாம் இப்ப எங்கே இருக்காங்கம்மா?"

"தெரியலே ஹாசினி. அந்தப் பொண்ணுக்கு அப்பா கிடையாது. அம்மா மட்டும்தான். ஒரு தம்பி உண்டு. ரொம்பச் சின்னப் பையன். அதுக்கப்புறம் நாம திருச்சியில ரொம்ப நாள் இருக்கலே. அப்பா வேலையை ரிசைன் பண்ணிட்டு, இங்கே சென்னையில சொந்தமாவே ஒரு பிளாண்ட் தொடங்கிட்டார். நாமெல்லாம் இங்க வந்து செட்டிலாகி 20 வருஷத்துக்கும் மேலாயிடுச்சு. இப்ப அந்த கௌரி ஃபேமிலி திருச்சியிலதான் இருக்காங்களோ, அல்லது அவங்க சொந்த ஊர் திருநெல்வேலி பக்கம் ஏதோ ஒரு சின்ன கிராமம்னு கேள்வி; அங்கே போய் செட்டிலாயிட்டாங்களோ, தெரியலை! சரி, நீ போய் ரெஸ்ட் எடு. நான் கொஞ்சம் என் கை வேலைகளை முடிச்சுட்டு வந்துடறேன்" என்று எழுந்தாள் பிரேமா.

* * *

திட்டமிட்டபடி எல்லாம் கச்சிதமாக நடந்து வருவதில் சித்தார்த்துக்கு சந்தோஷம். யப்பா... கடினமான செஸ் ஆட்டத்தில் ஒவ்வொரு காயையும் எவ்வளவு கவனமாக நகர்த்த வேண்டியிருக்குமோ அவ்வளவு கவனமாக அல்லவா ஒவ்வொன்றையும் பார்த்துப் பார்த்துச் செயல்படுத்த வேண்டியிருக்கிறது!

அம்மாவுக்கு ஹாசினியைத் தன் மருமகளாக்கிக்கொள்ள வேண்டும் என்று ஆசை வந்துவிட்டது. ஹாசினியின் அப்பா யார் என்று தெரிந்தால் இன்னும் சந்தோஷப்படுவாள். பாவம், உலகம் தெரியாத அப்பிராணி அவள். வெளுத்ததெல்லாம் பால் என்று நம்புபவள். நேற்று ராஜசேகர் இங்கு வந்திருந்தபோது அம்மாவுக்கு அவரைச் சுத்தமாக அடையாளம் தெரியவில்லை; அவருக்கும் அம்மாவைத் தெரியவில்லை; என்னையும் தெரியவில்லை. காலமும் அந்தஸ்தும் எல்லோரின் புறத் தோற்றங்களையும் அடியோடு மாற்றிப் போட்டுவிட்டது. ஆனால், அவரவரின் உள் மன அழுக்குகள் நீங்கவில்லை; காயங்களின் வடுக்கள் மறையவில்லை.

ஹாசினியின் அப்பா ராஜசேகரை அம்மா இருபதாண்டுகளுக்கு முன்னால் பார்த்திருக்கிறாள். அவரை அவளுக்கு நன்கு தெரியும். என்றாலும், அவரை ஒரிரு முறையே நேரில் சந்தித்துப் பேசியிருக்கக்கூடும் என்பதால், இருவருக்குமே ஒருவரையொருவர் அடையாளம் தெரியவில்லை. நினைவூட்டினால் சந்தோஷப்படுவாள்.

"ஏம்மா... உனக்கு ஹாசினியைப் பிடிச்சிருக்கா?"

சித்தார்த் கேட்டதும், "ரொம்பப் பிடிச்சிருக்குடா. நேத்து அதைப் பார்த்ததுலேர்ந்து என்னவோ தெரியலே, அதும்பேர்ல எனக்கு ஒரு தனிப் பாசமே வந்துடுச்சு. பல நாள்

• 55 •

பழகின மாதிரி ஒரு ஒட்டுதல் உண்டாகிடுச்சு. தங்கமான பொண்ணு. அதனாலதான் அதை நீ கல்யாணம் பண்ணிக்கிறியான்னு கேட்டேன்" என்றாள் வளர்மதி.

"அந்தப் பொண்ணு யாருன்னு தெரியலையா உனக்கு?" என்றான் சித்தார்த்.

"எப்பிடிடா தெரியும்? நேத்திக்குதானே அதை முதல்முதல்ல பார்த்தேன்."

"இல்லைம்மா. அந்தப் பொண்ணை உனக்கு ஏற்கெனவே தெரியும்."

வளர்மதி குழம்பினாள். "என்னடா சொல்றே... கொஞ்சம் புரியும்படி சொல்லு!"

"திருச்சியில அப்பா இறந்தப்புறம், நம்ம குடும்பச் சுமையைப் பகிர்ந்துக்கிறதுக்காக, காலேஜ் போகணும்னு ஆசைப்பட்டுட்டிருந்த என் அக்காவை வெளியில வீட்டு வேலை செய்ய அனுப்பினியே, ஞாபகம் இருக்கா?"

"அந்தக் கொடுமை அவ்வளவு லேசுல மறந்துடுமா? நெஞ்சுல நெருப்பைச் சுமந்துக்கிட்டு வேற வழியில்லாம அவளை அனுப்பினேண்டா. 'படிச்சு டாக்டராகப் போறேம்மா'ன்னு கனா கண்டுட்டிருந்தவளை மாசம் 30 ரூபாய்க்கு பத்துப் பாத்திரம் தேய்ச்சுக்கொடுக்கவும், வீடு சுத்தம் பண்ணவும் அனுப்பினேன்."

"காலையில ரெண்டு வீடு, சாயந்திரம் ரெண்டு வீடுன்னு மொத்தம் நாலு வீடுகளுக்குப் போய் இடுப்பொடிய வேலை செஞ்சுட்டு வருவா அக்கா!"

"ஆமாமாம்! நோட்டக்காரர் வீடு, சயின்ஸ் வாத்தியார் வீடு, கோயில் குருக்கள் வீடு, அப்புறம் சாயந்திரம் 4 மணிக்கு மேல ஒரு பணக்காரர் வீட்டுக்குப் போய் வேலை செஞ்சுட்டு வருவா. மோட்டார்காரர் வீடுன்னு சொல்லுவோம்."

"கரெக்ட்! ஆட்டோமொபைல் இண்டஸ்ட்ரி ஒண்ணுல மேனேஜரா இருந்தார். ஞாபகம் வருதா, அவர் பேரு ராஜசேகர்!"

"அட, ஆமாம்! அந்தம்மா பேருகூட ரமாவோ, பத்மாவோ... சரியா ஞாபகமில்லே!"

"பிரேமா!" என்றான் சித்தார்த்.

வளர்மதியின் விழிகள் ஆச்சரியத்தால் அகண்டன.

"உனக்கு எப்படிடா இதெல்லாம் ஞாபகம் இருக்கு? அப்போ ரொம்பச் சின்னப் புள்ளையாச்சே நீ?"

"சின்னப் பிள்ளையெல்லாம் இல்லை. செவன்த் படிச்சிட்டிருக்கேன்."

"சரி, அப்படியே இருந்தாலும், எப்பவோ பல வருஷங்களுக்கு முன்னால பழகினவங்க பேரு எனக்கே மறந்துபோச்சு. உனக்கெப்படி...?"

"மறக்கற சம்பவங்களாம்மா நடந்திருக்கு..?" என்று பற்களைக் கடித்தான் சித்தார்த். "சரி, அதை விடு! அந்த ராஜசேகரின் பொண்ணுதான் இந்த ஹாசினி!"

சித்தார்த் சொன்னதும் குபீரென்று ஒரு மலர்ச்சி வந்து ஒட்டிக்கொண்டது வளர்மதி முகத்தில். "அடடா... அந்தக் குழந்தையா இது! அவங்கள்ளாம் இப்போ சென்னையிலதான் இருக்காங்களா? அந்த ஐயா ரொம்ப நல்ல மாதிரி. நம்ம கௌரியை ஒரு வேலைக்காரியாவே நடத்த மாட்டாரு அவரு. சொந்தப் பொண்ணு மாதிரிதான் பார்த்துப்பாரு. அந்தம்மாவும் ரொம்பப் பாசமா நடந்துக்குவாங்கன்னு சொல்லியிருக்கா கௌரி. வருஷா வருஷம் தீபாவளிக்கும் பொங்கலுக்கும் தன் பொண்ணுக்கு எடுக்கிற மாதிரி அதே உசத்தியான டிரஸ்ஸை கௌரிக்கும் எடுத்துக் கொடுப்பாரு மகராசன். வீட்டுல ஏதாவது பலகாரம் செஞ்சா ஒரு எவர்சில்வர் டப்பாவுல போட்டு நமக்கும் சேர்த்துக் கொடுத்தனுப்புவாங்க அந்தம்மா. அவங்களை நான் பார்க்கணுமே..? இப்போ அவங்க சென்னையில எங்க இருக்காங்க?" என்று பரபரத்தாள்.

"அசோக் நகர்ல. நேத்திக்கு ஹாசினியைக் கூட்டிப் போக ராஜசேகரும்தானே வந்திருந்தாரு. பார்க்கலையா நீ? அடையாளம் தெரியலையா உனக்கு?"

"என்னடா நீ, தெரிஞ்சிருந்தா விசாரிக்காம விட்டிருப்பேனா? போடா, நேத்திக்கே இதை நீ என் கிட்டச் சொல்றதுக்கென்ன? ஐயோ, ஹாசினி நான் தூக்கிக் கொஞ்சிய குழந்தைடா! ஒரு தடவை அதுக்குப் பிறந்த நாள்னு நிறைய சாக்லேட்டுங்க, ஸ்வீட்டுங்க எல்லாம் கௌரி கிட்ட கொடுத்துவிட்டிருந்தாங்க. நான் ஏழைக்கேத்த எள்ளுருண்டையா சீட்டித் துணியில ஒரு கவுனும், பிளாஸ்டிக் மணிமாலையும், வளையலும் வாங்கிட்டுப் போய் பிறந்த நாள் பரிசா கொடுத்தேன். அவங்க நல்ல மனசைப் பாரு... கொண்டாங்கன்னு வாங்கிப் பக்கத்துல வெச்சுக்கலை. ஏற்கெனவே போட்டிருந்த டிரஸ்ஸைக் கழட்டி, நான் வாங்கிட்டுப் போன கவுனை அப்பவே ஹாசினிக்குப் போட்டுவிட்டாங்க. எனக்கு அப்படியே மனசெல்லாம் குளுந்து போச்சு, தெரியுமா?"

வளர்மதி கண்களை மூடி, அந்த நிகழ்ச்சியை மனசுக்குள் கொண்டு வந்து நெக்குருகிக்கொண்டிருந்தாள்.

"அப்போ அந்த ஐயாவுக்கு முப்பத்தஞ்சு முப்பத்தாறு வயசுதான் இருக்கும். இருபது வருஷம் ஓடியே போச்சு. தலையெல்லாம் நரைச்சுப்போய் ஆளே அடையாளம் தெரியலே. ஏன் சித்தார்த், அவங்க வீட்டுக்கு ஒரு நாள் போயிட்டு வருவோமா?" என்றாள் ஆசையாக.

"பார்க்கலாம். முதல்ல அவங்க சண்டே இங்க வரேன்னிருக்காங்களே, வந்துட்டுப் போகட்டும். அப்புறம் நாம அவங்க வீட்டுக்குப் போறது பத்தி யோசிக்கலாம்!" என்றான் சித்தார்த்.

"ஹாசினிங்கிற பேர் கூட எனக்குச் சட்டுனு ஞாபகத்துக்கு வரலை, பாரேன்! அவங்களையெல்லாம் மறுபடியும் பார்க்கப்போறோம்னு எனக்கு ரொம்பச் சந்தோஷமா இருக்கு" என்றாள் வளர்மதி, வாயெல்லாம் பல்லாக.

'அதை எப்படித் தடுக்கலாம்னுதான் நான் யோசனை பண்ணிட்டிருக்கேன்' என்று மனசுக்குள் நினைத்துக்கொண்டான் சித்தார்த்.

"அது சரிடா! முதல்லேயே உன்னை ஒண்ணு கேக்கணும்னு நினைச்சேன். ஹாசினி தன் பெயரை 'கௌரி'ன்னு சொன்னதுமே 'அட, என் பொண்ணு பேராச்சே!'னு தோணுச்சு. அதனாலேயே ஹாசினி மேல எனக்கு ஒரு பாசம் வந்துடுச்சுன்னு நினைக்கிறேன். ஆனா, அவ ஏன் தன் பெயருக்குப் பதிலா, 'கௌரி'ன்னு மாத்திச் சொன்னா?"

"ஏன்னா, அக்காதான் இப்ப ஹாசினிக்குள் புகுந்திருக்கா!" என்றான் சித்தார்த்.

இரவு 10 மணிக்கு வந்தார் ராஜசேகர். வேட்டி, பனியனுக்கு மாறிக்கொண்டு, ஹாசினி படுத்திருந்த அறைக்குள் வந்தார்.

"என்னம்மா... தூங்கிட்டியா?" என்றபடி அருகில் அமர்ந்தார்.

"இல்லப்பா. லேசா தலையை வலிக்கிற மாதிரி இருக்கு. நேத்து நடந்ததெல்லாம் ஒரு கனவு மாதிரி இருக்கு. என்னப்பா ஆச்சு எனக்கு?"

"உனக்கு ஒண்ணும் இல்லம்மா. பயப்படாதே! வீணா மனசைப் போட்டுக் குழப்பிக்காதே" என்று நெற்றிப்பொட்டை இதமாக அழுக்கிவிட்டார் அப்பா.

"யாராவது நல்ல சைக்கியாட்ரிஸ்ட் கிட்டே போய்ப் பார்ப்போமா அப்பா?" என்று கேட்டாள் ஹாசினி.

ராஜசேகர் இதைச் சற்றும் எதிர்பார்க்கவில்லை. சட்டென்று சுதாரித்துக்கொண்டு, "சீச்சி, சைக்கியாட்ரிஸ்ட்டெல்லாம் எதுக்கும்மா? அதெல்லாம் ஒண்ணும் வேணாம். உனக்கு ஒண்ணுமில்லடா கண்ணு. நீ படுத்துத் தூங்கி ரெஸ்ட் எடு. எல்லாம் சரியாயிடும்!" என்றார்.

ஹாசினி சட்டென்று எழுந்து, விரைப்பாக உட்கார்ந்தாள்.

"சரியாயிடுமா? என்ன சொன்னீங்க, எல்லாம் சரியாயிடுமா? எப்படிச் சரியாகும்? யார் சரி பண்ணுவாங்க? நீங்க சரிபண்ணுவீங்களா? எல்லாத்தையும் சரிபண்ணிடுவீங்களா?" என்றாள். குரல் கரகரத்து, ஓர் அந்நியத் தன்மை கலந்திருந்தது.

அவளை மிரள மிரளப் பார்த்தார் ராஜசேகர்.

"ஹெஹ்ஹெஹ்ஹே...." என்று நீளமாகச் சிரிக்கத் தொடங்கினாள் ஹாசினி. நேற்றுச் சிரித்த அதே விபரீதச் சிரிப்பு.

"காதுகளால் கலைமானும், கண்களால் விட்டிலும், நாவால் வண்டும், நாசியால் மீனினமும், ஸ்பரிச இன்பத்தால் யானையும் கெடுங்கால், பஞ்சேந்திரிய வாஞ்சையுமுடைய மனிதா... நீ அருங்கேடுற ஐயமுமுளதோ?" என்றாள், நிலைகுத்திய விழிகளால் ராஜசேகரைப் பார்த்தபடி.

"காதுகளால் கலைமானும், கண்களால் விட்டிலும், நாவால் வண்டும், நாசியால் மீனினமும், ஸ்பரிச இன்பத்தால் யானையும் கெடுங்கால், பஞ்சேந்திரிய வாஞ்சையுமுடைய மனிதா... நீ அருங்கேடுற ஐயமுமுளதோ?" என்றாள், நிலைகுத்திய விழிகளால் ராஜசேகரைப் பார்த்தபடி.

10

திக்பிரமையடித்து நின்றாள் வளர்மதி.

"என்னடா சொல்றே...? நம்ம கௌரி இப்ப ஹாசினி உடம்புக்குள்ளயா?"

"ஆமாம்மா. உன்னால நம்ப முடியலேல்ல..?"

"நீதானேடா சொல்வே, பேய், பிசாசு, ஆவி, இந்தக் கூடு விட்டுக் கூடு பாயறது எல்லாம் கட்டுக்கதைன்னு. இப்ப நீயே ஒத்துக்கறேயில்லே? தெரியாமயா நம்ம முன்னோர்கள் சொல்லி வெச்சிருக்காங்க. தன் ஆசை பூர்த்தியாகாம பிரிஞ்ச உயிர், கடல்ல மூழ்கி, விஷம் குடிச்சு, தூக்குல தொங்கிப் பிரிஞ்ச உயிர், விபத்தில் சிக்கி மாண்டவன் உயிர், அநியாயமா கொலை செய்யப்பட்டவங்க உயிர், தற்கொலை செய்துக்கிட்டவங்க உயிர் இதெல்லாம் சாந்தியடையாம இந்தப் பிரபஞ்ச வெளியில உலாத்திக்கிட்டே இருக்கும்பாங்க. அதைத்தான் ஆவின்னு சொல்றது. நீங்கள்ளாம் அதுக்குப் புதுசு புதுசா ஏதேதோ பேர் வெச்சு சொல்றீங்க. ஆகக்கூடி ரெண்டும் ஒண்ணுதான்!"

"உண்மைதாம்மா. மனசுல அழுத்தமா படிஞ்சிருக்கிற சில விஷயங்கள் இப்படித் திடீர்னு ஒருநாள் வெடிச்சுக்கிட்டு வெளிய வரும். இது சயின்ஸ். இது புரியாம இருந்தவரைக்கும் ஆவி, பூதம்னு சொல்லிட்டிருந்தாங்க. அதுக்கு நாங்க அறிவியல்ரீதியா வேற வேற பேர் கொடுக்கறோம். நீ 'அந்நியன்' படம் பார்த்திருக்கேல்ல... அதுல விக்ரம் திடீர் திடீர்னு வேற ஒருத்தர் மாதிரி நடந்துப்பார். அம்பி விக்ரம்தான் ஒரிஜினல். அந்நியனா வர்றது, ரெமோவா மாறுறது எல்லாம் அவர் மனசுல அழுந்திக்கிடந்த எண்ணங்கள். 'ஸ்ப்ளிட் பர்சனாலிட்டி டிஸார்டர்'னு சொல்லுவாங்க. தமிழ்ல 'பன்முக மனோபாவ ஒழுங்கின்மைக் குறைபாடு'ன்னு சொல்லலாம். கிட்டத்தட்ட அது மாதிரிதான் இந்த ஹாசினி கேஸும்."

"சந்திரமுகியில கூட ஜோதிகா திடீர்னு 'லக லக லக'ன்னு கத்துவா; தெலுங்குலயெல்லாம் பேசுவாளே..."

"அதேதான். சின்ன வயசுல அக்கா கௌரி அவங்க வீட்டுக்கு வேலைக்குப் போவாயில்ல... அப்ப ஹாசினிக்கு ஆறு ஏழு வயசு இருக்கும். அங்கே அக்காவுக்கு என்னவோ விபரீதம் நடந்திருக்கு. அது ஹாசினியின் மனசை ஆழுமா பாதிச்சிருக்கு. அதுதான் இப்போ இப்படி வெளிப்படுது" என்றான் சித்தார்த்.

"என்னடா என்னென்னவோ சொல்றே... எனக்கு பயம்மாயிருக்கே!" என்று பதறினாள் வளர்மதி.

"பயப்படாதம்மா. தைரியமா இரு. என் அக்கா ஏன் தற்கொலை பண்ணிக்கிட்டாள்னு இதுவரைக்கும் உனக்குக் காரணம் தெரியாதில்லே..?"

"தெரியலையேடா... எதுவுமே சொல்லாம நம்ம தலையில மண்ணள்ளிப் போட்டுட்டுப் போயிட்டாளே!"

"அதுக்கான காரணம்... கௌரி அக்காவின் தற்கொலைக்கான மர்மம்... இப்போ ஹாசினிக்குள்ள ஒளிஞ்சிட்டிருக்கு!"

"ஹாசினியைக் கேட்டா சொல்வாளா? என் கண்மணிக்கு என்ன ஆச்சு, ஏன் நம்மளையெல்லாம் விட்டுப் போயிட்டாநு சொல்வாளாடா?" என்று சித்தார்த்தை உலுக்கினாள் வளர்மதி.

"இல்லேம்மா. அவ சொந்தமா எதையும் பேசலே. சொல்லிக்கொடுத்துப் பேசறா. அதனால நடந்தது என்னன்னு அவளைக் கேட்டா தெரியாது!"

"சொல்லிக்கொடுத்துப் பேசறாளா... என்னடா சொல்றே?"

"ஆமாம்மா... திடீர் திடீர்னு அவ உள்ளேர்ந்து ஒரு குரல், நம்ம கௌரியின் குரல் அவளைப் பேச வைக்குது. அது சொல்றதைத்தான் ஹாசினி பேசறா."

"அப்படின்னா, எப்போ, எப்படி அவ கிட்டேர்ந்து நம்ம கௌரியைப் பத்தித் தெரிஞ்சுக்கிறது?"

"தெரிஞ்சுக்கலாம்மா. ஹிப்னோதெரப்பி மூலம் அவளைப் பேச வைக்கலாம். அவ ஆழ் மனசுல பதிஞ்சிருக்கிற விஷயங்களைக் கிளறிப் பார்க்கலாம். அதுக்கான ஏற்பாடுகள்லதான் இப்ப நான் தீவிரமா இறங்கியிருக்கேன்."

"சொல்வாளா? கௌரிக்கு என்ன ஆச்சுன்னு சொல்வாளா?"

"கண்டிப்பா சொல்வாம்மா. சொல்ல வைப்பேன்!" என்றான் சித்தார்த்.

"சரி, அவங்க வீட்டுக்குப் போறப்போ சொல்லுடா. நானும் வரேன். அந்த ஐயாவையும் அம்மாவையும் பார்க்கணும்போல இருக்கு!"

'ஐயா என்ன ஐயா, நம்ம கௌரி தற்கொலை பண்ணிக்கிட்டதுக்கே அவர்தான் காரணம்' என்று வார்த்தைகள் வாய் வரை வந்துவிட்டன சித்தார்த்துக்கு. சொன்னால் தாங்க மாட்டாள்.

"ரொம்பத் தங்கமான மனுஷன். கௌரி செத்துப்போன அன்னிக்குப் பதற்றத்துல எனக்கு என்ன செய்யறதுன்னு தெரியலே. நம்ம வீட்டு வாசல்லியே பப்ளிக் போன் வெச்சுக் கொடுத்திருந்தார் ஐயா. சட்டுனு ஓடிப்போய் அதுல காயின் போட்டு,

ஐயாவுக்குப் போன் பண்ணி விஷயத்தைச் சொல்லி அழுதேன். பாவம், எவ்ளோ பெரிய மனுஷன்... எனக்காக ஓடி வந்தார். கௌரியை இறக்கி வைக்கிறது லேர்ந்து எரிக்கிற வரைக்கும் கூடவே இருந்து உதவினாரு. அவரு மட்டும் இல்லேன்னா, பொம்பளை நான் ஒண்டியா என்ன பண்ணியிருக்க முடியும், சொல்லு...”

'எல்லாம் தன் வண்டவாளம் வெளியாகிடக்கூடாதுங்கிற தற்காப்பு எண்ணத்துலதாம்மா! கிராதகன் அவன். அது புரியாத அப்பாவியா இருக்கியேம்மா!' என்று நினைத்துக்கொண்டான் சித்தார்த்.

“உங்க அப்பாவும் அவர் கம்பெனியிலதான் எடுபிடியா வேலை செஞ்சார். அவர் இறந்தப்புறம் 'எனக்கும் உங்க கம்பெனியிலேயே ஏதாச்சும் வேலை போட்டுக் கொடுங்கய்யா'னு கேட்டேன். 'அது உங்களுக்குச் சரிப்படாதும்மா. நீங்கதான் நல்லா சமைப்பீங்களே... உங்க வீட்டுத் திண்ணையிலேயே ஒரு இட்லிக் கடை போடுங்க. தேவையான சாமான் எல்லாம் நான் வாங்கித் தரேன். எங்க கம்பெனிக்கு தக்காளி சாதம், தேங்கா சாதம், லெமன் ரைஸ், வெஜிடபிள் ரைஸ், பிரியாணி, தயிர் சாதம்னு உங்களால என்னென்ன பண்ண முடியுமோ பண்ணிக் கொண்டு வந்து கொடுங்க. கம்பெனி ஆளுங்க கண்டிப்பா வாங்கிச் சாப்பிடுவாங்க. தைரியமா இருங்க. நான் பார்த்துக்கறேன். எவ்வளவு கஷ்டம் வந்தாலும், பையனை எப்படியாவது நல்லாப் படிக்க வெச்சுடுங்க. அக்கா படிப்பு கெட்டுப் போன மாதிரி பிள்ளையின் படிப்பும் கெட்டுப் போக வேண்டாம். அவனோட படிப்புச் செலவுக்கு என்னால முடிஞ்ச உதவியை நான் செய்யறேன்'னு சொன்னார். சொன்னது மட்டுமில்லே... அவர் திருச்சியில இருந்தவரையில செய்யவும் செஞ்சார். அந்த நன்றியை நாம மறக்கக் கூடாது!” என்று நெகிழ்ச்சியுடன் சொன்ன வளர்மதி, தன் கண்களில் துளிர்த்த நீரைச் சேலைத் தலைப்பால் துடைத்துக் கொண்டாள்.

அவளைப் பரிதாபத்துடன் பார்த்தான் சித்தார்த். பாவம், வெகுளியாக இருக்கிறாள். முகமூடி மனிதர்களின் வேஷத்தைக் கலைத்துப் பார்க்கத் தெரியாதவளாக இருக்கிறாள். அவ்வளவு உயரத்திலிருந்து ஒருவர் இந்த அளவுக்குக் கீழிறங்கி வந்து உதவுகிறார் என்றால், காரணம் இல்லாமல் இருக்குமா என்று யோசிக்க முடியாதவளாக இருக்கிறாள். ஒண்டியாளாகத் தன்னை வளர்த்தெடுக்க அவள் பட்ட பாடுகளை நினைத்துப் பார்த்தான் சித்தார்த்.

வளர்மதியின் கைப்பக்குவம் யாருக்கும் வராது. இட்லிக்கென்றால் அரிசி, உளுந்து கலவை எவ்வளவு, தோசைக்கென்றால் எவ்வளவு, இட்லி பூப்போல வருவதற்கான யுக்திகள் என்ன என்று ஒரு ஸ்டார் ஹோட்டலின் செஃப்புக்குக்கூட அவ்வளவு பக்குவம் தெரிந்திராது; அவளுக்குத் தெரியும். இட்லி, தோசை மட்டுமல்ல, குழிப் பணியாரம், ஆப்பம் தொடங்கி, கார வகைகள், இனிப்புகள் என வளர்மதிக்குத் தெரியாத சமையலே கிடையாது. 'காய்கறி உப்புமா' என்று ஒரு அயிட்டம் செய்வாள்.

தினமும் காலையில் கும்பல் கும்பலாக வந்து திண்ணையில் அமர்ந்து, ரசித்து ருசித்துச் சாப்பிட்டுவிட்டுப் போவார்கள்.

அந்தக் காலத்தில், திண்டுக்கல்லில் நாகசாமி நாயுடு என்றொரு பெரியவர் செய்யும் பிரியாணி மிகச் சுவையாக இருக்கும். 'ஆனந்த விலாஸ்' என்று அவர் கடைக்குப் பெயர். அவர் எப்போதும் தலையில் ஒரு முண்டாசு கட்டிக்கொண்டுதான் வேலை செய்வார். அதனால், அவர் கடையைக் குறிப்பிட வேண்டுமென்றால், 'ஆனந்த விலாஸ்' என்று சொல்வதைவிட 'தலப்பாகட்டி கடை' என்று அடையாளம் காட்டுவதுதான் எல்லோருக்கும் எளிதாக இருந்தது. பின்னாளில், அவரின் பிரத்யேக கை மணத்தில் உருவான பிரியாணி அதே அடையாளத்துடன் 'தலப்பாகட்டி பிரியாணி' என்றே உலகப்புகழ் பெற்றுவிட்டது.

அது மாதிரி, திருச்சியில் சித்தார்த்தின் அம்மா செய்யும் 'காய்கறி உப்புமா'வும் 'திண்ணை உப்புமா' என்று புகழ்பெறத் தொடங்கியிருந்தது. வியாபாரம் சூடு பிடித்து, ஒரு சின்ன ஓட்டலாகத் தொடங்கலாம் என்று யோசித்துக்கொண்டிருந்த நேரத்தில்தான் அந்தத் துயரம் நிகழ்ந்தது. வளர்மதியின் மகள் கௌரி தூக்கிட்டுத் தற்கொலை செய்துகொண்டாள். முழுவதுமாக உடைந்துபோனாள் வளர்மதி. தொடர்ந்து அங்கே வசிக்கப் பிடிக்காமல், தன் மகனை அழைத்துக்கொண்டு சென்னைக்கு வந்து, குரோம்பேட்டையில் ஒரு சிறிய வீட்டை வாடகைக்கு எடுத்து, செட்டிலாகிவிட்டாள். இங்கேயும் அவளின் கை மணத்தில் இட்லி வியாபாரம் சக்கைப்போடு போட்டது. தோல் பதனிடும் தொழிற்சாலை ஊழியர்கள், ஆடை ஏற்றுமதி நிறுவனங்களில் வேலை செய்பவர்கள், எம்.ஐ.டி. கல்லூரி மாணவர்கள் எனப் பலர் அவளின் வாடிக்கையாளர்கள் ஆகிவிட்டார்கள். அவளின் 'காய்கறி உப்புமா'வைப் புகழாதவர்களே இல்லை. இப்போது அம்மா பெயரிலேயே 'வளர்மதி'ஸ் கிச்சன்' என்ற பெயரிலோ அல்லது 'திண்ணை உப்புமா' என்ற பெயரிலோ ஒரு யூடியூப் சேனல் ஆரம்பிக்கலாமா என்ற யோசனையில் இருக்கிறான் சித்தார்த்.

சித்தார்த்தின் யோசனையைக் கலைத்தது வளர்மதியின் குரல். "ஹூம்... நான் என்னென்னவோ மனக்கோட்டை கட்டியிருந்தேன். அந்தப் பொண்ணை உனக்குக் கட்டி வைக்கலாம், அவங்க அப்பா அம்மாகிட்டே சம்பந்தம் பேசலாம்னு நினைச்சிருந்தேன். ஐயாவோட பொண்ணுன்னு இப்பத்தானே சொல்றே? அவங்க அந்தஸ்து எங்கே, நம்ம அந்தஸ்து எங்கே? நமக்கு ஏணி வெச்சாலும் எட்டாது. அதான் எனக்குக் கஷ்டமாயிருக்கு!"

"ஏம்மா, உங்கய்யாதான் தங்கமானவர், வைரமானவர்னு சொல்வியே... பொண்ணு கேட்டா கோவிச்சுப்பாரா?"

"ஏண்டா, அதுக்காக ஒரு தார தம்மியம் வேண்டாமா? அதெல்லாம் தப்பு."

"ஒரு தப்புமில்லே! அம்மா, உனக்கொரு ஸ்வீட் நியூஸ் சொல்றேன், கேட்டுக்கோ! இந்த வருஷக் கடைசிக்குள்ள அந்தப் பொண்ணு கழுத்துல நான் தாலி கட்டறேன். அவளை உங்க மருமகளாக்கறேன். இது சத்தியம்!" என்றான் சித்தார்த்.

"என்னடா சொல்றே..? எப்படிச் சாத்தியம் அது? ஏதாவது சினிமா, கினிமால வேணா நடக்கலாம்."

"நிஜத்துலயும் நடக்கும்மா. சரியானபடி திட்டம் போட்டு, அதைக் கச்சிதமா செயல்படுத்தினோம்ன்னா எதையும் சாதிக்கலாம்! அதைத்தான் நான் இப்போ பண்ணிட்டிருக்கேன். நீ போய் நிம்மதியா படுத்துத் தூங்கு."

அவனை விசித்திரமாகப் பார்த்தாள் வளர்மதி. "என்னவோ போடா, நீ பேசறது, செய்யறது ஒண்ணுமே புரிய மாட்டேங்குது. நேத்திக்கு என்னடான்னா, கௌரியோட நினைவு நாளும் அதுவுமா மாலை போட்டு, ஊதுவத்தி ஏத்தி வெச்சிருந்த அவளோட போட்டோவை சாயந்திரம் வந்ததும், அவசர அவசரமா கழட்டி எங்கேயோ மறைச்சு வெச்சே. ஏன்னு கேட்டதுக்கு இதுவரைக்கும் பதில் இல்லே. இன்னிக்கு என்னடான்னா, ஹாசினி கழுத்துல தாலி கட்டுவேங்கிறே. என்னவோ போ... மனோதத்துவம் படிச்சா இப்படியெல்லாம் புதிரா நடந்துக்கணும்போல. சரி, வாசக்கதவைத் தாழ் போட்டுட்டு, லைட்டையெல்லாம் அணைச்சுட்டு நீயும் வந்து படு" என்றுவிட்டு, அறைக்குள் சென்றாள்.

கால மாற்றத்தால் அம்மாவை ராஜசேகருக்கு அடையாளம் தெரியாமல் போகலாம்; ஆனால், அதே டீனேஜ் வயதில் உறைந்துவிட்ட அக்காவின் படத்தை அவருக்கு அடையாளம் தெரிந்துவிடும் அல்லவா? அப்புறம், தன் திட்டமெல்லாம் தவிடுபொடியாகிவிடுமே! அதற்காகத்தான் மறைத்தது. அம்மாவுக்கு இதெல்லாம் புரியாதுதான்.

***

'**காது**களால் கலைமாளும், கண்களால் விட்டிலும்...' எதில் வருகிற வரிகள் இவை? ஏன் இப்படிப் பிதற்றுகிறாள் இவள்?

ராஜசேகர் மூர்ச்சையாகிவிடுவார் போலிருந்தது. சத்தம் கேட்டுத் தன் அறையிலிருந்து எழுந்து வந்தாள் பிரேமா.

"என்ன ஆச்சு... மறுபடியும் உளற ஆரம்பிச்சுட்டாளா?" என்றபடியே ஹாசினியின் அருகில் சென்று, "அம்மா... என்னம்மா பண்ணுது உனக்கு? என்னைப் பாரு, இங்கே என்னைப் பாருடா கண்ணா" என்று அவளின் முகத்தைத் தன் பக்கம் திருப்பினாள்.

மறுபடியும் ஒரு தரம் நிறுத்தி நிதானமாக, 'காதுகளால் கலைமாளும்...' வசனத்தை உச்சரித்தாள் ஹாசினி. குரல் கடினப்பட்டு இருந்தது.

"பிரேமா, இவ போக்கு எனக்கு பயம்மா இருக்கு. என்னதான் ஆச்சு நம்ம பொண்ணுக்கு? அந்தப் பையன் சித்தார்த் கிட்டே ஞாயித்துக்கிழமையன்னிக்கு இவளை செக்கப்புக்கு அழைச்சுட்டு வர்றதா சொல்லியிருந்தேன். மனநலப் பிரச்னை, செக்கப், கவுன்சிலிங்னு சொன்னா இவ எப்படி எடுத்துப்பாளோன்னு, ஒரு ஃபங்ஷனுக்கு வர்ற மாதிரி ஆதம்பாக்கம் போய் அப்படியே அவன் வீட்டுக்கும் போயிட்டு வரலாம்னு பிளான் பண்ணியிருந்தேன். ஆனா, இவளே யாராவது சைக்கியாட்ரிஸ்டைப் போய்ப் பார்ப்போமானு கேட்டா. அதனால, நாளைக்கே இவளை அந்தத் தம்பி கிட்ட அழைச்சுட்டுப் போகலாம்னு இருக்கேன். நீயும் வரியா?" என்று கேட்டார் ராஜசேகர்.

"வரேங்க. நான் தனியா இங்க இருந்து என்ன பண்ணப் போறேன்?" என்றாள் பிரேமா.

"இவ பேச்சைக் கேட்டியா? என்ன வசனம் இது? எங்கேர்ந்து இதைப் பிடிச்சா? காதுகளால் கலைமாணும்... அர்த்தம் புரியுதா?

"நல்லாப் புரியுது. கண், காது, மூக்கு, நாக்கு, உடம்பு ஒவ்வொண்ணுத்தாலயும் ஒவ்வொண்ணுக்கு ஆபத்து. ஆனா, மனுஷன் இந்த ஐம்புலன்களாலயும் கெட்டுப் போறான்.."

"கரெக்ட்! இது ஏதோ என்னைக் குற்றம் சாட்டுற மாதிரியே இருக்கில்லே?" என்றார் ராஜசேகர் கவலையாக.

"அதை ஏன் அப்படி எடுத்துக்கறீங்க? அவ என்னவோ மனக்குழப்பத்துல புரியாம உளர்றா. அதுக்கெல்லாம் அர்த்தமே இல்லே! தேவையில்லாம நீங்களா எதையெதையோ கற்பனை பண்ணிக்காதீங்க. இவளை முதல்ல நல்ல டாக்டர் கிட்ட கொண்டு காட்டி சரிபண்ணணும். அதான் முக்கியம்!" என்ற பிரேமா, ஹாசினியைத் தலையணையில் தலைசாய்த்துத் படுக்கச் செய்தாள். போர்வையைக் கழுத்து வரை இழுத்துப் போர்த்தினாள்.

"நீங்க வாங்க. அவ தூங்கி ரெஸ்ட் எடுக்கட்டும். நாளைக்குத் தெளிச்சியாயிடுவா."

இருவரும் கதவைச் சார்த்திக்கொண்டு வெளியேறிய பின், சில நிமிடங்கள் கழித்து மெதுவாக எழுந்து உட்கார்ந்தாள் ஹாசினி. விட்டத்தை வெறித்தாள். அவள் உடம்பு நடுங்கத் தொடங்கியது.

கண் விழிகள் தெறித்து வெளியே பிதுங்கியிருக்க, நாக்கு பற்களுக்கிடையில் துருத்திக்கொண்டு நிற்க, உதட்டோரம் ரத்தம் கசிந்திருக்க... தாவணியில் தூக்கிட்டு சீலிங் ஃபேனில் சடலமாகத் தொங்கிக்கொண்டிருந்தாள் கெளரி.

❧

11

ஜன்னலின் நடுச்சட்டத்தில் அடிக்கப்பட்டிருந்த குட்டி ஆணியில் தொற்றிக்கொண்டிருந்தது கையகலக் கண்ணாடி. அதில் கண், காது, மூக்கு, கன்னம் என ஒவ்வொரு பிம்பமாகத் தேடி, பவுடர் தீற்றிக்கொண்டிருந்தாள் கௌரி.

"கௌரீ...." என்று வெளிப்புறத் திண்ணையிலிருந்து அம்மாவின் குரல் அதட்டலாக அழைத்தது.

"என்னம்மா..." என்றாள், தலையை அப்படியும் இப்படியும் திருப்பி சீராக சீவப்பட்டிருக்கிறதா என்று சரிபார்த்தவாறே.

"எவ்ளோ நேரமாடி அலங்காரம் பண்ணிப்பே? மோட்டார்காரம்மா காத்துட்டிருக்கப் போறாங்க. நீ என்ன சினிமாவுலயா நடிக்கப்போறே? பத்துப் பாத்திரம் தேய்ச்சு, பெருக்கித் துடைக்கிறதுக்கு அலங்காரம் ஒரு கேடா?" என்றபடி எழுந்தே வந்துவிட்டாள் வளர்மதி.

கௌரி கண்ணாடியில் கண் பார்த்தாள்; சிமிட்டினாள். உதடு பார்த்தாள்; சுழித்தாள். ஈயென்று இளித்துப் பல்லழகு பார்த்தாள். "எனக்கென்ன குறைச்சல்? சிம்ரன் மாதிரி இருக்கேன். சான்ஸ் கிடைச்சா அவளைவிட சூப்பரா நடிப்பேன்" என்றாள்.

உதடுகளை நாவால் ஈரப்படுத்திக்கொண்டாள். டம்ளர் தண்ணீரில் விரல் தொட்டு, புருவங்களில் படிந்திருந்த பவுடரைத் துடைத்துக்கொண்டாள். காதுப் பக்கம் கொஞ்சம் கேசத்தை சுருளாகத் தொங்கும்படி இழுத்துவிட்டுக்கொண்டாள். ஐடெக்ஸ் மை டப்பியைத் திறந்து, திலகம் வைத்துக்கொண்டாள்.

மகளை வைத்த கண் வாங்காமல் பார்த்துக்கொண்டிருந்தாள் வளர்மதி. உண்மையில் கௌரி பேரழகிதான். 'எங்காவது அரண்மனையில் ராஜகுமாரியாகப் பிறந்திருக்க வேண்டியவள், பாழாய்ப்போன என் வயிற்றில் வந்து பிறந்துவிட்டாள்.'

அதிக உயரமில்லை. அதிக சிவப்பும் இல்லை. மாநிறத்துக்கும் சற்றுக் குறைவான நிறம்தான். ஆனாலும் ஆளை அசரடிக்கிற அழகு. தேர்ந்த சிற்பி வடித்த சிலை போன்று திருத்தமான மார்புகள். சர்ரென்று வளைந்து, குறுகும் இடுப்பு. பின் சட்டென்று விரியும் பிருஷ்ட பாகம். அவள் நடந்து செல்லும்போது அவை அசைகிற அழகு, ஓர் அற்புத நடன பாவம்! இத்தனைக்கும் ஒரு சாதாரண வெள்ளைப் பாவாடை,

ஜாக்கெட்டில், சாதாரண நீல நிற நைலக்ஸ் தாவணிதான் அணிந்திருக்கிறாள். அதற்கே ஆளைக் கொல்கிற அழகில் ஜொலிக்கிறாள்.

தலையை உலுக்கிக்கொண்டாள் வளர்மதி. மகளின் அழகை அம்மா ரசிக்கக் கூடாது. திருஷ்டி படும். இன்றைக்கு கௌரியின் பிறந்த நாளும்கூட! 19 பூர்த்தியாகி 20 தொடங்கிவிட்டது.

"சரிம்மா... நான் கிளம்பறேன். மோட்டார்காரம்மா எனக்காக டிரஸ் வாங்கி வெச்சிருக்கேன்னாங்க."

"இன்னிக்கு உன் பிறந்த நாள்னு அவங்களுக்கு எப்பிட்றீ தெரியும்?"

"நேத்திக்கு நான்தான் பேச்சுவாக்குல சொல்றாப்ல யதார்த்தமா அவங்க காதுல போட்டுவிட்டேன்! கண்டிப்பா டிரஸ் வாங்கித் தருவாங்கன்னு தெரியும். எப்படியும் நீ வாங்கித் தரப்போறதில்லே! ஓசியில வர்றதை விடுவானேன்? அதான்..!" – கண்சிமிட்டிச் சிரித்துவிட்டுப் புறப்பட்டாள் கௌரி.

"அடி ராட்சசி!" என்று செல்லமாய்க் கோபித்த வளர்மதி, "வேலை முடிஞ்சதும் நேரா வீட்டுக்கு வந்துடணும். அவளோட போனேன், இவளோட சுத்தினேனெல்லாம் வந்து கதை சொல்லிட்டிருக்கக் கூடாது. நேத்து நீபாட்டுல வீட்டுக்காரம்மா கூப்பிட்டாங்கன்னு சயின்ஸ் டீச்சரோடு 'பூவெல்லாம் உன் வாசம்' படத்துக்கு போயிட்டு வந்து நிக்கறே. உன்னை தினம் தினம் வேலைக்கு அனுப்பிட்டு நான் இங்க அடி வயித்துல நெருப்பைக் கட்டிக்கிட்டு உட்கார்ந்திருக்கேண்டி. சரி சரி, போயிட்டு பத்திரமா வந்து சேர். தாவணியை ஒழுங்காப் போட்டுக்கோ!" என்று சரிசெய்துவிட்டாள்.

கௌரியிடம் செல்லச் சிணுங்கல். "போம்மா... நான் எல்லாம் ஒழுங்காத்தான் போட்டிருக்கேன். தாவணி சரியா அந்த இடத்துல கிழிஞ்சிருக்கு. அதுக்கு நான் என்ன பண்ணுவனாம்?" முனகியவாறு வந்து வாசற்படியருகில் விட்டிருந்த ரப்பர் செருப்புகளில் கால்களை நுழைத்துக்கொண்டாள்.

திண்ணையில் அமர்ந்து, சிந்துச் சமவெளி நாகரிகத்தில் மூழ்கியிருந்த தம்பியிடம் "வரேண்டா" என்று கையசைத்தாள். தலை தூக்கிப் பார்த்துக் கையசைத்து வழியனுப்பியவன், நினைத்துக்கொண்டாற்போல் திண்ணையை விட்டிறங்கி ஓடி வந்து அவளை வழிமறித்தான்.

"அக்கா, அக்கா... கொஞ்சம் பணம் வேணுங்க்கா!" என்று தலையைச் சொறிந்தான்.

"எவ்வளவுடா?"

"முப்பது ரூபாக்கா. சயின்ஸ் வொர்க் புக் வாங்கணுங்க்கா. எல்லாப் பசங்களும் டீச்சர் கிட்டப் பணம் கொடுத்துட்டாங்க. நான் மட்டும்தான் பாக்கி. இன்னிக்கும் கொண்டு போகலைன்னா மிஸ் என்னை வெயில்ல முட்டி போட வெச்சுடுவாங்க."

"இப்ப ஏதுடா எங்கிட்ட பணம்? எல்லாரும் ஒண்ணாம் தேதிதான் தருவாங்க."

"அக்கா, அக்கா. ப்ளீஸ்க்கா. இல்லேன்னு மட்டும் சொல்லிடாதக்கா. எப்படியாவது பார்த்துக் கொடுக்கா!"

"சரி, உனக்கு ரூபா எப்ப வேணும்?"

"இப்பவேக்கா."

"இப்பவேன்னா நான் எங்கடா போவேன்? சரி, உனக்கு சயின்ஸ் கிளாஸ் மத்தியானம்தானே... ரெண்டு மணிக்கு மோட்டார்காரம்மா வீட்டுக்கு வா. நான் அவங்க கிட்ட கடனா வாங்கித் தரேன்."

"நீ சாயந்திரம்தானேக்கா அவங்க வீட்டுக்குப் போவே?"

"இல்லடா, குருக்கள் வீட்டுக்காரம்மா 'இன்னிக்கு வர வேண்டாம், நாளைக் காலைல கொஞ்சம் சீக்கிரமா வந்துடு'ன்னாங்க. அதான், சயின்ஸ் வாத்தியார் வீட்டு வேலையை முடிச்சுட்டு நேரா இவங்க வீட்டுக்கு வந்துடுவேன். நீ வா, நான் வாங்கித் தரேன்!"

"ரொம்ப தேங்க்ஸூக்கா!" என்று அக்காவின் கையைப் பிடித்திழுத்துப் புறங்கையில் முத்தமிட்டான் சித்தார்த். அவன் கண்களில் நீர் முத்துக்கள். "ஐயய்ய... என்ன இது, அசடு மாதிரி அழுதுக்கிட்டு... கண்ணத் தொடை. நம்ம வீட்டுக்கு நீ ஒருத்தன்தாண்டா இப்ப ஆம்பிளைச் சிங்கம்! நீ அழுவுறதாவது?" என்று அவன் கன்னத்தைத் தட்டிவிட்டுப் புறப்பட்டாள் கௌரி.

அவள் போவதையே பார்த்துக்கொண்டு நின்றிருந்தான் சித்தார்த்.

மதியம் 2 மணி.

காலை வகுப்புகள் முடிந்து மணியடிக்கவும், ஓட்டமாக ஓடி வந்தான் சித்தார்த். அவன் பள்ளிக்கூடத்திலிருந்து ஒரு கி.மீ. தொலைவில் இருக்கிறது மோட்டார்காரர் வீடு. திரும்ப ஒரு கி.மீ. பள்ளிக்கு ஓட வேண்டும். லஞ்ச் பிரேக் வெறும் அரை மணிதான்.

'கௌரியக்கா நான் கேட்ட பணத்தை ரெடியா வாங்கி வெச்சிருந்து கொடுத்தா, போன சுருக்கோடு ஓடி வந்துடலாம்! இல்லாட்டா அதுக்கும் முட்டி போட வைப்பாங்களே!'

இதோ, சத்திரம் பஸ் ஸ்டாண்ட் வந்துவிட்டது. இன்னும் கொஞ்சம் தூரம்தான்! ஆயிற்று, வளைவு திரும்பினால், நாலாவது வீடு.

சித்தார்த் அந்த வீட்டின் முன் வந்து நின்றான். இரும்பு கேட்டின் கொக்கியை விடுவித்து, கதவைத் திறந்துகொண்டு உள்ளே போனான். வெள்ளை அம்பாசடர் நின்றிருந்தது. ஓரமாக ஒதுங்கிச் சென்று, வாசற்படி ஏறினான். அழைப்புமணியை அழுத்த யத்தனிக்கும்போது, உள்ளே அழுகுரல் கேட்டது. பெண் குரல்.

வாயிற்கதவு தாளிடப்படவில்லை. அழைப்பு மணியை அழுத்தாமலே, கதவைத் தள்ளிக்கொண்டு உள்ளே போனான். சின்ன வெராண்டா கடந்து உள்ளே சென்றதும் ஹால். வலப்புறம் கிச்சன். இடப்புறம் இருந்த படுக்கை அறையிலிருந்துதான் அழுகுரல் கேட்டது. கதவு லேசாகத் திறந்திருக்க, பூனைப்பாதம் வைத்து உள்ளே சென்று, மெதுவாக எட்டிப் பார்த்தான் சித்தார்த்.

மூலையில் அமர்ந்து, கால்களை மடக்கி, முழுங்கால்களில் தலையைப் புதைத்து, விம்மி விம்மி அழுதுகொண்டிருந்தாள் கௌரி. அவளின் முதுகு அதிர்ந்துகொண்டிருந்தது. அவளுக்கு எதிரே நின்றிருந்தார் ராஜசேகர். ஒரு ஜாண் பருமன் கொண்ட எம்.எம்.ஃபோம் மெத்தை விரிக்கப்பட்ட அகலமும் நீளமுமான 'டபுள் பெட்' கட்டிலில் வளைந்து நெளிந்து பாம்பு மாதிரி விழுந்து கிடந்தது கௌரியின் நைலக்ஸ் தாவணி.

"இந்தா, இதை எடுத்துக் கட்டிக்க" என்று அந்தத் தாவணியை எடுத்து, கௌரியின் தோளில் போர்த்தினாற்போல் போட்டார் ராஜசேகர். பின்னர், கௌரி அருகில் குத்துக்காலிட்டு அமர்ந்து, அவளின் தலையை வருடினார்.

"தப்புதாம்மா! மகா தப்பு. மன்னிக்க முடியாத தப்பு. இப்படி நடக்கும்னு நான் எதிர்பார்க்கலே. நடந்தது நடந்து போச்சு. பயப்படாதே! தைரியமா இரு. அழக்கூடாது! உனக்கு நான் இருக்கேன்" என்றார்.

பின்பு எழுந்து, "உள்ளே பாத்ரூம் இருக்கு பாரு. போய் நல்லா குளி. தலையெல்லாம் கலைஞ்சிருக்கு பாரு. ஒழுங்கா சீவிக்க. ஒண்ணும் ஆகலை உனக்கு. தைரியமா இரு" என்றவர் பீரோவைத் திறந்து, "இது உன் பர்த்டேக்காக வாங்கி வெச்சிருந்த டிரஸ். இதைப் போட்டுக்க. பழசு வேண்டாம். பாத்ரூம்லயே கழட்டிப் போட்டுரு" என்றார். "கௌரி, இங்கே நடந்தது எதையும் அம்மா கிட்டே போய்ச் சொல்லிட்டிருக்க வேண்டாம். புரியுதா?" என்று சற்றுக் கண்டிப்பான குரலில் சொல்லிவிட்டு, கதவை இன்னும் சற்று அகலமாகத் திறந்துகொண்டு வெளியே வந்தார்.

சித்தார்த் நின்றிருப்பதைப் பார்த்து திடுக்கிட்டவர், சட்டென்று சுதாரித்து, பின்புறமாகக் கையைக் கொண்டுபோய், கதவை இழுத்துச் சார்த்திக்கொண்டபடி, "என்னடா, ஸ்கூலுக்குப் போகாம இங்கே இந்த நேரத்துல...?" என்றார்.

ஏதோ நடக்கக்கூடாதது நடந்திருக்கிறது என்று மட்டும் புரிந்தது சிறுவன் சித்தார்த்துக்கு.

"அக்கா கிட்டப் பணம் கேட்டிருந்தேன்..." என்றவன், அவர் அடுத்து பதில் சொல்ல யோசிப்பதற்குள் சடக்கென்று அறைக்குள் புகுந்துவிட்டான்.

"அக்கா..." என்றபடி கெளரியை நெருங்கினான்.

குப்பென்று தலைநிமிர்ந்தாள் கெளரி. முகம் மொத்தமும் கண்ணீரில் குளித்திருந்தது. திலகம் கரைந்து, மூக்குத் தண்டின் பக்கவாட்டில் கோடாய் இறங்கியிருந்தது. உதடு சிவந்து, வீங்கியிருந்தது. கை வளையல்கள் உடைந்திருந்தன. கையில் கீறல் சிவப்புகள். ரவிக்கையின் தோளில் தையல் பிரிந்து, தேகம் தெரிந்தது.

"தம்பி, உன் அக்காவுக்கு ஒண்ணுமில்ல. பயப்படாதே. பெருக்கிட்டிருக்கும்போது மயக்கம் போட்டு விழுந்துட்டா. அதான். இப்ப வந்துடுவா. நீ நல்ல புள்ளையா ஹாலுக்குப் போய் சோபாவுல உட்கார்ந்து டி.வி. பார்த்துட்டிரு" என்று அவனைக் கழுத்தைப் பிடித்து வெளியில் தள்ளாத குறையாக அனுப்பிக் கதவைச் சார்த்திவிட்டு வந்தார் ராஜசேகர்.

சோபா முதுகின் விளிம்பில் தலைசாய்த்து, அண்ணாந்த போஸில் கண்களை இறுக மூடி அமர்ந்தார். அவரைப் பார்க்க ஏனோ சித்தார்த்துக்கு பயமாக இருந்தது. எரிச்சலாகவும் இருந்தது. அவரைத் தொந்திரவு செய்யாமல், சோபாவின் ஓரமாக, மெதுவாக நுனியில் அமர்ந்துகொண்டான்.

பின்பு மெதுவாக, "அக்காவுக்கு என்ன உடம்பு?" என்று கேட்டான். அவர் சட்டென்று விழித்து அவனைப் பார்த்தார்.

"அதான் சொன்னேனே, நத்திங்! லேசா தலைச்சுற்றல், விழுந்துட்டா. சத்தம் கேட்டு ஓடி வந்து பார்த்தேன். நௌ ஷி ஈஸ் ஆல்ரைட்! அது சரி, உனக்கு ஸ்கூல் இல்லையா, இங்க சுத்திட்டிருக்கே?" என்றார் ராஜசேகர்.

"சயின்ஸ் வொர்க் புக் வாங்கறதுக்காக அக்கா கிட்ட பணம் கேட்டிருந்தேன்..."

அவன் முடிக்கும் முன்னே, "எவ்வளவு?" என்றார். "முப்பது ரூபா."

அவர் தன் சட்டைப் பையில் கைவிட்டு எடுத்தார். ஐம்பது ரூபாய்த் தாள் வந்தது. "இந்தா. மிச்சத்தை ஏதாவது நோட்டு வாங்கணும்னா வெச்சுக்கோ. ஓடு, ஸ்கூலுக்கு நேரமாகுது பார்" என்று விரட்டினார்.

சாயந்திரம் சித்தார்த் பள்ளியிலிருந்து வீடு திரும்பியதும், அக்காவைத் தேடினான். அவள் அறைக்குள் இருட்டில் சோர்வாகப் படுத்திருந்தாள். "அக்கா" என்று முனகலாகக் கூப்பிட்டான். பதில் இல்லை.

சமையல்கட்டுக்குச் சென்று, "அக்கா ஏம்மா படுத்திருக்கு? காய்ச்சலா?" என்றான்.

"இல்லடா... தலைவலிக்குதுன்னா. கஷாயம் போட்டுக் கொடுத்தேன். குடிச்சுட்டுத் தூங்குரா. அவளைத் தொந்தரவு பண்ணாதே. மத்தியானமே தலைவலின்னுட்டிருந்தாளாம். மோட்டார்காரய்யாதான் அவளை கார்ல கொண்டு வந்து விட்டுட்டுப் போனாரு" என்றாள்.

இரவு மணி எட்டு. வந்ததிலிருந்து எதுவும் சாப்பிடாமல் படுத்திருக்கிறாளே என்று கவலையோடு அறைக்குள் சென்று லைட்டைப் போட்டாள் வளர்மதி.

"கெளரி, வயத்தைக் காயப்போடாதேம்மா. ரசம் சாதம் வேணா கரைச்சு எடுத்துட்டு வரட்டுமா?" என்று பரிவுடன் கேட்டாள். கெளரியின் தலையை வருடினாள்.

"வேண்டாம்மா. எனக்குப் பசியில்லே!" என்று அம்மாவின் கையைத் தள்ளிவிட்டாள் கெளரி.

"டாக்டர்கிட்ட வேணா போயிட்டு வருவோமா, இதோ பக்கத்துலதான் இருக்கு ராமச்சந்திரா கிளினிக்."

"வேண்டாம்மா. இன்னிக்குப் போகட்டும். நாளைக்கும் உடம்பு இருந்துதுன்னா போவோம்."

மேற்கொண்டு அவளைத் தொந்தரவு செய்ய விரும்பாமல், தன் காரியங்களில் மூழ்கினாள் வளர்மதி. இரவு பத்து மணிக்கெல்லாம் லைட்டுகளை அணைத்துவிட்டுப் படுத்துவிட்டாள். படுத்த சில விநாடிகளில் தூங்கிப் போனாள்.

சித்தார்த்துக்குதான் தூக்கம் வரவில்லை.

'என்ன நடந்திருக்கும் மோட்டார்காரர் வீட்டில்..? 'தப்பு நடந்து போச்சு, மன்னிக்க முடியாத தப்பு!' என்றாரே, அப்படி என்ன தப்பு? 'நடந்தது நடந்து போச்சு. தைரியமா இரு. உனக்கு நான் இருக்கேன்' என்றார். அதற்கு என்ன அர்த்தம்? நடந்தது எதையும் அம்மாவிடம் சொல்ல வேண்டாம் என்றாரே, ஏன்?

அசைவில்லாமல் படுத்திருந்த அக்காவைப் பார்த்தான். அவள் இப்படிப் படுத்திருப்பது அவனுக்கு மிக வேதனையாக இருந்தது. அவனுடன் தினமும் சிரித்துப் பேசாமல், கதை சொல்லாமல், ஸ்கூலில் நடந்தவை பற்றி விசாரிக்காமல், அரட்டையடிக்காமல் அவள் ஒருநாளும் இப்படிப் படுத்ததே இல்லை.

எப்போது தூங்கினான் என்று தெரியவில்லை.

விடியற்காலையில் சமையலறையில் அம்மா பாத்திரம் தேய்க்கும் சத்தம் கேட்டு விழித்துக்கொண்டான்.

"கெளரி, கெளரி... எழுந்திரும்மா! எழுந்து பல் தேய்ச்சுக் காபி குடி. குருக்கள் வீட்டுல சீக்கிரமா வரச்சொன்னாங்கன்னியே..." என்றபடியே அறைக்குள் சென்று லைட்டைப் போட்டாள் வளர்மதி. அடுத்த கணம், "ஐயையோ... என் தலையில கல்லைத் தூக்கிப் போட்டுட்டியேடி..." என்று அலறியபடியே கீழே விழுந்தாள்.

திடுக்கிட்டு எழுந்து உட்கார்ந்தான் சித்தார்த். அவன் தலைக்கு மேலாக... கண் விழிகள் தெறித்து வெளியே பிதுங்கியிருக்க, நாக்கு பற்களுக்கிடையில் துருத்திக்கொண்டு நிற்க, உதட்டோரம் ரத்தம் கசிந்திருக்க... தாவணியில் தூக்கிட்டு, சீலிங் ஃபேனில் சடலமாகத் தொங்கிக்கொண்டிருந்தாள் கெளரி.

* * *

வீலென்று அலறினாள் ஹாசினி.

12

ஹாசினி அலறிய சத்தம் கேட்டு ஓடி வந்தார்கள் ராஜசேகரும் பிரேமாவும். தாங்க முடியாத கடுங்குளிர் போல அவள் தேகம் நடுநடுங்கிக்கொண்டிருந்தது.

"என்னம்மா... என்ன ஆச்சு? ஏன் கத்தினே?" என்று அவளின் தோளைத் தொட்டாள் பிரேமா. ஹாசினியின் கண்கள் விட்டத்தை வெறித்துக்கொண்டிருந்தன. அவளின் ஆள்காட்டி விரல் அங்கே எதையோ காண்பிக்க, "கௌரி... நான்... கௌரி..." என்று முனகியது வாய்.

மேலே பார்த்தார்கள். "அங்கே ஒண்ணுமில்லையேடா கண்ணு, எதையாவது பார்த்து பயந்துட்டியா? இங்கே என்னைப் பார்!" என்று ஹாசினியின் முகத்தைத் தன் சேலைத் தலைப்பால் துடைத்துவிட்டாள் பிரேமா.

ஹாசினி சிறிது சிறிதாக இயல்பு நிலைக்கு வந்தாள். பின்பு மெதுவாகப் படுத்துக் கண்களை மூடிக்கொண்டாள்.

'இவள் துருவித் துருவிக் கேட்டாள் என்பதற்காக கௌரி யார், அவளின் தற்கொலை விஷயம், அவள் தரையில் கிடத்தப்பட்டிருந்த கோலம் என எல்லாவற்றையும் இவளிடம் விவரித்துச் சொன்னது தப்போ' என்று தோன்றியது பிரேமாவுக்கு,

காலையிலேயே சித்தார்த்துக்கு போன் செய்தார் ராஜசேகர். 'ஸாரி, காலை வேளையில உங்களை டிஸ்டர்ப் பண்றேன்..." என்றார்.

"ஸார், இதுல என்ன இருக்கு? சொல்லுங்க, என்ன விஷயம்? டாக்டர் எப்படி இருக்காங்க?" என்றான் சித்தார்த்.

"அதைச் சொல்லத்தான் போன் பண்ணினேன். ஞாயித்துக்கிழமை வர்றதா சொல்லியிருந்தேனில்லையா... அவ்ளோ நாள் தள்ளிப்போட வேண்டாம்னு பார்க்கறேன். இன்னிக்கே வரலாமா? நீங்க ஃப்ரீயா?"

"வாங்க ஸார், ஏன், எதுனாச்சும் பிரச்னையா?"

"ஆமா சித்தார்த், நேர்ல விளக்கமா சொல்றேன். எத்தனை மணிக்கு வரட்டும்?"

"நான் என்னுடைய புரொகிராமைப் பார்த்துட்டு, ஒரு பத்து நிமிஷம் கழிச்சு உங்களைக் கூப்பிடட்டுமா?" என்றான் சித்தார்த்.

"ஓகே. ஐ'ம் வெயிட்டிங்!" என்றார் ராஜசேகர்.

"இந்தாடா காபி. இவ்ளோ காலங்காலையில யாருடா போன்ல?" என்றபடி வந்தாள் அம்மா வளர்மதி.

"ஹாசினி அப்பாதான். இப்பவே வரவான்னு கேக்கறாரு!"

"வரட்டுமேடா? எனக்கும் அந்தப் புள்ளைய உடனே பார்க்கணும்போல இருக்கு. அதிருக்கட்டும், அவ கழுத்துல தாலி கட்டுவேனு சொன்னியே, எப்பிடிடா? எந்த தைரியத்துல அப்படிச் சொன்னே? ட்ரீட்மென்ட்டுக்கு அவர் தன் மவளை உங்கிட்ட அழைச்சுட்டு வந்துட்டா, நீ கேட்டதும் கட்டிக் கொடுத்துடுவார்னு நம்பறியா? ஃபீஸ் வேணா தருவார், பொண்ணைத் தரமாட்டார்!" என்றாள் வளர்மதி.

"கொடுக்க வேணாம். எடுத்துக்குவேன்" என்று சிரித்தான் சித்தார்த்.

"இதப் பார்ரா, அதிகப்பிரசங்கித்தனமான காரியமெல்லாம் பண்ணாதே. அப்பா அம்மா சம்மதமில்லாம ஒரு பொண்ணு கழுத்துல தாலி கட்டறது தப்பு. முறைப்படி கேட்டுப் பாரு. சம்மதிச்சா எனக்கும் சந்தோஷம்தான். அவ்வளவுதான் சொல்வேன்" என்றாள் வளர்மதி கண்டிப்பான் குரலில்.

தொடர்ந்து, "ஐயாவும் அம்மாவும் வரும்போது அவங்களுக்குப் பூ பழம் இதெல்லாம் ஒருதட்டுல வெச்சுத் தரணும்டா. ரொம்ப வருஷம் கழிச்சுப் பார்க்கறேன். அந்தம்மாவுக்கு ஒரு ரவிக்கை பிட்டாவது வெச்சுத் தரணும். என்னை அடையாளம் தெரியுமோ என்னவோ அவங்களுக்கு?" என்றாள்.

"இல்லம்மா... அவங்களை நீ பார்க்காம இருக்கிறதுதான் நல்லது" என்றான் சித்தார்த்.

"என்னடா சொல்றே, அவங்களை ஏன் நான் பார்க்கக் கூடாது?"

"அம்மா... உனக்குப் புரியும்படியாவே சொல்றேன். ஆனா, நீ உன் மனசைக் கொஞ்சம் தைரியப்படுத்திக்கணும். அந்தப் பொண்ணு ஹாசினியின் உடம்புக்குள்ள நம்ம கௌரியக்கா புகுந்திருக்கான்னு சொன்னேனில்லையா... அது ஆவி, பூதம் சமாச்சாரமெல்லாம் இல்லை. கௌரியக்காவுக்குப் பல வருஷங்களுக்கு முன்னால அவங்க வீட்டுல ஏதோ விபரீதம் நடந்திருக்கு. அதனாலதான் அக்கா தற்கொலை பண்ணிக்கிச்சு. அந்தச் சம்பவத்தின்போது அங்கே இருந்திருக்கா ஹாசினி. அவளுக்கு அப்ப ஆறு வயசு. என்ன நடந்ததுன்னு சரியா புரிஞ்சிருக்காதே தவிர, அவ மனசுல அது வித்தியாசமா பட்டிருக்கணும். அது அவ மூளையின் ஆழத்துல படிஞ்சிருக்கணும். இப்ப அது வெடிச்சுக்கிட்டு வெளியே வருது. அவ்வளவுதான். அவளை ஹிப்னடைஸ் பண்ணி, அன்னிக்கு நடந்ததையெல்லாம் அவ வாயாலேயே வரவழைக்கப் போறேன். உண்மைகளைக் கறக்கப் போறேன். அந்த உண்மைகள் உனக்கு பயம் ஏற்படுத்தலாம்.

உன்னால தாங்க முடியாததா இருக்கலாம். அதனாலதான் சொல்றேன், அவங்க வரும்போது நீ இங்க இருக்க வேணாம்..."

"போடா... என்னென்னவோ புரியாம சொல்லி என்னை பயமுறுத்தறதே உனக்கு வழக்கமாப் போச்சு. நம்ம கௌரி ஏன் தற்கொலை பண்ணிக்கிட்டானு எனக்குத் தெரிஞ்சாகணும். அதனால நானும் இங்கதான் இருப்பேன். நான் ஒண்ணும் பயப்பட மாட்டேன். என் தங்கமே போய்ச் சேர்ந்துட்டா. அவளோட பிரிவையே தாங்கிக்கிட்டு நான் இன்னும் உசிரோட, குத்துக்கல்லாட்டம்தானே இருக்கேன்..."

"அம்மா... சொன்னாக் கேளு. உன்னை அடையாளம் கண்டுக்கிட்டா அவங்க சுதாரிச்சுடுவாங்க. அப்புறம் உண்மையைக் கண்டுபிடிக்க ஒத்துழைக்க மாட்டாங்க. என்னோட திட்டமெல்லாம் வீணாயிடும்."

"ஏண்டா... நம்ம கௌரி மேல அவங்களுக்கு மட்டும் அக்கறை இருக்காதா என்ன? கௌரியோட தற்கொலைக்கு என்ன காரணம்னு கண்டுபிடிக்க அவங்களும் உதவி பண்ணுவாங்கதானே? அப்படியிருக்கிறப்போ, அவங்க என்னைப் பார்த்து அடையாளம் கண்டுக்கிட்டா ஏன் ஒத்துழைக்க மாட்டாங்கன்றே..?" என்றாள் வளர்மதி புரியாமல்.

"அம்மா... உனக்கு ஒவ்வொண்ணுத்தையும் விலாவாரியா சொல்லி விளக்க வேண்டியிருக்கு. அவங்களுக்கு நீதான் கௌரியோட அம்மான்னோ, நான்தான் அவளோட தம்பின்னோ இப்ப வரைக்கும் தெரியாது. அவங்களைப் பொறுத்தவரைக்கும் நான் ஒரு சைகாலஜிஸ்ட், அவ்வளவுதான்! அன்னிக்கு என்ன நடந்ததுன்னு ஹாசினியைச் சொல்ல வச்சுட்டோம்னா, அவளோட பிரச்னை சால்வ் ஆயிடும். அதுக்காகத்தான் வராங்க. நான்தான் கௌரியோட தம்பின்னு தெரிஞ்சா அவங்க இந்தப் பக்கம் தலைவெச்சே படுக்க மாட்டாங்க. ஏன்னா...."

அம்மாவிடம் சொல்லலாமா வேண்டாமா என்று தயங்கினான் சித்தார்த்.

"சொல்லுடா, ஏன்?"

"அன்னிக்கு கௌரிக்கு நடந்த விபரீதத்துக்கு மூல காரணமே... ஐயா, ஐயான்னு நீ கடவுள் ஸ்தானத்துல வெச்சுக் கும்புட்டுட்டு இருக்கியே, அந்த ராஜசேகர்தான்."

"என்னடா உளர்றே?"

"உளறலேம்மா... உண்மையைச் சொல்றேன். அன்னிக்கு நான் அவங்க வீட்டுக்குப் போயிருந்தேன். அக்கா அவங்க கிட்டேர்ந்து காசு வாங்கித் தரேன்னுச்சு. அதை வாங்குறதுக்காகப் போயிருந்தேன். அப்போ நான் என் ரெண்டு கண்ணால பார்த்ததைத்தான் இப்போ சொல்றேன். அக்காவோட தாவணி, ஜாக்கெட் எல்லாம் கிழிஞ்சிருந்துச்சு. அக்கா கை காலெல்லாம் ரத்தக் கீறல்கள். விசும்பி விசும்பி

அழுதிட்டிருந்துச்சு. அந்த ஆள், அதான் உங்கய்யா... அக்கா பக்கத்துல உட்கார்ந்து, 'ஏதோ நடந்தது நடந்துபோச்சு. தப்புதான். எல்லாம் நான் பார்த்துக்கறேன். நீ இது பத்தி உங்கம்மா கிட்டே எதுவும் சொல்லிட்டிருக்காதே'ன்னு சொல்லிட்டிருந்தாரு. அக்காவோட பழைய டிரஸ் மொத்தத்தையும் பெட்ரோல் ஊத்தி எரிச்சுட்டாரு. அவளுக்குப் புது டிரஸ் போட்டு, அவரே நல்ல புள்ளை மாதிரி வீட்டுல கொண்டு வந்து விட்டுட்டுப் போயிட்டாரு. என்ன நடந்திருக்குன்னு இப்பவாவது உனக்குப் புரியுதா இல்லையா?"

"என்னென்னவோ சொல்றியேடா... வேலை செய்துட்டிருந்தப்போ தலைச்சுற்றல் வந்து மயங்கி விழுந்துட்டாள்னு சொன்னாரேடா..."

"மயங்கிவிழுந்தாஉடம்பெல்லாம்கீறல்வருமா? மனசைதிடப்படுத்திக்கோம்மா. அந்த ராஸ்கல் பலாத்காரம் பண்ணிக் கெடுத்திருக்கான்மா நம்ம கௌரியக்காவை!" – அடிவயிற்றின் ஆங்காரத்தோடு, கண்கள் சிவக்கச் சொன்னான் சித்தார்த்.

"கடவுளே... இது என்ன சோதனை! நீ சொல்றதெல்லாம் உண்மையாடா சித்தார்த்?"

"நான் என் ரெண்டு கண்ணால் பார்த்த உண்மைம்மா!"

"இதை ஏண்டா நீ அப்பவே சொல்லலே என்கிட்ட?"

"சொன்னா மட்டும் என்ன பண்ணியிருக்க முடியும் உன்னால? நீ எப்படியும் நம்பியிருக்க மாட்டே. அவன் அதுக்கு ஏதாவது விளக்கம் சொல்லி உன் வாயை அடைச்சிருப்பான். அல்லது, நீ தைரியமா எதுத்துக் கேட்டிருந்தேன்னா, அவனுக்கிருக்கிற அந்தஸ்துக்கும் செல்வாக்குக்கும் நம்ம குடும்பத்தை, மிச்சமிருக்கிற உன்னையும் என்னையும் மூட்டைப்பூச்சியை நசுக்குற மாதிரி நசுக்கி, இருந்த இடம் தெரியாம பண்ணியிருப்பான்."

வளர்மதி விதிர்விதிர்த்து நின்றிருந்தாள்.

"அதனாலதான் சொல்றேன். அவங்க கண்ணுல நீ படாம இருக்கிறதுதான் நல்லது. எல்லாம் முடியட்டும். என் அக்காவோட தற்கொலைக்கு அவன்தான் காரணம்கிற உண்மை ஹாசினி வாயால வெளியாகட்டும். அப்புறம் வெச்சிக்கிறேன் கச்சேரிய!"

"என்னடா பண்ணப்போறே?" என்றாள் வளர்மதி பயம் நிறைந்த குரலில்.

"பண்ணிட்டுச் சொல்றேன்!" என்றான் சித்தார்த். "இருபது வருஷத்துக்கு முன்னாலேயே தீர்த்திருக்க வேண்டிய கடன்; இவ்வளவு வருஷம் லேட்டாயிடுச்சு. இப்பவாவது தீர்க்கணுமில்லையா, தீர்த்துடறேன்!"

"சித்தார்த், நீ பேசறதைக் கேக்கறப்போ எனக்கு ரொம்ப பயமாயிருக்கு. ஒண்ணு கிடக்க ஒண்ணு செய்து ஆபத்தைத் தேடிக்காதே! எனக்கு இருக்கிறது நீ மட்டும்தான்."

"அம்மா... ஞாபகம் இருக்கா. அக்கா செத்து ஒரு வாரம் இருக்கும். நான் ஒரு நாள் வீட்டுக்கே வரலே. எனக்கு என்ன ஆச்சோன்னு நீ பதறிட்டிருந்தே..."

"ஆமாம். ஸ்கூல் விட்டு வழக்கமா சாயந்திரம் 5 மணிக்கெல்லாம் வீட்டுக்கு வந்துடுவே. அன்னிக்கு 7 மணி ஆகியும் உன்னைக் காணோம். பதறிப்போய், என்ன செய்யறதுன்னு தெரியாம உன் ஸ்கூலுக்கு ஓடிப்போய் விசாரிச்சேன். எல்லாப் பிள்ளைங்களும் அப்பவே போயிட்டாங்களேன்னாரு வாட்ச்மேன். அப்புறம் மோட்டார்கார ஐயா வீட்டுக்குதான் ஓடினேன்..."

"இன்னமும் ஐயாதானா அந்த ஆளு? கஷ்டம்!" என்று தலையில் அடித்துக்கொண்டான் சித்தார்த்.

"நீ கவலைப்படாம போம்மா. ஒரு சின்ன தப்பு பண்ணிட்டான். ஸ்டேஷன்ல வெச்சிருக்காங்கன்னு அவர் சொன்னதுமே அடி வயிறு கலங்கிடுச்சு எனக்கு. என்னய்யா சொல்றீங்க... என் பையன் அப்படியெல்லாம் தப்புத்தண்டாவுக்குப் போற புள்ளையில்லீங்களேன்னேன்."

"அதுக்கு என்ன சொன்னாரு உங்கய்யா..?"

"என்கார்கண்ணாடி மேலகல்லெறிஞ்சுஉடைச்சுட்டான். செக்யூரிட்டி பார்த்துட்டு பையனைப் பிடிச்சு இழுத்திட்டுப் போய்ப் போலீஸ்ல ஒப்படைச்சுட்டாரு. ராத்திரி நான் கம்பெனியிலேர்ந்து வந்ததுமே பார்த்தேன். யாரோ தெருப்பசங்க கிரிக்கெட் விளையாடி உடைச்சுட்டாங்கபோலன்னு நினைச்சேன். அப்புறம்தான் தெரிஞ்சுதுன்னு அது உங்க பையன்னு. செக்யூரிட்டி சொன்னாரு. அடடான்னு ஸ்டேஷனுக்கு ஓடினேன். 'நமக்கு வேண்டிய பையன்தாங்க அவன். சின்னப் பையன். விளையாட்டா பண்ணியிருப்பான். விட்டுருங்க. அவனை எதுவும் பண்ணாதீங்க. நல்ல பையன்தான். நான் பார்த்துக்கறேன்'னேன். 'இல்ல சார், பையனை அடிச்சு கிடிச்சு எதுவும் செய்ய மாட்டோம், பயப்படாதீங்க. ஒரு நைட் இங்க இருந்தாதான் பையனுக்கு ஒரு பயம் இருக்கும். நாளைக் காலைல அனுப்பிடறோம்'னாரு இன்ஸ்பெக்டர். நாளைக்கு வந்துடுவான். பயப்படாம போங்கம்மா. அவன் வந்ததும், 'ஐயாவோட கார் கண்ணாடியை உடைச்சியாமேடா?'ன்னு அவன் கிட்ட எதுவும் கேக்காதீங்க; திட்டாதீங்க. தெருவுல கிடந்த கல்லை எடுத்து விளையாட்டா எறிஞ்சிருக்கான். போறாத நேரம்... அது என் கார்ல பட்டு கண்ணாடி உடைஞ்சிடுச்சு. நான் அவனைப் பார்த்து 'இனி இது மாதிரியெல்லாம் செய்யக் கூடாதுப்பா, நல்ல பிள்ளையா நடந்துக்கணும், நல்லாப் படிச்சு, பெரியவனாகி, உங்கம்மாவை நல்லபடியா வெச்சுக் காப்பாத்தணும். சரியா?'னு புத்தி சொல்லிட்டு வந்திருக்கேன். நாளைக்கு வந்துடுவான். நல்ல பையன். கொஞ்சம் விளையாட்டுப் புத்தி. அவன் கிட்ட எதுவும் கேட்டுக்காதீங்க. தானா சரியாயிடுவான்'னாரு. அப்புறம்தான் மனசு நிம்மதியாச்சு எனக்கு."

"அவ்வளவுதான் சொன்னாரா? வேற ஒண்ணும் சொல்லலையா?" என்று வன்மமாகச் சிரித்தான் சித்தார்த்.

"அவ்வளவுதான் சொன்னாரு. பின்னே... வேற என்னடா பண்ணித் தொலைச்சே?" என்று பதறினாள் வளர்மதி.

"வீட்டுல காய்கறி நறுக்க வெச்சிருந்த கத்தியை எடுத்துப் போய் அந்த ஆள் வயித்துல ஒரு சொருகி சொருகினேன். அதைச் சொல்லலையா அந்தாளு?"

"ஐயோ!" என்று அலறினாள் வளர்மதி.

13

பன்னிரண்டு வயதுச் சிறுவனான தன் மகன் கத்தியால் குத்தி ஒருவரைக் கொலை செய்யவே போய்விட்டான் என்பதை வளர்மதியால் ஜீரணிக்க முடியவில்லை.

"பயப்படாதம்மா. நான் சின்னப் பையன்கிறதால என் கையிலதான் வலுவில்லையா அல்லது கத்திதான் மொண்ணையான்னு தெரியலே... கத்தி கொஞ்சம்கூட அவர் உடம்புல இறங்கலே!" என்று சிரித்தான் சித்தார்த்.

"என்னடா இது, வயசான காலத்துல என் தலையில இப்படி குண்டுக்கு மேல குண்டா தூக்கிப் போடறே?" என்று கலங்கினாள் வளர்மதி.

"அதுக்குதாம்மா நான் ஆரம்பத்துலேயே சொன்னேன்... அவங்களைப் பத்தி எதுவும் கேட்காதே, சில உண்மைகள் தெரிஞ்சா நீ தாங்க மாட்டேன்னு. அக்காவுக்கு என்ன நடந்திருக்கும்னு எனக்கு அன்னிக்கே ஓரளவு புரிஞ்சுடுச்சும்மா. அதை விசாரிக்கத்தான் போனேன். 'முதல் மரியாதை' படத்துல வர்றாப்ல 'எனக்கு ஒரு உண்மை தெரிஞ்சாகணும் சாமி'ன்னு சாதாரணமாதான் கேட்டேன். அந்தாளு பிடி கொடுத்தே பேசலே. 'நீ சின்னப் பையன். உனக்கு இதெல்லாம் ஒண்ணும் தெரியாது. ஒழுங்காப் படிச்சு முன்னேறுற வழியைப் பாரு. போடா'ன்னாரு. 'மரியாதையா சொல்லுங்க, எங்க அக்காவை என்ன பண்ணீங்க?'ன்னு மறுபடியும் கேட்டேன். 'ஏய்... என்ன நீ, போனாப்போகுது சின்னப் பையன்னு பார்த்தா, என்னென்னவோ கேக்கறே?'னு முறைச்சாரு. அதுக்குள்ள அந்தம்மா வந்தாங்க. 'ஏம்மா, நீங்க நல்ல குடும்பத்துப் பொம்பளைதானே... உங்களுக்கு இது மாதிரி ஆகியிருந்தா, சும்மா விட்டுடுவாரா உங்க வீட்டுக்காரரு?'ன்னு கேட்டேன். இதுல என்னம்மா தப்பு? என்னைப் பொளோர்னு அறைஞ்சுட்டான்மா அந்த ராஸ்கல்! அவ்வளவுதான், ஆத்திரம் வந்தது எனக்கு. டிரவுசர் பையில வெச்சிருந்த கத்தியை எடுத்து அவன் வயத்துல குத்தினேன். சனியன், குத்தவே இல்லை அது. அந்தாளு பிடிச்சுத் தள்ளிவிட்டான் என்னை. கீழே விழுந்தேன். அந்தம்மா குய்யோ முறையோன்னு கத்திச்சு. 'வாச்மேன்... வாச்மேன்...'னு அது கத்தவும் செக்யூரிட்டி ஓடி வந்தாரு. என்னைக் கொத்தா தூக்கினாரு. என்னோட கைகளைப் பின்னாடி கட்டிப் போட்டு, வெராண்டால உட்கார வெச்சாரு. ஐயாவைக் கொலை செய்ய வந்ததா போலீஸுக்கு நேர போயி புகார் கொடுத்துட்டு வரச் சொல்லிச்சு அந்தம்மா. உடனே உங்கொய்யா இருக்காரே கொய்யா, 'அதெல்லாம் வேண்டாம். பொடியன், ஏதோ உளர்றான். இதைப் பெரிசு பண்ண வேணாம். அவனை விட்டுருங்க'ன்னாரு. நீ அதைப்

பெருந்தன்மைன்னு நினைப்பே. அதான் இல்லே. ஸ்டேஷனுக்குப் போனா அங்க என்ன ஏதுன்னு விசாரிப்பாங்க. நான் நடந்ததைச் சொல்லுவேன். இந்தாளு லட்சணம் இவ்வளவுதானான்னு குட்டு வெளியாகும். விஷயம் வெளியே கசிஞ்சா பேப்பர்ல இவன் பேர் நாறும். அந்தளவுக்குக் கொண்டு போக வேணாம்னுதான் உஷாரா என்னை விட்டுட்டான். நான் வெளியே காத்திருந்தேன். கொஞ்ச நேரத்துல அவன் கார்ல கிளம்பினான். எடுத்தேன் கருங்கல்லை. ஆத்திரத்தோட கார் மேல அடிச்சேன். பின் கண்ணாடி உடைஞ்சு, சிலந்தி வலை மாதிரி வீறல் விட்டுடுச்சு. கேட்டை சார்த்தப்போன செக்யூரிட்டி ஓடி வந்து என்னைப் பிடிச்சுத் தரதரனு இழுத்துட்டுப் போய் போலீஸ் ஸ்டேஷன்ல விட்டுட்டாரு. கார் கண்ணாடியை உடைச்சதா மட்டும் புகார் கொடுத்தாரு. இன்ஸ்பெக்டர் உங்க ஐயாவுக்கு போன் பண்ணினாரு. அவருதான் சொன்னாரு, 'இன்னிக்கு ஒரு நாள் உங்க கஸ்டடில வெச்சிருந்து விட்டுடுங்க'ன்னு. இல்லாட்டி என்னை ரெண்டு தட்டுத் தட்டிக் காலையிலேயே விட்டிருப்பாங்க. இதான் உண்மையிலேயே நடந்தது. ஆனா, உங்கிட்ட என்னமா மாத்திச் சொல்லி நல்லவன் வேஷம் போட்டிருக்கான் பாரு அந்த ஆளு!"

ஒரு பெருமூச்சு ஒன்று எழுந்தது வளர்மதியிடமிருந்து.

"சரிடா... போனதெல்லாம் போகட்டும். அந்த மனுஷன் அயோக்கியனாவே இருந்துட்டுப் போகட்டும். இத்தனை வருஷத்துக்கப்புறம் நடந்துபோனதைத் தோண்டியெடுத்து ஆகப்போறது ஒண்ணுமில்லே. நம்மை விட்டுப் போன கௌரி திரும்பி வந்துடப்போறாளா என்ன? போனவ போனவதான். அது நடந்து முடிஞ்ச கதை. இனிமே அதுக்குப் பழிவாங்கறேன்னு கிளம்பி நீ வம்புல மாட்டிக்காதே! பணம், காசு, பதவி, அந்தஸ்து உள்ளவங்க என்ன வேணாலும் செய்வாங்கன்னு நீயே சொல்றே. அப்புறம் என்ன..? அவரோட பணமும் அந்தஸ்தும் பதவியும் இன்னும் பெரிசாய்த்தான் ஆகியிருக்கு. மலையோடு மோதினா நம்ம மண்டைதான் உடையும். அதனால, இதை இத்தோட விட்டுடு. அவங்க பொண்ணுக்கு வேற எங்கேயாவது ட்ரீட்மென்ட் பண்ணிக்கட்டும்; பண்ணிக்காம போகட்டும். அது அவங்க தலையெழுத்து. நம்ம கௌரி சாவுக்கு அவர் காரணமா இருந்தது உண்மைன்னா, அதுக்கான தண்டனையாத்தான் கடவுள் அவர் பொண்ணுக்குப் பைத்தியம் பிடிக்க வெச்சிருக்கிறார், ஒரு வகையில என் பொண்ணுக்கு நீதி கிடைச்சிடுச்சுன்னு நினைச்சுக்கிட்டு என் மனசை ஆத்திக்கிறேன்..." என்று சேலைத் தலைப்பை வாயில் வைத்து அழுதாள் வளர்மதி.

"இல்லம்மா... அப்படி லேசுல விட்டுட முடியாது அந்த ஆளை. என் அக்காவின் மரணத்துக்குப் பழிவாங்கியே தீருவேன். அன்னிக்கு நான் சின்னப் பையன். அசட்டுத்தனமா கத்தியைத் தூக்கிட்டுப் போய், என் வீரத்தைக் காட்டினேன். இப்போ வேற பிளான் வெச்சிருக்கேன். அவனைக் கதறக் கதற அடிக்கப்போறேன். துடிச்சுத் துடிச்சு சாவப் போறான் நாயி!" என்று பல்லைக் கடித்தான் சித்தார்த்.

மொபைல் எடுத்து, எங்கள் ஒற்றிக் காத்திருந்து, "சார், இன்னிக்கும் நாளைக்கும் எனக்குக் கொஞ்சம் வெளியில வேலை இருக்கு. அடுத்து வியாழக்கிழமையும் வெள்ளிக்கிழமையும் மும்பைல ரெண்டு காலேஜ்ல நான் ஸ்பெஷல் லெக்சர் கொடுக்கறேன். சனிக்கிழமை மதியத்துக்கு மேலதான் சென்னைக்கு வருவேன். அதனால, நாம ஏற்கெனவே பிளான் பண்ணினபடி ஞாயித்துக்கிழமையே கவுன்சிலிங்கை ஸ்டார்ட் பண்ணிடுவோம். அதுக்குள்ள எதுவும் ஆகாது உங்க பொண்ணுக்கு. தைரியமா இருங்க" என்றான்.

"அப்படிங்கிறீங்களா... சரி!" என்றார் ராஜசேகர் ஏமாற்றம் ததும்பிய குரலில்.

"ஒண்ணும் கவலைப்படாதீங்க. நான் சென்னை வந்ததும் உங்களுக்கு 'கால்' பண்ணி, ஞாயித்துக்கிழமை எங்கே, எப்போ வரணும்ணு சொல்றேன். எல்லாத்தையும் நல்லபடியா முடிச்சிடலாம்!" என்றுவிட்டு மொபைலை அணைத்தான் சித்தார்த். பின், "முடிச்சிடலாம்" என்று இன்னொரு தடவை அழுத்தமாகச் சொல்லி, 'விஷ்ஷ்க்...' என்று ஒலி செய்து, விரல்களைக் கத்தி மாதிரி காற்றில் சீவி, விகாரமாக இளித்தான்.

வளர்மதி ரொம்பவும் கலங்கிப்போனாள்..

* * *

பிரேமா வற்புறுத்தியதன்பேரில் அன்றைக்கு அலுவலகத்துக்கு விடுமுறை சொல்லிவிட்டு, வீட்டில் ஓய்வாக இருந்தாள் ஹாசினி. ராஜசேகர் கம்பெனிக்குக் கிளம்பிச் சென்றிருக்க, வாசல் கிரில் கதவைப் பூட்டிவிட்டு வந்து, எதிர் அறையில் பழைய சேலையைத் தரையில் விரித்துப் படுத்திருந்தாள் பிரேமா.

ஹாசினியின் மொபைல் ஒலித்தது. எடுத்தாள். "ஹாய் ஹாசினி, பிஸியா இருக்கியா? பேசலாமா?" என்றான் ஜெயந்த்.

"சொல்லு ஜெயந்த், இன்னிக்கு நான் ஆபீஸ் போகலை. வீட்லதான் இருக்கேன். சொல்லு, என்ன விஷயம்? நேத்து நீங்க ஸேம்பா பெங்களூர் போய்ச் சேர்ந்தீங்களா?"

"ஓயெஸ்! நேத்திக்கே 12 மணிக்கெல்லாம் வீட்டுக்கு வந்தாச்சு. உன்னுடைய மெசேஜையும் பார்த்தேன். தேங்க்ஸ் ஹாசினி!" என்றான் ஜெயந்த்.

"எதுக்கு தேங்க்ஸ்? இந்த வீட்டுல வந்து தங்கிக்கலாம், எனக்கு ஆட்சேபனை இல்லேன்னு சொன்னதுக்கா?"

"அதுக்கும்தான். கூடவே, உங்க 'மூவி பசார்'ல என்னை பேட்டியெடுத்துப் போடறதா சொன்னியே, அதுக்குதான் முக்கியமா! எவ்வளவு சீக்கிரம் முடியுமோ, அவ்வளவு சீக்கிரம் நீ எனக்கு இந்த உதவியைப் பண்ணித் தந்தேன்னா ரொம்ப ஹெல்ப்ஃபுல்லா இருக்கும் எனக்கு."

"தாராளமா பண்ணிடலாம். எப்ப வரே இங்கே?"

"அதைச் சொல்றதுக்குதான் போன் பண்ணினேன். இன்னிக்கு ஈவினிங்கே அங்க வரலாம்னு இருக்கேன். வரலாம்தானே?"

"என்ன ஜெயந்த் இது கேள்வி... உன் அத்தை, மாமா வீடு. உனக்கில்லாத உரிமையா? இதுல என் சம்மதம் என்ன நடுவுல? தாராளமா வா!" என்றாள் ஹாசினி.

"என்னுடைய டார்கெட் முதல்ல சென்னை, ஹாசினி! அடுத்தடுத்து கோயம்புத்தூர், திருச்சி, மதுரை மூணுக்கும் ஒரு ரவுண்ட் போய் அங்கெல்லாம் என்னுடைய சோலார் பேனல் இன்ஸ்டாலாஷேன்ஸுக்கு ஆர்டர் எடுத்துட்டு வரணும்னு பிளான் பண்ணியிருக்கேன்..."

"கோயம்புத்தூர்ல எல்லாம் நிறைய பில்டிங்குகள்ல சோலார் பேனல் போட்டிருக்கிறதைப் பார்த்திருக்கேனே..."

"இல்ல ஹாசினி, அதைத்தான் என் இன்டர்வியூல சொல்லலாம்னு இருக்கேன். என்னுடைய டார்கெட் பெரிய பெரிய கம்பெனீஸ், அப்பார்ட்மென்ட்ஸ் கிடையாது. நடுத்தர மற்றும் ஏழைக் குடும்பத்து மக்கள்."

"அவங்களுக்கு சோலார் பேனல் போட்டுக் கட்டுப்படியாகுமா?" என்று கேட்டாள் ஹாசினி.

"தாராளமா. ஒரு கிராமமா சேர்ந்து மொத்தமா இதுல இன்வெஸ்ட் பண்ணினாங்கன்னா, கவர்ன்மென்ட் கணிசமா இதுக்கு மானியம் தருது. அதுக்கும் பேப்பர்ஸ் மூவ் பண்ணி, நாங்களே ஏற்பாடு பண்ணித் தரோம். அப்படியில்லாம ஒரு வீட்டுக்கு மட்டும் தேவைன்னாலும் குறைஞ்ச செலவுல பண்ணித் தரோம். நாலே நாலு பல்பு எரியிற கூரை வீடா இருந்தாலும் சோலார் பேனல் அமைக்க முடியும்."

"இஸிட்..?" என்றாள் ஹாசினி ஆச்சரியமாய்.

"சொன்னா உனக்கு ஆச்சரியமா இருக்கும். வொயிட்ஃபீல்டுல பானி பூரி விக்கிற ஒரு தள்ளுவண்டி வியாபாரி கேட்டார், 'எனக்கு சாயந்திரம் 7 மணியிலேர்ந்து நைட் 12 மணி வரைக்கும், அஞ்சு மணி நேரம் விடாம இரண்டு பல்பு எரியிற அளவுக்கு சோலார் பேனல் செட் பண்ணித் தர முடியுமா?'ன்னு. பண்ணிக் கொடுத்திருக்கேன். தினம் அவருக்கு வர்ற வருமானத்துலேர்ந்து கொஞ்சம் பணத்தை தவணை முறையில அடைச்சிட்டார்னா பார்த்துக்கோ. ஹாசினி, இது பத்தின விழிப்புணர்வு நம்ம ஜனங்களுக்கு இன்னும் ஏற்படலை. இதைப் பெரிய அளவுல கொண்டு போனா, நாட்டுல, அதுவும் வருஷத்துக்கு ஒன்பது மாசம் கடும் வெயில் அடிக்கிற சென்னையில மின்தட்டுப்பாடுங்கிறதே இருக்காது! இது பத்தியெல்லாம்தான் நான் உன்னோட இன்டர்வியூல பகிர்ந்துக்கலாம்னு இருக்கேன்."

"ஜெயந்த், நீ சொல்றதெல்லாம் எனக்கே புதுசா இருக்கு. முதல்ல நீ ஏதோ ஹெல்ப் கேக்கறேன்னுதான் உனக்கு உதவி பண்றேன்னேன். ஆனா, உண்மையில் ஒரு நல்ல சப்ஜெக்டை நேயர்களுக்குக் கொடுக்கிறதுக்கு நீதான் எங்க சேனலுக்கு

ஹெல்ப் பண்றே. வெறி இன்ட்ரெஸ்ட்டிங்! உடனே, கிளம்பி வா" என்றாள் ஹாசினி, உற்சாகம் கொப்பளிக்கும் குரலில். "ஆமா, உங்கம்மா இதுக்கு ஒத்துக்குவாங்களா... ஐ மீன், எங்க வீட்டுல நீ ஒரு மாசம் தங்குறதுக்கு? அவங்களுக்குதான் எங்களைக் கண்டாலே ஆகாதே?" என்றாள்.

"அம்மா கிட்டே மட்டுமில்ல, அப்பா கிட்டேயும் நான் உங்க வீட்டுல வந்து தங்கப்போறேன்னு சொல்லப்போறதில்லை. தேவையில்லாம அங்க எதுக்கு, ஏன்னு ஆயிரத்தெட்டு கேள்வி கேப்பாங்க. என் பிசினஸை டெவலப் பண்றதுக்காகத் தமிழ்நாட்டுல ஒரு மாச காலத்துக்கு ரவுண்ட்ஸ் வரலாம்னு இருக்கேன்னு அவங்க காதுல நேத்தே ஒரு வார்த்தை போட்டு வெச்சுட்டேன். அவங்களை நான் சமாளிச்சுக்கறேன். அத்தையும் மாமாவும் போட்டுக்கொடுக்காதிருந்தா ரைட்டு!"

"வா வா, சொல்லிட்டேனா அதெல்லாம் போட்டுக் கொடுக்க மாட்டாங்க!" என்று சிரித்தாள் ஹாசினி. அவளுக்கு ஆரம்பத்தில் ஜெயந்த் மீது ஏற்பட்டிருந்த அந்நியத்தன்மை மாறி, ஓர் ஒட்டுதல் ஏற்பட்டிருப்பதாக உணர்ந்தாள்.

ஹாசினியின் உற்சாக வரவேற்பால் மனம் குளிர்ந்தான் ஜெயந்த். ஆனால், அத்தை வீட்டில் தங்கியிருக்கும் காலத்தில் மாமாவின் பழைய சரித்திரத்தை எப்படித் தோண்டுவது, தன் அப்பாவைப் பற்றிய தடயம் ஏதும் அவர் வீட்டில் சிக்குமா, அவர் திருச்சியில் இருந்தபோதே அப்பாவை அடித்து விரட்டிவிட்டாரே, அப்படியிருக்க, இத்தனை வருட காலம் கழித்து என்ன கிடைக்கப்போகிறது... அல்லது, திருச்சியில் அவர் வேலை செய்த பழைய கம்பெனிக்குப் போய் அவருடன் பணியாற்றிய சினியர்கள் யாராவது இருந்தால், அவர்களிடம் பேசிப்பார்த்தால் ஏதேனும் க்ளூ கிடைக்குமா என்று பலவாறாக யோசித்தான்.

"என்ன ஜெயந்த், சைலென்ட் ஆயிட்டே?" என்றாள் ஹாசினி.

"ஒண்ணுமில்ல... துணிமணியெல்லாம் பேக் பண்ணிக்கிட்டு, அதிக பட்சம் நைட் எட்டு எட்டரைக்குள்ள அங்க வந்துடுவேன். எதுக்கும் நீ உங்கப்பா அம்மா கிட்ட நான் வர்றது பத்தின விஷயத்தை முன்னதா காதுல போட்டு வை. என்னதான் மாமா, அத்தைன்னாலும் சொல்லாம கொள்ளாம வந்து நின்னா நல்லாருக்காது."

"கண்டிப்பா. நீ வந்து இங்க ஒரு மாசம் இருக்கப்போறேங்கிறது அவங்களுக்கும் சந்தோஷமாதான் இருக்கும்" என்றாள் ஹாசினி.

ஜெயந்த் லைனைக் கட் செய்த அடுத்த விநாடி, மீண்டும் மொபைல் ஒலித்தது.

எடுத்துப் பார்த்தாள். அவள் முகத்தில் ஒரு புன்னகை.

"ஹாய் சித்தார்த், உங்களுக்கு நூறு வயசு. இப்பத்தான் நானே உங்களுக்கு போன் பண்ணணும்னு நினைச்சேன்..." என்றாள் ஹாசினி.

14

"**சித்**தார்த்... நீ ஏதோ தப்பான பாதையில போறேன்னு மட்டும் தெரியுது. வேண்டாம். இது நல்லதுக்கில்லே. ஹாசினி அப்பா உண்மையிலேயே தப்பு பண்ணவரா இருந்தா, சட்டத்திடம் அவரை ஒப்படை. அதுதான் சரி. நீயே சட்டத்தைக் கையில எடுத்துக்காதே!" என்றாள் வளர்மதி.

சித்தார்த் சிரித்தான். "ஏம்மா, சின்ன வயசுல நீ நிறைய எம்.ஜி.ஆர். படம் பார்த்திருக்கியோ?" என்றான்.

"உனக்குச் சிரிப்பா இருக்கு. எனக்குப் பதற்றமா இருக்கு. படிக்கிற வயசுல கத்தியை எடுத்துக் குத்தப் போனேன்னு சொன்னதையே என்னால தாங்க முடியலை. இப்ப பழி வாங்கப்போறேன்னு கிளம்பறே. இதெல்லாம் சரியில்லைடா. சொன்னா கேளு!"

"வீணா பயப்படாதம்மா. எனக்கு ஒண்ணும் ஆகாது. அவனைச் சட்டபூர்வமா தண்டிக்கிறதெல்லாம் ஆகிற காரியமில்லை. எவிடென்ஸ் எதுவும் கிடையாது. ஹாசினி சொல்லப்போறதுலதான் உண்மை அடங்கியிருக்கு. ஆனா, அது சட்டத்தின் முன் செல்லாது. அதனால, மேலே இருக்கிற என் மாடி அறைதான் கோர்ட்; அதுல நான் ஹாசினிக்குக் கொடுக்கப்போற கவுன்சிலிங்தான் என் அக்காவின் தற்கொலை வழக்குக்கான குறுக்கு விசாரணை; என் மனச்சாட்சிதான் ஜட்ஜ்; நான் எழுதப்போறதுதான் தீர்ப்பு..." என்று அடுக்கிக்கொண்டே போன சித்தார்த், "ஐயையோ... உன்கூட சேர்ந்து நானும் சினிமா டயலாக் மாதிரி பேச ஆரம்பிச்சுட்டேனே" என்று சிரித்தான்.

வளர்மதி மகனை நெருங்கி, அவன் தோளைப் பற்றினாள். "சித்தார்த், உன்னுடைய இந்தப் போக்கு சரியில்லை. இதுக்குத்தானா கஷ்டப்பட்டு உன்னைப் படிக்க வெச்சது?" என்றாள்.

"சரிம்மா... ஹாசினி வாயாலேயே உண்மை வெளியாகி, அக்கா சாவுக்கு அந்த ஆள்தான் காரணம்னு புருவ் ஆயிடுச்சுன்னா, அந்த ராஸ்கலை என்ன பண்ணலாம், நீயே சொல்லு?"

"என்ன பண்றது... தூ தூ... உன் லட்சணம் இவ்ளோதானடா நாயே, உனக்கெல்லாம் நல்ல சாவே வராதுடானு நாக்கைப் பிடுங்கிக்கிற மாதிரி நாலு வார்த்தை கேட்டுட்டு வர வேண்டியதுதான். வேற என்ன பண்ண முடியும்?"

"அப்போ, நம்ம கௌரியை சாகடிச்சவன் எந்தத் தண்டனையுமில்லாம ஏகபோகமா, சுதந்திரமா, சகல சௌபாக்கியங்களோடு நடமாடிக்கிட்டிருக்கிறதை கையைக் கட்டி வேடிக்கை பார்த்திட்டிருக்கச் சொல்றே... அப்படித்தானே?"

"அவனை தண்டிக்கிற வேலையைக் கடவுள் பார்த்துப்பார்! தெய்வம் நின்று கொல்லும்!"

"நின்னுதான் கொல்லப்போகுது!" என்று சிரித்த சித்தர்த், "தெய்வம் மனுஷ்ய ரூபேணன்னு சொல்லிக் கேள்விப்பட்டிருக்கியாம்மா? நாம நினைக்கிற மாதிரி ஆறு தலை, பன்னிரண்டு கைகளோடு கடவுள் நேரடியா வரமாட்டாராம். மனுஷ ரூபத்துலதான் வருவாராம். அந்த ராஜசேகரை தண்டிக்க தெய்வம் என் ரூபத்துல வந்திருக்குன்னு நினைச்சுக்கோ! நான் நடத்தப்போற இந்த ஆபரேஷனுக்குப் பெயர் 'யுத்தம் மரணம் கந்தசாமி' என்றான்.

"அது யார் கந்தசாமி?" என்றாள் வளர்மதி.

"சூரனை வதம் செய்த முருகக் கடவுள்! இந்த ராஜசேக அசுரனை வதைக்க என் அப்பன் முருகன் என் உருவத்துல வந்திருக்கான். கட்டு கட்டு கதறிடக் கட்டு... கட்டி உருட்டு கை கால் முறிய... முட்டு முட்டு முழிகள் பிதுங்கிட... செக்கு செக்கு செதில் செதிலாக..." – சொல்லிவிட்டு, 'ஹாஹாஹா...'வெனச் சிரித்தான் சித்தார்த்.

பீதியில் உறைந்து நின்றாள் வளர்மதி.

சின்ன வயதில் படிப்பில் வெகு சுட்டியாக இருந்தவன் சித்தார்த். மாநிலக் கல்லூரியில் உளவியல் பாடம் எடுத்துப் படித்தான். மாஸ்டர் டிகிரி முடித்ததுமே, அம்மாவுக்கு மேலும் பாரமாக இருக்க விரும்பாமல், 'விஜயலக்ஷ்மி யாத்ரா சர்வீஸில்' ஒரு சின்ன வேலையைத் தேடிக்கொண்டான். வேலை நேரம் போக, இதர நேரங்களில் உளவியல், மனோதத்துவம் தொடர்பான புத்தகங்களைத் தேடிப் படிக்க ஆரம்பித்தான். கல்லூரிகளில் மாணவர்களுக்கு 'மோட்டிவேஷனல் டாக்' கொடுத்தான். மனோதத்துவக் கருத்தரங்குகளில் பார்வையாளனாகக் கலந்துகொண்டவன், பின்பு தானும் பங்கேற்று தன் வாதங்களை முன்வைக்கத் தொடங்கினான். சைக்கோ கிளினிக்குகள் சிலவற்றில் உதவியாளனாகப் பணியாற்றினான். தற்கொலை எண்ணம் கொண்டவர்களுக்கு கவுன்சிலிங் கொடுத்தான். வெளிநாடுகளில் உள்ளவர்களோடு 'ஜூம்' மீட்டிங்கில் கலந்துகொண்டான். மன அழுத்தத்தைப் போக்கிக்கொள்ள எளிமையான யோகா, ஆழ்நிலை தியான வகுப்புகள் எடுத்தான். ஒரு வெப்சைட்

தொடங்கி, மனோதத்துவக் கட்டுரைகளைப் பதிவிட்டான். எளிமையான தமிழில் அவன் எழுதிய கட்டுரைகளுக்கு நல்ல வரவேற்பு.

ஓரளவு நல்ல வருமானம் வரத் தொடங்கியதும், அம்மாவின் குரோம்பேட்டை இட்லிக் கடையை மூடச் சொல்லிவிட்டு, ஆதம்பாக்கத்தில் ஒரு வசதியான வீடு எடுத்துக் குடியேறினான். நாள்கள் உற்சாகமாகப் போய்க்கொண்டிருந்தன.

அப்போதுதான் அந்தப் பெண் போன் செய்திருந்தாள். "சார், எங்க 'மூவி பசார்' நியூஸ் சேனலுக்காக உங்களை ஒரு இன்டர்வியூ பண்ணலாம்னு இருக்கோம். ஆர் யூ இன்ட்ரஸ்டெட்?" என்று கேட்டாள்.

"நீங்க யாருன்னு தெரிஞ்சுக்கலாமா? 'மூவி பசார்'ல உங்க டெசிக்னேஷன் என்ன?" என்று கேட்டான் சித்தார்த்.

"என் பெயர் ஹாசினி. ஷோ புரொடியூசரா இருக்கேன்" என்றாள் அந்தப் பெண்.

'ஹாசினி' என்பது நன்கு பரிச்சயமான பெயராக அவன் மனதில் பட்டது. ஒருவேளை, எப்போதாவது 'மூவி பசார்' புரொகிராம் எதிலாவது அவளைப் பார்த்திருக்கக்கூடும்; அல்லது பேட்டிகளில் அவள் தன்னை அறிமுகம் செய்துகொள்ளும்போது காதில் விழுந்து, பதிந்திருக்கக்கூடும் என்று நினைத்தான்.

"சொல்லுங்க, என்ன திடீர்னு என்னை பேட்டியெடுக்கணும்னு..?" என்றான்.

"உளவியல் தொடர்பான உங்க புஸ்தகங்களைப் படிச்சிருக்கேன். ரொம்ப நல்லா, பாமரருக்கும் புரியற மாதிரி எழுதியிருந்தீங்க. தவிர, ரீசன்ட்டா பெண்கள் பத்திரிகை ஒண்ணுல 'வளர்ந்து வற்ற பெண் தொழிலதிபர்களை'ப் பத்தின ஒரு கட்டுரைத் தொடர் படிச்சேன். அதுல ஒரு அம்மா, உங்களைப் பத்தி ரொம்பப் பெருமையா சொல்லியிருந்தாங்க. வாழ்க்கையில விரக்தியுற்றுத் தற்கொலை வரைக்கும் போன அவங்களுக்கு கவுன்சிலிங் கொடுத்து, அவங்க மனசை மாத்தி, தன்னம்பிக்கையூட்டி, இன்னிக்கு அவங்க ஒரு கம்பீரமான மனுஷியா சமுதாயத்துல உலா வற்றதுக்குக் காரணமே நீங்கதான்னு சொல்லியிருந்தாங்க. ஸோ, உங்களைப் போன்ற ஆளுமைகளை எங்க நேயர்களுக்கு அறிமுகப்படுத்தணும்னு நினைச்சோம்..."

"ரைட்... இன்டர்வியூவுல என்னென்ன கேள்விகள் கேட்கப்போறீங்கன்னு எனக்கு இமெயில் பண்ணுங்க. நான் கொஞ்சம் பிரிபேர் பண்ணிக்கிறேன்."

"ஷூர் சார், உங்க ஸ்கூல், காலேஜ் பருவம், பேக்ரவுண்ட், உளவியல் துறையில உங்களுக்கு எப்படி இன்ட்ரெஸ்ட் வந்தது, அப்புறம்... காதல் தோல்வி தற்கொலைகள், தேர்வுத் தோல்வி, மதிப்பெண் குறைவு இதனாலெல்லாம் மாணவர்களின் தற்கொலைகள், எலெக்ஷன்ல தங்கள் தலைவர் தோற்றதால் அல்லது இறந்ததால் மனமுடைந்து தற்கொலை செய்துகொள்கிற தொண்டனுடைய மனோபாவம்

இது பற்றிய உங்கள் கருத்து, தற்கொலைகளைத் தடுக்க பேரன்ட்ஸுக்கு உங்க அட்வைஸ்... இப்படியான கேள்விகள்தான் சார் இருக்கும். நான் கேள்விகளை ரெடி பண்ணிட்டு உங்க மெயிலுக்கு இன்னிக்கே அனுப்பிடறேன். இன்டர்வியூவை நாளை மதியம் வெச்சுக்கலாமா சார்?"

"நாளைக்கேவா? ஸாரி, நான் கொஞ்சம் தயாராகிக்க வேணாமா? நாளை மறுநாள் 12 மணின்னா உங்களுக்கு ஓகேவா? எங்கே வரணும்னு சொல்லுங்க?"

"ஓகே சார். எங்க தௌசண்ட் லைட்ஸ் ஸ்டுடியோவுக்கே வந்துட்டிங்கன்னா நல்லது. எங்க ஆபீஸ் அட்ரஸை இப்ப உங்களுக்கு வாட்ஸப் பண்றேன். நீங்க வந்ததும் அதிக பட்சம் ரெண்டு மணி நேரத்துல இன்டர்வியூவை ஷூட் பண்ணி முடிச்சுடலாம். ஓகேவா சார்?" என்றாள் ஹாசினி படபடவென்று.

"ஓகே! வந்துடறேன்" என்றான் சித்தார்த்.

அன்றைய தினம் காலையில் ரிமைண்டர் கால் செய்திருந்தாள் ஹாசினி. "சார், உங்க இன்டர்வியூவுக்காக ஸ்டுடியோவை புக் பண்ணி வெச்சிருக்கேன். ஷார்ப்பா ட்வெல்வோ கிளாக் வந்துட்டிங்கன்னா நல்லது சார், ப்ளீஸ்! டூ தர்ட்டிக்கு வேற ஒரு புரொடியூசர் புக் பண்ணியிருக்காரு. அதான்..."

சொன்னபடி சரியாக 12 மணிக்குப் போய்விட்டான் சித்தார்த். அவனை இன்டர்வியூ செய்தது ஸ்பெஷல் ஹோஸ்ட்டாக வந்திருந்த ஒரு பிரபல சின்னத்திரை நடிகை. ஹாசினி சூப்பர்வைஸ் செய்துகொண்டிருந்தாள். கேமராமேனுக்கு இன்ஸ்ட்ரக்ஷன் கொடுத்துக்கொண்டிருந்தாள். இன்டர்வியூவின் இடையிடையே குறுக்கிட்டு, "இந்தக் கேள்வியைக் கேக்குறப்போ உன் குரல்லயும், கண்ணுலயும் ஆச்சரியம் தெறிக்கணும்மா... ப்ளீஸ், ட்ரை ஒன்ஸ் மோர்!", "பாபு, டிப்பா மேல வெச்சிருக்கிற அவரோட புக்ஸ்கள் மேல கேமரா மெதுவா டிராவல் பண்ணி, அப்படியே சாரோட சட்டை, கழுத்து, முகம்னு போய் நிக்கட்டும். அவர் பேசறப்போ ஒரு கட் கொடுத்துக்கலாம். லைட்டிங் செக் பண்ணிக்கிட்டியா? டேக் போகலாமா?", "மேடம்... பயமே வேண்டாம். யதார்த்தமா, ஜாவியலா, கேள்வியை உள்வாங்கிக்கிட்டு நீங்கள கேக்குற மாதிரி இயல்பா கேளுங்க. சீரியல் நடிப்பை மறந்துடுங்க. என்ன..?", "சித்தார்த் சார், டென்ஷனே வேண்டாம். நீங்கதான் இங்க ஹீரோ. உங்க வீட்டுல இருக்கிற மாதிரி இயல்பா இருங்க. வார்த்தை தடுமாறிச்சுன்னா கவலையே பட வேண்டாம். மறுபடியும் ஒரு தடவை சரியா பேசிடுங்க, போதும்! எங்க எடிட்டர் மூர்த்தி இருக்கானே, எமகாதகன்... ஒரு பிசிறு கூடத் தெரியாத மாதிரி கச்சிதமா வெட்டிக் கடாசிடுவான்."

பரபரவென்று செயல்பட்டாள் ஹாசினி. சொன்னாற்போல் மதியம் 2 மணிக்குள் ஷூட் முடிந்துவிட்டது. விடைபெற்றுக் கிளம்பினான் சித்தார்த்.

"என்னிக்கு இதை ரிலீஸ் பண்ணுவீங்க?" என்று கேட்டான். "வர்ற சண்டே" என்றாள் ஹாசினி. "ஏன் அவ்ளோ கேப்?" என்றான்.

"இடையில மூணே நாள்தானே சார் இருக்கு... இந்த மூணு நாளும் இதுலேர்ந்து டீசர் கட் பண்ணிப் போட்டுக்கிட்டிருப்போம். தவிர, எங்க சேனலுக்கு சண்டேல அதிக வியூஸ் கிடைக்கும்" என்றாள்.

"ரிலீஸாகுறதுக்கு முன்னால இன்டர்வியூ எப்படி வந்திருக்குன்னு நான் ஒரு தடவை பார்க்கலாமா?" என்று கேட்டான்.

"ஓ ஷூர்! சனிக்கிழமை வரீங்களா ஸ்டுடியோவுக்கு. ஸ்க்ரீன் பண்ணிக் காட்டறேன்" என்றாள் ஹாசினி.

"ஏன் மேடம், லின்க் அனுப்ப முடியாதா? வீட்டிலேயே பார்த்துப்பேனே?" என்றான் சித்தார்த்.

"ஸாரி சார், எங்களுக்கு அதுக்கு பர்மிஷன் இல்லை" என்று அவள் உதட்டைச் சுழித்துச் சிரித்ததில் கிறங்கிப்போனான்.

சனிக்கிழமை, சித்தார்த் 'மூவி பஸார்' போயிருந்தபோது, 'பேட்ட' படத்தைப் பற்றிய ஒரு கலந்துரையாடலை ஷூட் செய்துகொண்டிருந்தாள் ஹாசினி. சித்தார்த் காத்திருந்தான். டைரக்டர் கார்த்திக் சுப்பராஜை வழியனுப்பிவிட்டுத் திரும்பியவள், சித்தார்த் அமர்ந்திருப்பதைப் பார்த்து, "ஓ ஸாரி, வாங்க, வாங்க. வந்து ரொம்ப நேரமாச்சா? ஜஸ்ட் வெயிட், இதோ வந்துடறேன்" என்றுவிட்டு ஓடினாள். சற்று நேரத்தில் வந்து, அவனைத் தியேட்டருக்கு அழைத்துச் சென்றாள். அவனுடைய இன்டர்வியூவை ஸ்க்ரீன் செய்து காட்டினாள்.

மிகச் சிறப்பாகவே வந்திருந்தது ஃபைனல் அவுட்புட்! பேட்டியெடுத்த சின்னத்திரை நட்சத்திரம் செயற்கையாக இல்லாமல், கேள்விகளை உள்வாங்கி தானே கேட்பதுபோல் இயல்பாகக் கேட்டாள். முக்கியமாக, அவன் பதில் சொல்லும்போது பராக்குப் பார்க்காமல், உன்னிப்பாகக் கவனித்து, தகுந்த எக்ஸ்பிரஷன்கள் கொடுத்துக்கொண்டிருந்தாள். அவனும் மிக யதார்த்தமாக உரையாடினான். சேனல் பேட்டி என்பதுதான் அவனுக்குப் புதுசே தவிர, உரையாற்றுவது புதுசில்லையே?

தனது கடந்த கால வாழ்க்கை பற்றி உருக்கமாக விவரித்தான். அப்பா தவறிப்போய், அம்மா தன்னை வளர்த்து ஆளாக்கப் பாடுபட்டதைப் பற்றிச் சொன்னான். அக்கா இறந்த பின்பு திருச்சியை விட்டு வெளியேறி, சென்னையில் வந்து செட்டிலானது பற்றியும் இந்த பேட்டியில் அவன் சொல்லியிருந்தான்.

எடிட்டிங்கின்போது மூர்த்தியுடன் கூடவே உட்கார்ந்து சிஸ்டத்தில் பலமுறை திரும்பத் திரும்ப சித்தார்த்தின் பேட்டியைத் துண்டுத்துண்டாகப் பார்த்திருந்தாலும்,

இப்போது அவனுடன் அமர்ந்து மீண்டும் அதை முழுமையாக பெரிய ஸ்க்ரீனில் பார்ப்பது அவளுக்கே ஒரு புது அனுபவமாக இருந்தது. வறுமை, சோதனைகள், துயரங்கள் என எல்லாவற்றையும் கடந்து, அவன் இன்று ஒரு மனோதத்துவ நிபுணனாக உயர்ந்து நிற்பதைக் கண்டு அவன் மீது அவளுக்குள் ஒரு பெருமித உணர்வு எழுந்தது.

"சார், உங்க அக்கா சூசைட் பண்ணிக்கிட்டதுதான் உங்க மனசுல அழுத்தமான துயரமா, ஆறாத வடுவா படிஞ்சு, இனி இப்படியான தற்கொலைகள் நிகழாம தடுக்கணும்கிற எண்ணத்தை ஏற்படுத்திச்சுன்னு சொல்லியிருக்கீங்க. அப்போ உங்க குரல் இயல்பா தழுதழுக்கிறதைக் கேட்கிறப்போ ரொம்ப டச்சிங்கா இருக்கு. ஏன் சார், உங்க அக்கா ஏன் தற்கொலை பண்ணிக்கிட்டாங்கன்னு உங்களுக்கோ அம்மாவுக்கோ கடைசி வரைக்கும் தெரியவே இல்லையா? அக்கா லெட்டர் கிட்டர் எதுவும் எழுதி வைக்கலியா? ஸாரி, ஒரு க்யூரியாஸிட்டியில கேக்கறேன். தப்பா இருந்தா மன்னிச்சுக்குங்க" என்றாள் ஹாசினி.

"இல்லை. அக்கா லெட்டர் எதுவும் எழுதி வைக்கலை. காரணமும் தெரியலை" என்றான் சித்தார்த்.

"நீங்க சைக்காலஜி சப்ஜெக்டைத் தேர்ந்தெடுக்க அடிப்படைக் காரணமே உங்க அக்காவின் தற்கொலைதான். ஆனா, இந்த பேட்டியில ஒரு இடத்துல கூட நீங்க உங்க அக்காவோட பேரைச் சொல்லவே இல்லை, கவனிச்சீங்களா?"

"யெஸ்..."

"அக்கா பேரு இந்த இன்டர்வியூவுக்குத் தேவையில்லைதான். ஜஸ்ட் தெரிஞ்சுக்கிறதுக்காகக் கேக்கறேன்... உங்க அக்கா பேரு என்ன சார்?" என்றாள் ஹாசினி.

"கௌரி" என்றான் சித்தார்த்.

⸺ ❧ ⸺

15

"சித்தார்த்... உங்களுக்கு நூறு வயசு! இப்பத்தான் உங்களுக்குப் போன் பண்ணணும்னு நினைச்சேன். நீங்களே பண்ணிட்டீங்க" என்றாள் ஹாசினி.

"ஐயையோ... நூறு வயசெல்லாம் எனக்கு வேண்டாம்மா! நான் ஏதோ இந்த உலகத்துக்கு வந்ததுக்கான என்னோட கடமைகளை முடிச்சுட்டேன்னா, அப்புறம் இங்கென்ன வேலை? கிளம்பிப் போயிட்டே இருக்க வேண்டியதுதான்!" என்றான் சித்தார்த்.

"நூறு வயசு வேண்டாமா? பின்னே அதிக பட்சம் எவ்வளவு எதிர்பார்க்கிறீங்க?" என்று அவன் வாயைக் கிண்டினாள் ஹாசினி.

"என்ன ஒரு தொண்ணூத்தேழு தொண்ணூத்தெட்டு... போதாதா? அதுவே அதிகம்!"

குபுக்கென்று சிரித்துவிட்டாள் ஹாசினி. இவன் இப்படித்தான் எதையாவது சொல்லி அவளைச் சிரிக்க வைத்துவிடுகிறான்.

அவனுடைய இன்டர்வியூ ஆறு மாதங்களுக்கு முன்னால் 'மூவி பசாரில்' ஒளிபரப்பாயிற்று. நேயர்களிடம் நல்ல வரவேற்பு. ஆயிரக்கணக்கில் பாசிட்டிவ்வான கமென்ட்ஸ்! அதன்பின் ஹாசினி அவனிடம் பலமுறை தொலைபேசியில் பேசிவிட்டாள். இரண்டொரு முறை நேரிலும் அகஸ்மாத்தாகச் சந்தித்துப் பேசியிருக்கிறாள்.

டெல்லி நிர்பயா வழக்கு, சென்னை அயனாவரம் சிறுமி வழக்கு என முக்கிய பாலியல் வன்முறை வழக்குகளை அடிப்படையாக வைத்து, ஒருமுறை கருத்தரங்கு ஒன்றுக்கு ஏற்பாடு செய்திருந்தாள் ஹாசினி. அதில் கல்வியாளர், திரைப்பட இயக்குநர், சமூக சேவகர், ஃபேஷன் டிசைனர், குடும்பத் தலைவர், பெண்ணியவாதி, எழுத்தாளர், கவிஞர் என முக்கியமானவர்கள் பலர் கலந்துகொண்டு பேசினர். பெண் சுதந்திரம், திரையிலும் மெகா சீரியல்களிலும் பெண்களைக் கவர்ச்சிப் பொருளாகவும், வில்லியாகவும் காட்டும் போக்கு, பெண்களின் உடை குறித்த விமர்சனம், பெற்றோரின் கடமை, ஆணாதிக்கம், பிள்ளை வளர்ப்பு முறை எனப் பலவற்றைக் குறித்து அவர்கள் அந்தக் கருத்தரங்கில் பகிர்ந்துகொண்டனர். அதில் கலந்துகொண்டு பேச சித்தார்த்தையும் அழைத்திருந்தாள் ஹாசினி. குற்றமிழைப்பவர்களின்

உளவியல், சமூகக் கண்ணோட்டம், தண்டனை பயமின்மை, கட்டுப்பாடற்ற சுதந்திரம் என சித்தார்த் தனது கருத்துகளை அழுத்தமாக முன்வைத்தான்.

கருத்தரங்கு முடிந்து அனைவரும் சென்ற பின்பும் சித்தார்த் காத்திருந்தான். அவனிடம் வந்த ஹாசினி, "சூப்பரா பேசினீங்க சார், குற்றவாளிகள் எப்படியெல்லாம் உருவாகறாங்க, அகக் காரணிகள், புறக் காரணிகள்னு ரொம்ப அழகா, தெளிவா விளக்கிச் சொன்னீங்க. இந்தக் கருத்தரங்குக்கு உங்களோட கருத்துகள் ஒரு வெயிட்டைக் கொடுத்திருக்கு. ரொம்பத் தேங்க்ஸ் சார்!" என்று மனமாரப் பாராட்டினாள்.

"புதுசா ஒண்ணும் சொல்லிடலையே, இருக்கிறதைத்தானே சொன்னேன்! ஆஃப்கோர்ஸ், நானுமே நேரடியா பாதிக்கப்பட்டிருக்கேனே! இப்படியான ஒரு கொடுமையிலதானே என் சிஸ்டரையே இழந்தேன்..." என்றான்.

"சித்தார்த், என்ன சொல்றீங்க? உங்க அக்கா கௌரியின் தற்கொலைக்குக் காரணம் தெரியலேன்னுதானே அன்னிக்கு என்கிட்ட சொன்னீங்க?" என்றாள் ஹாசினி.

"ஆமாம். ஆதாரபூர்வமா தெரியலைதான். ஆனா, துள்ளலும் துடிப்புமா வளைய வந்துட்டிருந்த ஒரு டீனேஜ் பொண்ணு திடீர்னு ஒருநாள் ராத்திரி தற்கொலை பண்ணிக்கணும்ன்னா அதுக்கு வேற காரணம் என்ன இருக்க முடியும்?"

"இது பெண்களைப் பத்தின பொதுவான பார்வையா ஏன் இருக்க முடியாது, சித்தார்த்? ஒரு ஆண் தற்கொலை செய்துக்கிட்டா அவங்க வயசுக்கேற்ப உடல் நோவு, கடன் தொல்லை, தேர்வில் தோல்வின்னு ஏதோ காரணம் சொல்றோம். அதுவே ஒரு பெண் தற்கொலைக்கு, அவ பாலியல் வன்முறைக்கு ஆளானதுதான் காரணமா இருக்கணும்ன்னு தீர்மானமே பண்ணிடறோம். இது தவறான கண்ணோட்டமாகாதா?" என்று கேட்டாள் ஹாசினி.

"ஹாசினி... உங்களோடு இது பத்தி நிறைய ஷேர் பண்ணிக்க வேண்டியிருக்கு. இஃப் யூ டோண்ட் மைண்ட், உங்களுக்கு இப்ப ஃப்ரீன்னா என்னோடு வரீங்களா? வெளியில எங்காவது போய் நிதானமா பேசுவோம்?" என்று கேட்டான் சித்தார்த்.

ஹாசினிக்கும் அவனோடு பேசுவது உற்சாகமாக இருந்தது. அவனைச் சற்றுக் காத்திருக்கச் சொன்னாள். மளமளவென்று சக பணியாளர்களுக்கு உத்தரவுகளைப் பிறப்பித்துவிட்டு, கருத்தரங்கு ஷிட் சிறப்பாக முடிந்தது பற்றியும், தனது அடுத்த புரொகிராம் பற்றியும் 'சிஇஓ'விடம் சுருக்கமாக அப்டேட் கொடுத்துவிட்டுக் கிளம்பினாள்.

"நீங்க எதுல வந்திருக்கீங்க?" என்றாள் சித்தார்த்திடம்.

"பைக்ல. நீங்க..?"

"டூ வீலர் இருக்கு. வடபழனி ஃபோரம் மால் உங்களுக்கு ஓகேவா? ரிலாக்ஸ்டா பேசிட்டிருக்கலாம். கொஞ்சம் லேட்டானாலும்... என் வீடு பக்கத்துல அசோக் நகர்லதான் இருக்கு. போக எனக்கு வசதியா இருக்கும்" என்றாள் ஹாசினி.

"என்னங்க நீங்க... பெண்ணுரிமை, பெண் சுதந்திரம்னு கருத்தரங்கின்போது அப்படி வீரப் பெண்மணியாட்டம் பேசினீங்க. இப்ப வீட்டுக்கு லேட்டா போறது பத்தி அவ்ளோ கவலைப்படறீங்க..?"

"நடு ராத்திரியில உடம்பு முழுக்கத் தங்க நகைகள் போட்டுக்கிட்டு கன்னிப் பெண் ஒருத்தி தெருவுல பயமில்லாம என்னிக்குத் தனியா நடந்து போறாளோ... காந்தி சொன்ன அந்த 'ஸோ கால்டு' இந்தியா இன்னும் வரலையே சித்தார்த்?" என்று சிரித்தாள் ஹாசினி.

"சரி, நீங்க முன்னே போயிட்டிருங்க. ஃபோரம் மால் ஃபர்ஸ்ட் ஃப்ளோர்ல கண்ணாடிச் சுவர் ஓரமா ஸீட் புடிச்சு வைங்க. நான் என் வண்டியை எடுத்துட்டு இதோ பின்னாடியே வந்துட்டிருக்கேன்" என்று கையசைத்து சித்தார்த்தை அனுப்பிவிட்டு, பார்க்கிங் ஏரியாவை நோக்கி நடந்தாள் ஹாசினி.

ஃபோரம் மால். இளம்பச்சை நிறக் கண்ணாடிச் சுவர் ஊடே சென்னை நகரக் கட்டடங்கள் அழகாகத் தெரிந்தன. சென்ட்ரலைஸ்டு ஏசி-யின் குளிர் இதமாக இருந்தது. எதிரெதிரே உட்கார்ந்திருந்தார்கள் சித்தார்த்தும் ஹாசினியும்.

"உங்க லைஃப் ஹிஸ்டரியைக் கேட்டுத் தெரிஞ்சுக்கணும்னு ரொம்ப ஆவலா இருந்தேன். ஆனா, இப்படி ஒரு துயரமான சம்பவத்திலேர்ந்து தொடங்கி அதைக் கேக்கும்படியாயிடுச்சு" என்றாள் ஹாசினி.

"எனக்கு நினைவுல பதிஞ்ச முதல் சம்பவமே இதுதான். அதனால, நீங்க கேக்கலைன்னாலும் நானே இதுலேர்ந்துதான் தொடங்கியிருப்பேன். அப்போ நான் ஏழாம் வகுப்பு படிச்சிட்டிருந்தேன். திருச்சியில ஒரு சின்ன வீடு எடுத்துத் தங்கியிருந்தோம். அம்மா வாசல் திண்ணையில இட்லிக் கடை போட்டிருப்பாங்க. நான் அங்கேயே ஓர் ஓரமா உட்கார்ந்து புக் படிச்சிட்டிருந்தேன். அக்கா வேலைக்குக் கிளம்பத் தயாராயிட்டிருந்தது. வேலைக்குன்னா ஏதோ கலெக்டர் வேலைக்கோ, கணக்குப்பிள்ளைவேலைக்கோஇல்லை...நாலுவீடுகள்லபத்துப்பாத்திரம்தேய்க்கிற வேலை. 'நேரமாச்சே, கிளம்பலையா?'ன்னு அம்மா அதட்டிக்கிட்டிருந்தாங்க. அன்னிக்கு அக்காவோட பொறந்த நாள். அம்மா பால் பாயசம் வெச்சிருந்தாங்க. 'ஒரு டம்ளர் குடிச்சிட்டுப் போடி'ன்னாங்க. அன்னிக்குக் கடைக்கு டிபன் சாப்பிட வர்றவங்களுக்கு, பார்சல் வாங்கிட்டுப் போக வர்றவங்களுக்கெல்லாம் ஆசை ஆசையா தன் மகளோட பொறந்த நாள்னு சொல்லி, ஆளுக்கு ஒரு டம்ளர் பால் பாயசத்தை போனஸா கொடுத்திட்டிருந்தாங்க. ஆனா, அப்போ தெரியலையே,

அக்காவோட பொறந்த நாளே இறந்த நாளா ஆயிடும்னு..." என்று கண்கலங்கினான் சித்தார்த்.

"ஸாரி, ஸாரி..." என்றாள் ஹாசினி. ஆண் கண் கலங்குவதையும் அழுவதையும் சினிமாக்களிலும் சீரியல்களிலும்தான் பார்த்திருக்கிறாள். நிஜத்தில் கண் முன்னே ஓர் ஆண் அழுவது அவளுக்குள் ஒருவித பதற்றத்தையும் பரிதாபத்தையும் ஏற்படுத்தியது. அவனை எப்படிச் சமாதானம் செய்வதென்றே தெரியவில்லை. மேஜையில் முழங்கைகளை முட்டுக்கொடுத்துக் கண்களைப் பொத்தியிருந்த அவனது கரங்களைப் பிடித்துக்கொண்டு, "சித்தார்த், ப்ளீஸ்... பி ரிலாக்ஸ்! எமோஷன் ஆகாதீங்க" என்றாள்.

சில விநாடிகளுக்குப் பின் சுதாரித்தான் சித்தார்த். அன்று நடந்தவற்றை ஒரு திரைப்படக் காட்சியை விவரிப்பது போன்று வரிசைக்கிரமமாகச் சொல்லத் தொடங்கினான். தான் கண்ணால் கண்ட காட்சியை விவரித்தான். திருச்சி என்று ஊர்ப் பெயரைச் சொன்னானே தவிர, ராஜசேகர் பெயரையோ, பிரேமா பெயரையோ, மோட்டார்காரங்க வீடு என்று தன் அம்மாவும் அக்காவும் குறிப்பிடுவதையோ மறந்தும் சொல்லவில்லை. கவனமாகத் தவிர்த்தான். 'ஒரு பணக்காரர் வீடு' என்று மட்டும் குறிப்பிட்டான். விடியற்காலையில் அக்காதூக்கில் தொங்கிக்கொண்டிருப்பது கண்டு அம்மா அலறிய அலறல், அந்தப் பணக்காரர் வந்து எந்தச் சிக்கலும் இல்லாமல் பிணத்தை எரிப்பதில் உதவியது, பின்னர் சில காலம் கழித்து அவர்கள் சென்னை வந்து செட்டிலானது வரைக்கும் சொல்லி முடித்தான்.

பெருமூச்சொன்று எழுந்தது ஹாசினியிடமிருந்து.

"அதுக்கப்புறம் அந்தப் பணக்காரர் எங்கே போனார், என்ன ஆனார்னு ஃபாலோ பண்ணீங்களா..?"

"அந்த அளவுக்கு அப்போ எனக்கு விவரம் பத்தலை. ஆனா, மனசுக்குள்ள ஒரு நெருப்புக் கங்கு கொதிச்சுக்கிட்டேயிருந்தது. தினம் தினம் கனவுல அக்கா தூக்குல தொங்குற அந்தக் காட்சிதான் தெரியும். திடுக்கிட்டு எழுந்திரிச்சு உட்காருவேன். மிகச் சமீபமாத்தான், அந்தப் பணக்காரர் பத்தின டீடெயில் கிடைச்சுது..."

"வாவ்... யார் அந்தப் பணக்காரர்? எங்கே இருக்கார்? இப்ப என்ன பண்ணிட்டிருக்கார்?" என்று பரபரத்தாள் ஹாசினி.

"ரொம்ப ஆர்வமா இருக்கீங்களே, அதை வெச்சு ஒரு ஸ்டோரி பண்ணலாம்னு இருக்கீங்களா?" என்று கேட்டான் சித்தார்த்.

ஹாசினியின் முகம் சட்டென்று தொங்கிவிட்டது. "ஸாரி... ஏதோ கேக்கணும்னு தோணுச்சு. விருப்பமில்லேன்னா சொல்ல வேண்டாம். ஜஸ்ட் ஒரு ஆர்வத்துலதான்

கேட்டேன். வேற ஒண்ணுமில்ல" என்றாள். "ஒருத்தருடைய துயரங்களைக் காட்சிப்படுத்திக் காசு சம்பாதிக்கணும்கிற நோக்கம் கொண்ட மீடியா இல்லே எங்களோடது!"

"அடடே... நீங்க வேற! காட்சிப்படுத்துங்கன்னுதான் சொல்றேன். சில கயவாளிகளின் நிஜ முகத்தைத் தோலுரிச்சுக் காட்டறது இன்னும் பலரை உஷார்படுத்தும் இல்லையா?"

ஹாசினி இயல்புக்கு வந்தாள். "சொல்லுங்க, யார் அந்தப் பெரிய மனுஷன்? யாராவது திரைப்பிரபலமா? தொழிலதிபரா?"

"ரெண்டாவதா சொன்னதுதான். அவர் இதே சென்னையிலதான் இருக்கார்ங்கிறது ஒரு ஆறு மாசம் முன்னாடிதான் எனக்குத் தெரிய வந்தது. முன்னைவிட நல்லா வசதியா இருக்கார். எந்த விதக் குற்றவுணர்ச்சியும் இல்லாம நிம்மதியா இருக்கார்..."

"அடப்பாவி! நேர்ல சந்திச்சுப் பேசினீங்களா?"

"இல்லை. ஆனா, பேசணும். பேசுவேன். சரி, நீங்க உங்களைப் பத்திச் சொல்லவே இல்லையே? உங்க பூர்வீகம் என்ன, சென்னையேவா?"

"நானும்கூட சின்ன வயசுல திருச்சியில இருந்திருக்கேன். நான் எல்.கே.ஜி., யூ. கே. ஜி படிச்சதெல்லாம் திருச்சியிலதான். செகண்ட் ஸ்டேண்டர்டு படிக்கும்போதே சென்னைக்கு வந்துட்டோம். நான் காலேஜ்ல சேரும்போதுதான் இப்ப இருக்கிற அசோக் நகர் ஃபிளாட்டுக்கு வந்தோம். எத்திராஜ்ல விஸ்காம் முடிச்சேன். அப்புறம் இந்த 'மூவி பசார்' என்டர்டெயின்மென்ட் சேனல்ல வீடியோ எடிட்டரா ஜாயின் பண்ணேன். இப்ப ஒரு டீம் ஹெட்டா இருக்கேன். நல்ல சேலரி. அப்படியே லைஃப் ஜாலியா ஓடிட்டிருக்கு. என்னோட லைஃப் ஹிஸ்டரி ரொம்பச் சின்னது. பெரிசா விவரிக்கிறதுக்கு அதுல ஒண்ணும் இல்லை. எந்த விதமான சோதனைகளையும் துயரங்களையும் நான் சந்திக்கவே இல்லை. பட்... உங்களோட கதை ரொம்ப மிஸரபிளானது. ஷாக்கிங்கானது. அத்தனையையும் தாங்கிக்கிட்டு நீங்க இந்த உயரத்தைத் தொட்டிருக்கீங்கன்னா... இட்ஸ் கிரேட் சித்தார்த்! ஐ ரியலி அப்ரிஷியேட் யூ!" என்று இரண்டாவது முறையாக அவனது கைகளைத் தன் கைகளுக்குள் பொத்திக்கொண்டாள் ஹாசினி.

"அந்தப் பணக்காரர் பத்தி உங்க அபிப்ராயம் என்ன ஹாசினி?"

"சமூகத்திலிருந்து நிச்சயம் களையப்பட வேண்டிய ஆசாமிதான். அதுல சந்தேகமென்ன? கடல்ல சின்ன பனிக்கட்டி மிதக்குற மாதிரி தெரியும்; ஆனா, உள்ளுக்குள்ள பெரிய 'ஐஸ்பெர்க்' மறைஞ்சிருக்கும். அது மாதிரி, பாதிக்கப்பட்ட ஒரு சில பெண்களின் கதைதான் நமக்குத் தெரிய வருதே தவிர, இன்னும் பல ஆயிரக்கணக்கான பெண்கள் தொடர்ந்து பாலியல் தொல்லைக்கும் வன்முறைக்கும்

ஆளாயிட்டுதான் இருக்காங்க; துயரப்பட்டுக்கிட்டுதான் இருக்காங்க. பலர் தனக்கு நடந்த அநீதியைப் பத்தி தைரியமா வெளியில சொல்ல முன்வர்றதே இல்லை. யாரோ சில கயவர்கள் செய்த அயோக்கியத்தனத்துக்கு, பாதிக்கப்பட்ட பெண்கள் அவமானப்பட்டுத் தலைகுனியும்படியா இருக்கு. இந்தச் சமூகம் அவங்களை அப்படித்தான் வெச்சிருக்கு. உங்க அக்காவோட லெட்டரோ, வாக்குமூலமோ கிடைச்சிருந்தா அந்த அயோக்கியனை அப்பவே தண்டிச்சிருக்கலாம், என்ன சொல்றீங்க?" என்று ஆவேசமாகக் கேட்டாள் ஹாசினி.

"அதான் நடக்கலையே..? பல வருஷம் கழிச்சு இப்பத்தானே எனக்கு அவனோட 'வேரபவுட்ஸ்' பத்தித் தெரிஞ்சிருக்கு. இருந்தும் கையாலாகாதவனா உட்கார்ந்து வேடிக்கை பார்த்துட்டிருக்கேன்..." என்று உதடுகளை மடித்துக் கடித்துத் துக்கத்தை விழுங்கினான் சித்தார்த்.

"சித்தார்த், உங்களுக்குத் துணையா நான் இருக்கேன். உங்களுக்காக என்ன செய்யவும் நான் தயாரா இருக்கேன். என்ன செய்யணும் சொல்லுங்க? அந்த ஆளைச் சட்டத்தின் முன் நிறுத்த முடியாது. அதுக்கு நீதித் துறை கேட்கிற ஆதாரங்கள் நம்மிடம் இருக்காது. வேற என்ன செய்யலாம், நீங்களே சொல்லுங்க" என்ற ஹாசினி, சற்று இடைவெளி விட்டு, "இந்த ஒரு விஷயத்துல மட்டுமில்லே சித்தார்த், இனி எப்பவுமே உங்களுக்குத் துணையா இருக்கணும்னுதான் நான் ஆசைப்படறேன். யெஸ், ஐ மீன் இட்!" என்றாள் அவன் கண்களைப் பார்த்து.

சித்தார்த் அவன் கைகளைப் பற்றிக்கொண்டு, "தேங்க்யூ ஹாசினி!" என்றான் தழுதழுத்த குரலில்.

"சித்தார்த்... லைன்ல இருக்கீங்களா? சத்தத்தையே காணோமே?" என்ற ஹாசினியின் குரல் அவனது சிந்தனையைக் கலைத்து, நிகழுலகுக்கு மீட்டு வந்தது.

"அ... ஒண்ணுமில்லே... நாம அறிமுகமானது, பேசினது, பழகினது எல்லாத்தையும் ஒரு சின்ன ட்ரெய்லரா மனசுக்குள்ள ஓட்டிப்பார்த்துட்டிருந்தேன். அவ்வளவுதான்... சரி, நீ சொல்லு, எனக்கு போன் பண்ணணும்னு நினைச்சதா சொன்னியே, எதுக்கு?"

"அப்பாதான் இன்னிக்கே என்னை அழைச்சுட்டு வரேன்னு சொன்னாரில்லே... ஏன் நீங்க ஞாயித்துக்கிழமைக்குத் தள்ளிப் போட்டீங்க? அதைக் கேக்கத்தான்!"

"உங்கப்பா கிட்டேயே காரணத்தையும் சொல்லிட்டேனே... மும்பை போக வேண்டிய வேலை ஒண்ணு நடுவுல வந்துடுச்சு. அதான். அது சரி, நான் ஏன் உனக்கு போன் பண்ணேன்னு கேக்கவேயில்லையே?"

"ஏன்?"

"காலையில உங்க மாமா பையன் ஜெயந்த் எனக்கு போன் பண்ணியிருந்தார். என்னை நேர்ல சந்திச்சுப் பேசணும்னு சொன்னார். என் நம்பர் அவருக்கு எப்படிக் கிடைச்சுதுன்னு தெரியலே. நீ கொடுத்தியா?" என்றான் சித்தார்த்.

'ஜெயந்த் சித்தார்த்தை எதற்குச் சந்திக்க வேண்டும்? இது பற்றி என்னிடம் எதுவும் சொல்லவில்லையே? ஒருவேளை, நான் காதலிக்கும் நபர் சித்தார்த்தான் என்று கண்டுபிடித்துவிட்டானா? நடுவில் புகுந்து ஏதாவது குட்டையைக் குழப்புவானோ? அதற்குத்தான் இன்டர்வியூ, பிசினஸ் என்று பூ சுற்றினானோ?'

குழம்பினாள் ஹாசினி.

———⚬———

16

வடபழனி ஃபோரம் மால் சந்திப்புக்குப் பிறகு, சித்தார்த்தும் ஹாசினியும் பலமுறை சந்தித்துப் பேசினார்கள். ஒவ்வொரு முறையும் தவறாமல் 'கௌரி' பற்றிய பேச்சு வரும். அவளின் தற்கொலைக்குக் காரணமான அந்தப் பணக்காரரை தண்டிப்பது குறித்து டிஸ்கஸ் செய்வார்கள்.

"ஏதாவது யோசிச்சீங்களா சித்தார்த்..? எனக்கு ஒண்ணும் ஐடியா தோண மாட்டேங்குது" என்பாள் ஹாசினி.

"எனக்கும் எதுவும் புரியலை ஹாசினி. ஆனா, அவன் ஒரு கஷ்டமும் இல்லாம சுகபோகமா இருக்கான். அதான் வயத்தெரிச்சலா இருக்கு" என்பான் சித்தார்த்.

"கவலைப்படாதீங்க சித்தார்த்... 'பாட்ஷா' படத்துல ரஜினி சொல்ற டயலாக்தான் ஞாபகத்துக்கு வருது. 'நல்லவங்களை ஆண்டவன் சோதிப்பான். ஆனா, கைவிட மாட்டான். கெட்டவங்களுக்கு நிறைய கொடுப்பான். ஆனா, கைவிட்டுடுவான்!' உப்பைத் தின்னவன் தண்ணி குடிச்சே ஆகணும். தப்பைச் செய்யவன் தண்டனை பெற்றே தீருவான். தைரியமா இருங்க" என்று அவன் விரல்களுடன் தன் விரல்களைக் கோத்துக் கொள்வாள்.

நட்பு காதலாக இறுகிய நிலையில் ஒருநாள் சித்தார்த் சொன்னான்... "ஹாசினி, நம்ம நட்பை இனியும் தொடர வேண்டாம்னு நினைக்கிறேன். அது உனக்கும் நல்லதில்லே, எனக்கும் நல்லதில்லே!"

திடுக்கிட்டாள் ஹாசினி. "என்ன சித்தார்த்... ஏன் திடீர்னு இப்படிச் சொல்றீங்க?" என்றாள்.

"ஹாசினி, சினிமாக்கள்லயும் நாவல்கள்லயும்தான் எதிர்பாராத திருப்பங்கள் வரும். அது ஒரு சுவாரஸ்யத்துக்காக பர்ப்பஸா அந்தக் கதாசிரியரே ஏற்படுத்துற திருப்பங்கள். ஆனா, நிஜ வாழ்க்கையிலயும் அப்படி ஒரு ட்விஸ்ட் ஏற்பட்டிருக்கிறதை, நேத்து உங்க ஆபீசுக்கு வந்திருந்தபோதுதான் தெரிஞ்சுக்கிட்டேன்."

"அப்படி என்ன ட்விஸ்ட்?!"

"உங்க அப்பா யாரு?"

"ஸாரி, இதுவரைக்கும் உங்களுக்கு நான் அவரைப் பத்திச் சொன்னதே இல்லேல்ல...? சங்கரி ஆட்டோ இண்டஸ்ட்ரீஸ்னு முதல்ல சின்னதா ஒரு பிளாண்ட் ஆரம்பிச்சாரு அப்பா. அப்புறம் தொழில் விருத்தியாகி இன்னிக்கு 'ஸ்ரீ சங்கரி மோட்டார்ஸ்'னு சென்னையில பல இடங்கள்ல கிளை விட்டு, முன்னணி நிறுவனமா வளர்ந்திருக்கு. அதோட சேர்மன்தான் எங்கப்பா ராஜசேகர்."

"ஐயம் வெரி ஸாரி, நீ இதை எப்படி எடுத்துப்பேனு தெரியலே! என் அக்கா கெளரியின் தற்கொலைக்குக் காரணமானவர் உங்கப்பாதான்!"

சித்தார்த் இப்படிச் சொன்னதும், சுற்றுப்புறச் சூழலை மறந்து, "நோ" என்று அலறினாள் ஹாசினி. அவர்கள் அப்போது முதல்வர்களின் சமாதிகள் எட்டத்தில் கண்ணில் தெரியும் தொலைவில், சென்னைக் கடற்கரை மணலில் அமர்ந்திருந்தார்கள். "சித்தார்த், நீங்க தப்பா சொல்றீங்க. எங்கப்பா அப்படிப்பட்டவர் இல்லே. நோ! இதை நான் நம்ப மாட்டேன்... நம்ப மாட்டேன்..." என்று மறுப்பதுபோல் கைகளை விடாது அசைத்தாள் ஹாசினி.

"ஹாசினி, பீ கூல்! இதுக்குத்தான் நம்ம நட்பை இத்தோடு முடிச்சுக்கலாம்னு சொன்னேன். எனக்குத் தெரியும்... அன்பான அப்பா பத்தின கசப்பான உண்மைகளை எந்த ஒரு பாசமான மகளாலயும் தாங்க முடியாதுன்னு எனக்குத் தெரியும். ஆரம்பத்திலேயே இவர்தான் உங்க அப்பானு தெரிஞ்சிருந்தா, அப்பவே நம்ம நட்புக்கு ஒரு முற்றுப்புள்ளி வெச்சிருப்பேன். இவ்வளவு தூரம் வளர விட்டிருக்க மாட்டேன். ஓகே! என் துயரம் என்னோடே போகட்டும். நான் கிளம்பறேன்" என்றபடி, பேன்ட்டில் மணலைத் தட்டிவிட்டுக்கொண்டு எழுந்தான் சித்தார்த்.

அவன் கையைப் பிடித்து இழுத்து நிறுத்தினாள் ஹாசினி. "இருங்க... நீங்க பாட்டுல என் அப்பா மேல அபாண்டப் பழியைத் தூக்கிப் போட்டுட்டுப் போனா எப்படி? எங்கப்பாதான் அந்த மாபாதகத்தைப் பண்ணினார்ங்கிறதுக்கு என்ன ஆதாரம்?" என்றாள்.

விரக்தியாகச் சிரித்தான் சித்தார்த். "ஆதாரம் இருந்தாதான் எப்பவோ அவரை சட்டத்தின் முன்னாடி நிறுத்தியிருப்பேனே..? இவ்ளோ நாளும் நான் அதைத்தானே உங்கிட்ட சொல்லிட்டிருந்தேன்..."

"அதைச் சொல்லலை. உங்க அக்கா கிட்டே பணம் வாங்குறதுக்காக நீங்க அந்தப் பணக்காரர் வீட்டுக்குப் போனதா சொன்னீங்க இல்லே... அவரைத்தான் அதுக்கப்புறம் பார்க்கவே இல்லேன்னீங்களே? பின்னே எப்படி அவர் என் அப்பாதான்னு சொல்றீங்க? என் அப்பாவை நீங்க பார்த்தீங்களா? ராஜசேகர்ங்கிற பேரை மட்டும் வெச்சுக்கிட்டு எப்படி அவர்தான்னு சொல்றீங்கன்னு கேக்கறேன்."

"உங்கப்பா பேர் மட்டுமில்லே; உங்க குடும்பத்தையே எனக்குத் தெரியும். உங்க அம்மா பெயர் பிரேமாதானே?"

"ஆமாம். ஆனா..."

"ஆனா, அவங்க உன் சொந்த அம்மா இல்லே. வளர்ப்பு அம்மா. சித்தி. உங்க அம்மா பேர் சங்கரி. அவங்க பேர்லதான் இண்டஸ்ட்ரியைத் தொடங்கியிருக்கார் உங்க அப்பா!"

"கரெக்ட்!"

"திருச்சி, துவாக்குடி இண்டஸ்ட்ரியல் எஸ்டேட்டுல 'மகாவீர் ஜெயின் மோட்டார்ஸ்'னு ஆட்டோமொபைல் ஸ்பேர் பார்ட்ஸ் தயாரிக்கிற கம்பெனி ஒண்ணு இருந்தது. உங்கப்பா அதுலதான் தலைமைப் பொறுப்புல இருந்தார். மோட்டார்காரங்க வீடுன்னு எங்கம்மாவும் அக்காவும் சொல்லுவாங்க. அன்னிக்கும் அக்கா என்னை 'மோட்டார்காரங்க வீட்டுக்கு வந்து பணம் வாங்கிக்கோ'ன்னுதான் சொல்லிட்டுப் போச்சு. அங்கே பார்த்த காட்சிகளைத்தான் நான் உனக்குச் சொன்னேன்..." என்ற சித்தார்த் சற்று நேரம் பேசாமல் இருந்தான். பின்பு, "ஹாசினி, உனக்கு இது அதிர்ச்சியாதான் இருக்கும். வெளியில நாம நீதி, நேர்மை, நியாயம், தர்மம்னு ஆயிரம் பேசலாம். ஆனா, நம்மைச் சார்ந்தவங்களே ஒழுங்கில்லாதவங்கன்னு தெரிய வர்றப்போ, நாம அவங்களை விட்டுக் கொடுக்க முடியாது இல்லியா? நான் என்னையும் சேர்த்துதான் சொல்றேன்" என்றான்.

"ட்விஸ்ட்டுகள் மட்டுமில்லே ஹாசினி, கடத்தல் தொழிலில் இருக்கும் அப்பாவை கடமை தவறாத மகன் கைது செய்யறதும், தீய வழியில் சென்ற மகனை போலீஸ் அதிகாரியான அப்பா சுட்டுக் கொல்றதும்கூட சினிமாவுலயும் நாவல்லயும்தான் நடக்கும். அதைப் பார்க்கலாம்; படிக்கலாம்; ரசிக்கலாம்; கை தட்டலாம்! அவ்வளவுதான். நிஜ லைஃப் வேற மாதிரியானது. விதிக்கப்பட்டது இன்னதுதான்னு ஏத்துக்கிட்டுப் போயிட்டே இருக்கிறதைத் தவிர, வேற வழியில்லை. சரி, நான் கிளம்பறேன்! சில மாத காலம் எனக்கு ஒரு நல்ல கம்பேனியனா இருந்ததுக்கு உனக்கு ரொம்ப தேங்க்ஸ் ஹாசினி!"

அவன் கையைப் பற்றியவாறு அவளும் எழுந்தாள். "சித்தார்த், நிஜ வாழ்க்கையில் நடக்கிறதைத்தான் சினிமாவா எடுக்கிறாங்க. சொல்லப்போனா, கற்பனையைவிட நிஜ வாழ்க்கை அதிக சஸ்பென்ஸ் கொண்டதுன்னு சொல்லுவாங்க. ஏன்னா, கற்பனையில நாம செட் பண்ணினதுதான் நடக்கும்; நிஜத்துல என்ன வேணா நடக்கலாம். யாராலயும் யூகிக்கக்கூட முடியாது. சரி, விஷயத்துக்கு வரேன். என் அப்பா அப்படியொரு மாபாதகத்தைப் பண்ணியிருப்பார்னு எனக்குத் தோணலே. அப்படி அவரை யோசிச்சுப் பார்க்கவும் முடியலே. இதை அவரோட பொண்ணா இருந்து நான் சொல்லலே. இருபது வருஷத்துக்கும் மேல அவரோட சொல்,

செயல் ஒவ்வொண்ணுத்தையும் பார்த்துட்டிருக்கிற ஒரு வெளி மனுஷியின் பார்வையிலேர்ந்து சொல்றேன். இருக்கலாம், நீங்க சொல்ற மாதிரி, வாலிப வயசுல அவர் தடம் மாறிப் போயிருக்காராங்கிறதைக் கண்டுபிடிப்போம். ஆதாரம் தேடுவோம். உண்மையை வரவழைப்போம். கண்டிப்பா அதுக்கு நான் உங்களுக்கு உதவுவேன். என்ன பண்ணலாம்னு நீங்களும் யோசிங்க; நானும் யோசிக்கிறேன். ஏதாவது வழி கிடைக்கும்" என்றாள் ஹாசினி.

"சப்போஸ், உங்க அப்பா தவறு பண்ணியிருக்கார்னு புரூவ் ஆச்சுன்னா, அவரை விட்டுட்டு நீ எங்கூட வரத் தயாரா இருப்பியா?"

"இது என்ன கேள்வி சித்தார்த், ஒரு அயோக்கியனை, காமுகனை என் அப்பான்னு சொல்லிக்க எனக்குச் சந்தோஷமா இருக்குமா? அதுக்கப்புறமும் எங்க வீட்டுல நான் நிம்மதியா இருப்பேன்னு நினைக்கறீங்களா?" என்றாள் ஹாசினி.

"தேங்க்யூ ஹாசினி" என்று அவள் கைகளைப் பற்றிக்கொண்ட சித்தார்த், "இந்த ஆகஸ்ட் மாசத்துலதான் என் அக்காவோட நினைவு நாள் வருது. இன்னிக்கு என்ன தேதி... பதிமூணா? நாளன்னிக்கு சுதந்திர தினம். அதற்கடுத்த மூணாம் நாள், 18-ம் தேதி ஞாயிற்றுக்கிழமை என் அக்காவோட நினைவு நாள். அக்கா உயிரோடு இருந்திருந்தா, அவளுக்கு இப்போ 37 வயசு ஆகியிருக்கும். என்னைவிட எட்டு வயசு பெரியவ. அதனால, எனக்கு அம்மா ஸ்தானத்துல இருந்தா. என் மேல ரொம்பப் பிரியமா இருப்பா. அம்மா எதுக்காவது என்னைத் திட்டினாலும், எனக்காகப் பரிஞ்சுக்கிட்டு வருவா. எனக்கு சப்போர்ட்டா அம்மா கிட்ட சண்டைக்கு நிப்பா. போயிட்டா. என்கிட்ட போகப்போறேன்னு ஒரு வார்த்தைகூட சொல்லாம போயிட்டா..." என்று மேலே பேச்சு வராமல் நா தழுதழுக்க, கர்ச்சீப்பால் வாயை மூடிக்கொண்டான் சித்தார்த்.

"தைரியமா இருங்க சித்தார்த், அக்கா தெய்வமா இருந்து உங்களை ஆசீர்வதிப்பாங்க. மூத்தோர்களுக்கு நினைவு நாள்ல திதி கொடுப்பாங்க தெரியுமா, அதாவது அன்னிக்கு அருபமா அவங்க நம்ம கிட்ட வந்திருந்து, நாம கொடுக்கிற திதியில மனம் குளிர்ந்து, நமக்கு நல்லது செய்வாங்கன்றது ஐதீகம். பாருங்க, உங்க அக்கா நினைவு நாளுக்குள்ள ஏதாவது திருப்பம் நிகழும்னு நான் நிச்சயம் நம்பறேன்" என்று அவனுக்கு ஆறுதல் சொன்னாள் ஹாசினி.

அன்றைக்கு ஆகஸ்ட் 18. ஆலந்தூர் மெட்ரோ ஸ்டேஷனில் இறங்கியவள், லேன் மாறுவதற்காகத் தரைத்தளத்தில் கிராஸ் செய்து, லிப்டை நாடியபோது, காத்திருந்த சில விநாடிகளில் தலை கிறுகிறுத்துக் கீழே விழுந்தாள். படிகளில் இறங்கிக்கொண்டிருந்த வளர்மதிதான் பார்த்துவிட்டு, "ஐயையோ, அந்தப் பொண்ணு விழுந்துடுச்சு பாருடா" என்று சித்தார்த்திடம் சொன்னாள். இருவரும் இறங்கி, ஹாசினியிடம் ஓடி வந்தார்கள்.

'அடடா... ஹாசினி! இவள் இங்கே எங்கே வந்தாள்... ஏன் மயங்கி விழுந்தாள்' என்று நினைத்த சித்தார்த், கையிலிருந்த வாட்டர் பாட்டிலில் இருந்து கொஞ்சம் தண்ணீர் எடுத்து, அவள் முகத்தில் தெளித்தான். அவள் அரைக்கண் விழிக்க, அவளை எழுப்பிச் சுவரோரமாக உட்கார வைத்தாள் வளர்மதி. உட்கார இயலாமல் மீண்டும் சரிந்தாள் ஹாசினி.

"சித்தார்த், பாவம்டா... யாரோ எவளோ இந்தப் பொண்ணு. ஏன் மயங்கி விழுந்தாள்னு தெரியலை. பிபி கிபி இருக்குமோ என்னவோ. நீ ஒரு ஆட்டோ பிடிச்சுக் கொண்டு வா. பக்கத்துல ஏதாவது கிளினிக் இருந்தா இவளை அழைச்சுட்டுப் போய்க் காட்டுவோம். இவளை இப்படியே விட்டுப் போக மனசில்லைடா" என்றாள் வளர்மதி.

அதன்படியே, ஹாசினியைக் கைத்தாங்கலாக நடத்தி, ஆட்டோவில் ஏற்றி, பக்கத்தில் இருந்த கிளினிக் ஒன்றுக்கு அழைத்துச் சென்றார்கள். அவர் ஹாசினியை நாடி பிடித்துப் பார்த்துவிட்டு, ஸ்டெதாஸ்கோப்பால் அவள் முதுகில் ஒத்தடம் கொடுத்துவிட்டு, "உங்க டாட்டராம்மா? ஒண்ணும் கவலைப்பட வேணாம். ஒரு குளுகோஸ் இஞ்செக்ஷன் போடறேன். சரியா சாப்பிடலை போலிருக்கு. அந்த மயக்கம்தான். தவிர, அனீமிக்கா இருக்காங்க. பழங்கள், ஜூஸ் வாங்கிக் கொடுங்க. சரியாயிடும்" என்று இருநூறு ரூபாய் ஃபீஸ் வாங்கிக்கொண்டு அனுப்பினார்.

காலையில் அம்மாவை, பிராட்வேயில் இருக்கும் அவளின் திருச்சி சிநேகிதி வீட்டில் ஏதோ விசேஷம் என்று அழைத்துப் போயிருந்தான் சித்தார்த். நட்பு ரீதியில் அந்தச் சிநேகிதியின் சமையல் வேலையிலும் கூடமாட ஒத்தாசை செய்தாள் வளர்மதி. மதியம் அங்கேயே சாப்பிட்டுவிட்டுக் கிளம்பி வரும்போதுதான் இந்தச் சம்பவம்.

"யாரும்மா நீ... எங்கே போகணும்? உனக்கு எங்கே வீடு?" என்று ஹாசினியின் கன்னத்தைத் தட்டித் தட்டிக் கேட்டும் பதில் இல்லை. கண்கள் சொருகி சொருகி வளர்மதியின் தோளிலேயே சரிந்துகொண்டிருந்தாள் ஹாசினி.

"இவளை இப்படியே எப்படிடா விட்டுட்டுப் போறது..? பேசாம, நம்ம வீட்டுக்கு அழைச்சுட்டுப் போயிடுவோம். தெளிஞ்சப்புறம் விசாரிச்சு அனுப்புவோம். இல்லேன்னா நீயாவது அவளைப் பத்திரமா கொண்டு போய் அவங்க வீட்டுல விட்டுட்டு வா!" என்றாள் வளர்மதி.

மீண்டும் ஆட்டோவில், ஆதம்பாக்கம் நோக்கிப் பயணம். வழியில் லேசாகக் கண்களைத் திறந்தாள் ஹாசினி. அரை மயக்க நிலையில் பார்த்தாள்.

"ஏங்கண்ணு... நீ யாரு? எங்கே வந்தே? என்ன ஆச்சு உனக்கு? உடம்புக்கு என்ன பண்ணுது?" என்று ஹாசினியின் முகவாயைப் பிடித்துக் கனிவுடன் விசாரித்தாள் வளர்மதி.

"உன் பேரு என்னம்மா?" என்று கேட்டாள்.

"கௌரி" என்று முனகலாகச் சொன்னாள் ஹாசினி.

ஓரத்தில் அமர்ந்திருந்த சித்தார்த் வியப்புடன் திரும்பி அவளைப் பார்த்தான். அதே நேரம், வளர்மதியும் ஆச்சரியத்துடன் சித்தார்த்தைத் திரும்பிப் பார்த்தாள்.

"கேட்டியா... இவ பேரும் கௌரியாம்டா. என் மவளோட நினைவு நாளான இன்னிக்கு, இவ ரூபத்துல என் மவளே என்னைத் தேடி வந்த மாதிரி இருக்குடா! என் தங்கமே!" என்று ஹாசினியை மேலும் இறுக அணைத்துத் தன் மார்பில் சாய்த்துக்கொண்டாள் வளர்மதி.

படபடவென்று மாறும் இன்ட்ரோ அனிமேஷன் காட்சிகள் போன்று, சித்தார்த்தின் மனதில் சில விநாடிகளில் விஷ் வலாக ஒரு திட்டம் உருப்பெற்றது.

'வசமா ஒரு துருப்புச்சீட்டு சிக்கிடிச்சு!' என்று முணுமுணுத்தான்.

———— ✦ ————

17

தன் அப்பா பற்றிய மர்மத்தைக் கண்டுபிடிக்க சென்னை வந்து, ஹாசினி வீட்டில் குறைந்தபட்சம் ஒரு மாத காலம் தங்கியிருக்க வேண்டும் என ஜெயந்த் நினைத்திருந்தாலும், அதை மறுநாளே செயல்படுத்தத் தீர்மானித்ததற்குக் காரணம், இன்று காலையில் அவனுக்கு வந்திருந்த ஒரு போன்கால்தான். புது நம்பர். யாராவது பிசினஸ் சம்பந்தமான வாடிக்கையாளராக இருப்பார் என்றுதான் நினைத்தான் ஜெயந்த்.

எடுத்து, "ஹலோ, ஜெயந்த் ஸ்பீக்கிங்" என்றான்.

"ஜெயந்த், நான் நிவேதிதா பேசறேன். ஹாசினியோட ஃப்ரெண்டு. கொஞ்சம் பேசலாமா உங்களோட...?"

"சொல்லுங்க மேடம்!" என்றான் ஜெயந்த்.

"மேடம் எல்லாம் வேண்டாம். கிழவி மாதிரி இருக்கு. கால் மி நிவேதிதா" என்றவள், "கொஞ்சம் முக்கியமான விஷயம் நான் சொல்லப்போறது. பக்கத்துல யாரும் இல்லையே?" என்றாள்.

"இல்லை. சொல்லுங்க."

"அதுக்கு முன்னாடி நான் கேக்கற சில கேள்விகளுக்குப் பதில் சொல்றீங்களா?"

"கேளுங்க."

"நான் ஹாசினிக்கு வெறும் ஃப்ரெண்டு மட்டுமில்லே. அவளோட வெல்விஷரும்கூட. முந்தாநாள் நிச்சயதார்த்தம்னு வந்தீங்க. நடுவுலே ஏததோ நடந்துபோச்சு. ஹாசினியின் அம்மாவை உங்கம்மா அவ்ளோ பேச்சுப் பேசினாங்க. ஆனா, நீங்க எதையும் கண்டுக்காம கம்முனு இருந்தீங்க. ஹாசினி எங்கேயோ ஆலந்தூர் மெட்ரோ ஸ்டேஷன்ல மயங்கி விழுந்துட்டாள்னு போன் வந்தப்போகூட நீங்க அலட்டிக்கவே இல்லை. உங்கப்பாவும் நானும் ஹாசினி அப்பாவும்தான் உடனே ஓடினோம். ஏன் ஜெயந்த், என்ன பிரச்னை உங்களுக்குள்ள? ஹாசினியைப் பத்தி என்ன நினைக்கறீங்க?" என்றாள் நிவேதிதா.

"ஒரு பிரச்னையும் இல்லை. ஹாசினியைச் சின்ன வயசுல பார்த்தது. அதனால அவளைப் பத்தி எனக்கு எந்த அபிப்ராயமும் இல்லை. பெரியவங்களா பார்த்து

இந்த நிச்சயதார்த்தத்தை முடிவு பண்ணாங்க. எனக்கு ஆட்சேபனைன்னு எதுவும் இல்லாததால்தான் கிளம்பி வந்தேன். சரி, எதுக்கு இதெல்லாம் கேட்கறீங்க?"

"சொல்றேன்... ஆட்சேபனை இல்லேன்னு சொல்றீங்க. ஆனா, நானும் கவனிச்சேன், வந்ததுலேர்ந்து நீங்க மூட் அவுட் ஆன மாதிரிதான் உட்கார்ந்துட்டிருந்தீங்க. இந்த எங்கேஜ்மென்ட்ல உங்களுக்கு இன்ட்ரெஸ்ட் இருக்கிற மாதிரியே தெரியலை. அது ஏன்?"

"ஹாசினியோட பெஸ்ட் ஃப்ரெண்டுன்னு சொல்றீங்க. அவ எதுவும் இது பத்தி உங்க கிட்ட ஷேர் பண்ணிக்கலையா?"

"யெஸ்... பண்ணியிருக்கா. அது பத்திப் பேசத்தான் இப்ப நான் போன் பண்ணேன். அதுக்கு முன்னாடி உங்க கிட்ட சிலதை க்ளாரிஃபை பண்ணிக்க நினைக்கிறேன். அதுக்காகத்தான் இந்தக் கேள்விகள்."

"ஹாசினிக்கே இந்தக் கல்யாணத்துல விருப்பம் இல்லே. அவ தன் கூட வேலை செய்யற யாரையோ லவ் பண்றதாகவும், தன் அப்பாவிடம் இது பத்தி இப்போ சொல்ல முடியாது, அதனால இந்தக் கல்யாணத்துல இஷ்டமில்லேன்னு என்னையே சொல்லிடும்படியும் அவளே எனக்கு வாய்ஸ் மெசேஜ் அனுப்பியிருந்தா."

"தான் லவ் பண்றது யாரென்னு குறிப்பா சொல்லலையா?"

"இல்லை. அது எனக்குத் தேவையில்லாததுங்கிறதால நானும் கேட்டுக்கலை."

"சரி, லவ் விஷயத்தை விடுங்க. அவ யாரையும் லவ் பண்ணலைன்னே வெச்சுக்கோங்க. அப்ப உங்க ஸ்டேண்ட் என்ன? அவளைக் கல்யாணம் பண்ணிப்பீங்களா? பெரியவங்க சொன்னதுக்காக இல்லே, உண்மையா அவளை விரும்பிப் பண்ணிப்பீங்களான்னு கேக்கறேன்."

"இல்லை. அப்பவும் வேற ஒரு சிக்கல் இருக்கு."

"என்ன சிக்கல்?"

"ஸாரி, நீங்க என்னையே கேள்வி மேல கேள்வி கேட்டுட்டிருக்கீங்க. ஏதோ முக்கியமான விஷயம் சொல்லப்போறதா சொன்னீங்களே, அது என்னன்னு தெரிஞ்சுக்கலாமா?"

"சொல்றேன். அதுக்கு முன்னாடி இந்த ஒரு கேள்விக்கு மட்டும் பதில் சொல்லிடுங்க. ஹாசினி ஏதோ ஒரு ஆபத்துல சிக்கியிருக்கா* என் உள்ளுணர்வு சொல்லுது. அந்த ஆபத்துலேர்ந்து அவளைக் காப்பாத்த உங்களால முடியும்கிற பட்சத்துல உதவி பண்ணுவீங்களா, அல்லது யாரோ எக்கேடோ கெட்டுப் போகட்டும்ன்னு விட்டுடுவீங்களா?"

"என்ன ஆபத்து? அவ கெட்டிக்காரப் பெண்ணாச்சே... அப்படி எதுவும் ஆபத்தைத் தேடிக்கிறவ இல்லையே! அப்படியே ஏதாவது ஆபத்து வந்தாலும், அதைச் சாதுர்யமா சமாளிக்க அவளுக்குத் தெரியாதா என்ன?" என்றான் ஜெயந்த்.

"காதல் எப்பேர்ப்பட்ட புத்திசாலியின் கண்ணையும் மறைக்கும் ஜெயந்த்."

"அவ காதலனால ஆபத்து ஏற்படலாம்ன்னு சொல்றீங்களா?"

"எனக்குச் சரியா சொல்லத் தெரியலை. அவ எதையோ என்கிட்ட மறைக்கிற மாதிரி தோணுது. டு பி ஃப்ராங்க் வித் யூ முந்தாநேத்து அவ நடந்துக்கிட்ட விதம் ரொம்ப டிரமாட்டிக்கா எனக்குப் பட்டுது. ஏன் அப்படி நடந்துக்கிட்டா, கெளரி கெளரின்னாளே, அவ யாரு... எதுவுமே தெரியலே! 'யாருடி அது கெளரி?'ன்னு அவளையே கேட்டேன். 'யாருக்குத் தெரியும்?'னா. ஆனா, அவளுக்கு நிச்சயம் தெரிஞ்சிருக்கணும். மறைக்கிறா."

"கரெக்ட்! அதை நானும் யூகிச்சேன். 'கல்யாணத்தை நிறுத்தறதுக்காக நீ போட்ட டிராமா இதுன்னு எனக்குத் தெரியும்'ன்னு நானும் பதில் மெசேஜ் தட்டிவிட்டேன். பார்த்துட்டு ஷாக் ஆகியிருப்பா. சொல்லுங்க, நான் என்ன செய்யணும்?"

"ஹாசினி மேல உங்களுக்கு அக்கறை இருந்தா, ஐ மீன், அவ உங்க சொந்த அத்தைப் பொண்ணு; அந்த உரிமையில இங்க வந்து தங்கி, எந்த ஆபத்தும் நேராம அவளைக் காப்பாத்துங்க. ஹாசினி ரொம்ப நல்ல பொண்ணு. அவளுக்கு எதுவும் ஆயிடக் கூடாதுங்கிற அக்கறையில கேக்கறேன்."

"என்ன ஆபத்துன்னே தெரியாம எப்படிக் காப்பாத்தச் சொல்றீங்க?" என்றான் ஜெயந்த். "என்கிட்ட சொல்றதை அவங்க அப்பா, அம்மா கிட்ட சொல்லி உஷார்படுத்த வேண்டியதுதானே?"

"உங்க கேள்வி சரியானதுதான். ஆனா, அவங்களால இது சாத்தியமில்லைன்னு எனக்குத் தோணுது. ஹாசினி யாரை லவ் பண்றா தெரியுமா, அன்னிக்கு அவ மயங்கிக் கிடக்கிறதா சித்தார்த்னு ஒருத்தர் போன் பண்ணாரே, அவரைத்தான்!"

"என்ன சொல்றீங்க நிவேதிதா?" என்றான் ஜெயந்த். "பார்த்தீங்களா, கல்யாணத்தை நிறுத்த அவ போட்ட டிராமான்னு நான் யூகிச்சது சரியாப்போச்சா? சித்தார்த்தான் இந்த ஐடியாவைச் சொல்லிக் கொடுத்திருப்பாரு. சித்தப்பிரமை வந்த மாதிரி நடி; அவங்களே உன்னைப் பிடிக்கலைன்னு சொல்லிட்டுப் போயிடுவாங்கன்னு சொல்லியிருப்பாரு."

"இல்லை ஜெயந்த், விஷயம் அதைவிட சீரியஸ்னு தோணுது."

"என்ன சீரியஸ்? பூடகமாவே சொல்லிட்டிருந்தா எப்படிப் புரியும் எனக்கு?"

"ஸாரி, ஸாரி... தெளிவாவே சொல்றேன். ஹாசினி சித்தார்த்தை லவ் பண்ற விஷயம் எனக்கு நாலஞ்சு மாசமாவே லேசுபாசா தெரியும். ஆனா, நான் எதையும் கேட்டுக்கலை. அவளே போன மாசம் என்கிட்ட சொன்னா. நான் அந்த சித்தார்த்தை ஏற்கெனவே பார்த்திருக்கேன். அவன் ஒரு சைக்காலஜி ஸ்டுடன்ட். கெட்டிக்காரன். அவனை 'மூவி பசார்' சேனலுக்காக ஹாசினி பண்ணின ஒரு இன்டர்வியூவுக்கு நல்ல வரவேற்பு. அவ அப்பா, அம்மா அதைப் பார்த்திருப்பாங்களான்னு தெரியலை. அப்பா எப்பவும் பிசினஸ் பிசினஸ்னு அலையறவர். அம்மாவுக்கு அதுலெல்லாம் இன்ட்ரெஸ்ட் கிடையாது. அவங்களுக்கு டி.வி. சீரியல்களும் 'ஓல்டு ஈஸ் கோல்டு' பழைய பாடல்களும் போதும். அந்த இன்டர்வியூ பண்ணினதிலேர்ந்து என் காதே புளிச்சுப் போறாப்லஎப்பவும்அந்தசித்தார்த்புகழ்பாடிட்டிருந்தாஹாசினி. முந்தாநாள் அவளை அழைச்சுட்டு வர நானும் ஆதம்பாக்கம் போயிருந்தேனில்லையா... அப்ப கொஞ்சம் தெளிவாதான் பேசிட்டிருந்தா. ஆனா, சித்தார்த்தை முன்னே பின்னே பார்க்காத மாதிரி நடந்துக்கிட்டா. எனக்குக் காரணம் புரியலே..."

"ஏன் புரியலேங்கறீங்க...? தெரிஞ்ச மாதிரி காட்டிக்கிட்டா, அப்புறம் கல்யாணத்தை நிறுத்த எப்படி டிராமா போடறது? அவங்க ரெண்டு பேரும் பிளான் பண்ணித்தானே இதைச் செஞ்சிருக்காங்க? அவ அப்பாவுக்கு சந்தேகம் வராதா?"

"இல்லை ஜெயந்த், உங்களுக்குப் புரிய மாட்டேங்குது. கல்யாணத்தை நிறுத்துறது அவளுக்கு ஒண்ணும் பெரிய விஷயமில்லே. அதுக்காக இவ்ளோ மெனக்கிடணும்னு அவசியமில்லே. அவ போல்டான பொண்ணு. 'இவரைத்தாம்ப்பா நான் லவ் பண்றேன். நீங்க வந்து அவங்க அம்மா கிட்ட பேசுங்க'ன்னு தைரியமா தன் அப்பா கிட்டே சொல்லக்கூடியவதான் அவ. அதனால அது காரணமா எனக்குப் படலே..."

"பின்னே..?"

"அந்த சித்தார்த் அவளை வெச்சு ஏதோ பிளான் பண்ணியிருக்கான். அது என்னன்னு எனக்குப் புரியலை. ஆனா, அவன் தப்பானவன்னு என் மனசுக்குப் படுது. அன்னிக்கு நான் ஆதம்பாக்கம் போயிருந்தப்போ என்னை அங்கே அவனோ, ஹாசினியோ எதிர்பார்க்கலை. அவங்க லவ் பண்ற விஷயம் எனக்குத் தெரியாதுன்னு அவன் நினைச்சிருக்கலாம். அதனால அவன் அதிர்ச்சியைக் காட்டிக்கலை. ஆனா, ஹாசினியே சொல்லியிருக்கா. அதனால என்னைப் பார்த்ததும் அவ கொஞ்சம் ஜெர்க் ஆனா. அப்புறம் சுதாரிச்சுக்கிட்டா. எதுக்காக இந்த டிராமானு அப்புறம் தனியா என்கிட்ட அவ சொல்லியிருக்கலாம். சொல்லலை. இதுல ஏதோ மர்மம் இருக்கிறதா எனக்குப் படுது. அது என்னன்னு நீங்கதான் கண்டுபிடிக்கணும்."

"நிவேதிதா, நீங்க ரொம்பவும் குழம்பிப் போயிருக்கிங்கன்னுதான் எனக்குத் தோணுது. இது கல்யாணத்தை நிறுத்தறதுக்கான டிராமாவா இல்லைன்னா, நிஜமாவே

ஹாசினிக்கு ஏன் அப்படியொரு மனக் கலக்கம் ஏற்பட்டிருக்கக்கூடாது?" என்றான் ஜெயந்த்.

"உங்களுக்கு ஒரு விஷயம் சொல்றேன்; மனசோடு வெச்சுக்குங்க. நான் அங்கே போயிருந்தப்போ, அவங்க வீட்டு ஹால்ல பூஜை அலமாரிக்குப் பக்கத்துல, நல்லா ரெண்டுக்கு மூணு சைஸ்ல ஒரு பெரிய படம் மாட்டுற மாதிரி இடம் இருந்தது. ஆணியும் இருந்தது. ஆனா, படம் இல்லே. சுத்திலும் அழுக்கேறி சுவர் கொஞ்சம் டல்லாகி, அந்த இடம் மட்டும் செவ்வகமா பளிச்சுனு தெரிஞ்சுது. ரொம்ப நாளா ஏதோ படம் மாட்டி, சமீபத்துல எடுத்திருக்காங்கன்றது பார்த்தப்பவே புரிஞ்சுது. அப்புறம் உங்கப்பா, ஹாசினியின் அப்பா ரெண்டு பேரையும் அழைச்சுக்கிட்டு, மாடியில் தன்னோட அறையைப் பார்க்கலாம் வாங்கன்னு கூட்டிக்கிட்டுப் போயிட்டான் சித்தார்த். நானும் ஹாசினியும் மட்டும் கீழ் அறையில இருந்தோம். அப்போ யதேச்சையா பீரோ பின்னாடி பார்த்தேன். நல்ல அழகான. அகலமான ஃப்ரேம் போட்ட ஒரு படம் இருந்தது. அதுக்கு ஒரு ரோஜா மாலையும் போடப்பட்டிருந்தது. அதிகம் வாடாத பூக்கள். எனக்கு ஆர்வம் தாங்கலே. எடுக்கப்போனேன். 'ஏய்... அதையெல்லாம் எடுக்காதடி. வந்த இடத்துல எதுக்குடி தேவையில்லாம... கையை வெச்சுக்கிட்டு சும்மா இருக்க மாட்டியா'ன்னா ஹாசினி. சரின்னு விட்டுட்டேன். அப்புறம் விடைபெற்றுக் கிளம்பி எல்லாரும் வாசல் கேட் வரைக்கும் வந்ததும், 'என் மொபைலை ரூம்லயே வெச்சுட்டேன்'னு நான் மட்டும் வீட்டுக்குள் ஓடிப்போய், அந்த பீரோவின் பின்னாடி இருக்குற படத்தை வெளியே எடுத்துப் பார்த்தேன். அழகான ஒரு டீனேஜ் பெண்ணின் போட்டோ அது. கீழே 'கௌரி'ன்னு எழுதி, பிராக்கெட்ல தோற்றம்: 18.08.1982 – மறைவு: 18.08.2001-ன்னு போட்டிருந்தது. ஆக, அந்த கௌரிக்கும் சித்தார்த்துக்கும் ஏதோ தொடர்பு இருக்கு. அது ஹாசினிக்கும் தெரிஞ்சிருக்கு. என்னவோ நாடகம் ஆடறாங்க."

"அடேங்கப்பா... பயங்கர துப்பறியும் வேலையெல்லாம் பண்ணியிருக்கீங்க...?" என்றான் ஜெயந்த்.

"ஜெயந்த், ப்ளீஸ்! ஹாசினி நல்ல பொண்ணு. அவளுக்கு ஏதாவது ஆபத்து ஏற்பட்டுடுமோன்னு எனக்குப் பயம்மா இருக்கு. நீங்க அவளைக் கல்யாணம் செய்துக்கலேன்னாலும் பரவாயில்லை. அது உங்க ரெண்டு பேர் விருப்பம். ஆனா, அவளுக்கு ஏற்படப்போற ஆபத்துலேர்ந்து அவளைக் காப்பாத்துங்க. எனக்குன்னு ஒரு குடும்பம், கணவர், குழந்தைன்னு இருக்கு. அதனால ஒராளவுக்கு மேல என்னால இதுல இறங்க முடியாது!"

"நீங்க நிறைய ராஜேஷ்குமார் கதைகள்லாம் படிப்பீங்களோ... பயங்கரமா யோசிக்கிறீங்க!" என்று சிரித்தான் ஜெயந்த்.

"அப்புறம் இன்னொரு விஷயம்... ஹாசினியை நல்ல சைக்கியாட்ரிஸ்ட் கிட்ட கொண்டு காட்டச் சொல்லி, ஒரு அட்ரஸ் கொடுத்திருக்கான் சித்தார்த். ஆனா, அவர் ஒரு செமினாருக்காக கனடா போயிருக்காராம். 'சரி, நானே கவுன்சிலிங் கொடுத்துப் பார்க்கிறேன்'னு சொல்லியிருக்கான். இன்னிக்கே அழைச்சுட்டுப் போறதா இருந்தார் ஹாசினியின் அப்பா. ஆனா, தனக்கு வேலை இருக்கு. சண்டே வெச்சுக்கலாம்னு சொல்லிட்டானாம். அன்னிக்குதான் ஏதோ நடக்கப்போகுதுன்னு என் உள் மனசு சொல்லுது. ஒருவேளை, நீங்க சொல்ற மாதிரி நான்தான் ரொம்ப கற்பனை பண்ணிக்கிறேனோ என்னவோ... சித்தார்த் பத்தி அவன் அந்த இன்டர்வியூவுல சொன்னதைத் தாண்டி எனக்கு எதுவும் தெரியாது. எல்லாம் ஒரு ஊகம்தான். மே பி, அவன் உத்தமனாகவும் இருக்கலாம். அப்படி இருந்தா நல்லதுதான்."

"எனக்கு அந்த இன்டர்வியூவின் லின்க் அனுப்ப முடியுமா?" என்று கேட்டான் ஜெயந்த்.

"ஓ... அனுப்பறேனே! இப்பவே அனுப்பறேன். பாலியல் வன்முறை தொடர்பான ஒரு கலந்துரையாடல்லயும் கலந்துக்கிட்டுப் பேசினான் சித்தார்த். அந்த லின்க்கையும் அனுப்பறேன். இரண்டையும் பார்த்தா உங்களுக்கு ஏதாவது ஐடியா கிடைக்கலாம். ஜெயந்த், இந்த விஷயத்தை எனக்கு வேற யார் கிட்டச் சொல்றதுன்னு தெரியலை. நீங்க அவளோட நெருங்கின சொந்தம். அதனாலதான் உங்களைக் கூப்பிட்டுச் சொல்றேன். நீங்க நிச்சயம் ஏதாவது பண்ணுவீங்கன்னு நம்பறேன். உங்க நம்பரைக்கூட ஹாசினிக்குத் தெரியாமதான் அவ மொபைல்லேர்ந்து எடுத்தேன். அதனால நான் உங்களுக்குப் போன் பண்ணது அவளுக்குத் தெரிய வேணாம், என்ன?"

"அப்படியே அந்த சித்தார்த்தோட நம்பரையும் ஹாசினி மொபைல்லேர்ந்து சுட்டிருப்பீங்களே, அதையும் கொஞ்சம் எனக்கு அனுப்பிவிடுங்களேன்!"

"கண்டிப்பா அனுப்பறேன். இப்ப நான் உங்களோட பேசினது எதுவும் ஹாசினிக்குத் தெரிய வேணாம். உங்க வீட்டுலயும் யாருக்கும் தெரிய வேணாம். சரியா? நான் உங்களை நம்பறேன். ஓகே, வெச்சிடவா?"

இணைப்பு துண்டிக்கப்பட்டது. மொபைலை முகவாயில் வைத்து அழுத்திக்கொண்டபடி யோசனையில் ஆழ்ந்தான் ஜெயந்த்.

'சித்தார்த்... நீ வில்லனா, ஹீரோவா? தெரியலை. எப்படி வேணா இருந்துட்டுப் போ! ஆனா, இந்தக் கதையில நான் வில்லன்!'

ஜெயந்த்தின் உதடுகளில் விஷமப் புன்னகை ஒன்று நெளிந்தது.

———

18

இரவு 8 மணிக்கெல்லாம் சென்னை, ஹாசினி வீட்டுக்கு வந்துவிட்டான் ஜெயந்த். இன்னோவாவை காம்பௌண்ட் சுவர் ஓரமாக நிறுத்திவிட்டு, பின்சீட்டில் போட்டிருந்த டிராவல் பேகை எடுத்துக்கொண்டு, கேட்டைத் திறந்துகொண்டு உள்ளே நுழைந்தான்.

காலிங் பெல் அழுத்தத் தேவையின்றி வாசல் கதவு திறந்தே இருந்தது. செருப்பை ஓரமாக விட்டுவிட்டு, உள்ளே நுழைந்தான்.

"வா வா...' என்று வரவேற்றாள் பிரேமா. குரல் கேட்டு ஹாசினியும் அறையிலிருந்து எழுந்து வெளியே வந்தாள்

ஜெயந்த் டிராவல் பேகைக் கீழே போட்டுவிட்டு, குனிந்து பிரேமாவின் காலைத் தொட்டுக் கண்களில் ஒற்றிக்கொண்டான். ஹாசினிக்கு எம்.ஜி.ஆர். படம் பார்க்கிற மாதிரி இருந்தது அந்தக் காட்சி.

"இருக்கட்டும்ப்பா... நேத்து செளகரியமா போய்ச் சேர்ந்தீங்களா?" என்றாள் பிரேமா.

"நல்ல செளகரியம் அத்தை!"

"எப்போ கிளம்பினே? சாப்பிடுறியா, காபி தரவா?"

"அரைடம்ளர். மாமா வந்ததும் அவரோட சேர்ந்து சாப்பிடறேன்" என்றவனிடம், "ஜெயந்த், இங்கே வா. இந்த ரூம் உனக்குப் போதுமா பாரு. கட்டில் இருக்கு. ஏசி இருக்கு. ஏசி ஒத்துக்காதுன்னா, ஓரமா பெடஸ்டல் ஃபேன் இருக்கு. யூஸ் பண்ணிக்க. பீரோவையும் காலி பண்ணி வெச்சிருக்கேன். ரூம் சின்னதுங்கறதால அட்டாச்டு பாத்ரூம் மட்டும் இல்லை. பரவாயில்லைதானே?" என்று அவனுக்கான அறையைக் காட்டினாள் ஹாசினி.

"தாராளம்! ஹாசினி, இப்படியெல்லாம் வசதி பண்ணிக் கொடுத்தேன்னா, ஒரு மாசம்கிறதுக்குப் பதிலா ஆறேழு மாசம் நான் இங்கேயே கேம்ப் போட்டுடுவேன். உனக்குத்தான் கஷ்டம்!" என்று சிரித்தான் ஜெயந்த்.

"இரேம்ப்பா. எவ்வளவு நாள் வேணா இரு. இது உன் வீடு!" என்றாள் பிரேமா.

"குளிக்கிறியா, கெய்சர் போடவா?" என்றாள் ஹாசினி.

"சரி, போடு! ஃப்ரெஷ்ஷாத்தான் இருக்கேன். இருந்தாலும் ஒரு குளியல் போட்டா நல்லாத்தான் இருக்கும்" என்ற ஜெயந்த், "ஹாசினி, காலையில அந்த சித்தார்த் கிட்டப் பேசினேன்" என்றான்.

நகரப் போனவள் நின்று, ஜெயந்தைப் புருவம் நெரியப் பார்த்தாள்.

"அவரை ஆறு மாசங்களுக்கு முன்னால நீ இன்டர்வியூ பண்ணியிருக்கே போலிருக்கே?! நேத்திக்கு நைட்டு பொழுது போகாம யூடியூபை மேய்ஞ்சுக்கிட்டிருந்தேன். வழக்கமா ரங்கராஜ் பாண்டே பார்ப்பேன். அப்புறம் என்னோட பிசினஸ் சம்பந்தமான வீடியோஸ் இருக்காணு பார்ப்பேன். அப்போதான் 'மூவி பசார்' சேனல் கண்ணுல பட்டுது. 'அட, நீ வேலை செய்யற நிறுவனமாச்சே!'னு ஒரு ஆர்வத்துல உள்ளே போய்ப் பார்த்தேன். 'மனநல ஆலோசகர் சித்தார்த்துடன் ஒரு சந்திப்பு'ன்னு டைட்டிலைப் பார்த்ததும், போட்டுப் பார்த்தேன். பிரமாதமா பேசியிருக்கார். கமென்ட்டே ஆயிரக்கணக்குல வந்திருந்தது..."

"அவரோட போன் நம்பர் எப்படிக் கிடைச்சுது?"

"உங்க ஆபீசுக்கு போன் அடிச்சேன். யாரோ ஒரு லேடி எடுத்தாங்க. 'கன்சல்டேஷனுக்காக சித்தார்த்தைப் பார்க்கணும், கான்டாக்ட் நம்பர் கிடைக்குமா?'னு கேட்டேன். கொடுத்தாங்க."

"எதுக்கு ஆபீசுக்கு போன் பண்றே? என்கிட்டேயே கேட்டிருக்கலாமே?" என்றாள் ஹாசினி.

"கேட்டிருக்கலாம். ஆனா, உன்கிட்ட இருக்குமோ என்னவோ, ஆபீஸ் ரெக்கார்ட்ஸ்ல இருக்கும், கேட்டுச் சொல்றேன்னு சொல்லலாம். எதுக்கு சுத்தி வளைச்சுக்கிட்டு; ஆபீசுக்கே போன் பண்ணிக் கேட்டுடுவோம்; இல்லைன்னா உன்னைக் கேக்கலாம்னு நினைச்சிட்டிருந்தேன். அங்கேயே கிடைச்சுடுச்சு."

"நம்பர் கொடுத்த அந்த லேடி பேர் என்ன?"

"அடடா... நான் விசாரிக்கலையே? ஆமா, எதுக்கு நீ சுத்திச் சுத்தி அங்கேயே வரே? என்னை ஏதாவது டவுட் படறியா? அப்படி இருந்தா சொல்லு, நான் நாளைக்கே ஏதாவது ரூம் பார்த்துத் தங்கிக்கிறேன். என்னால யாருக்கும் எந்தச் சங்கடமும் வேணாம்" என்றான் ஜெயந்த்.

"உன்னால எங்களுக்கு என்னப்பா சங்கடம்?" என்றபடி காபியுடன் வந்தாள் பிரேமா. அதை ஜெயந்த் கையில் கொடுத்துவிட்டு, "சரி, நீங்க பேசிட்டிருங்க. சீரியல் ஆரம்பிச்சுடுவான். நான் ஹாலுக்குப் போறேன்" என்று அகன்றாள்.

"அந்த சித்தார்த்தைத்தான் நான் லவ் பண்றேன்" என்றாள் ஹாசினி.

"யூகிச்சேன். அதனாலதான் முந்தாநாள் நீ பண்ணது டிராமான்னு தோணுச்சு."

"இல்லை ஜெயந்த், நான் டிராமா எதுவும் பண்ணலை. ஆலந்தூர் மெட்ரோ ஸ்டேஷன்ல நான் மயங்கி விழுந்தது நிஜம். அப்போ சித்தார்த்தும் அவங்க அம்மாவும் யதேச்சையா அங்க வந்தது நிஜம். மயக்கத்துல இருந்த என்னை அவங்க வீட்டுக்கு அழைச்சுட்டுப் போனது நிஜம். அவங்க என்னோட பேரைக் கேக்கும்போது நான் 'கௌரி'ன்னு சொன்னதும் நிஜம். இதுல எதுவுமே அவரோ, நானோ பிளான் பண்ணிப் பண்ணது இல்லை."

"ஆமாமாம். அன்னிக்கு அந்த கௌரியோட நினைவு நாளா இருந்ததும் யதேச்சையா அமைஞ்ச ஒரு நிஜம்தான்!" என்றான் ஜெயந்த், கேலி தொனிக்கும் குரலில்.

"கண்டிப்பா ஜெயந்த், அதுவும் தற்செயலாதான் அமைஞ்சது. சொன்னா நீ நம்பப் போறதில்லே. ஆனா, எங்கப்பா மேல ஆணையா இது சத்தியம்!" என்றாள் ஹாசினி.

"அடடா... இதுக்கெல்லாம் ஏன் உணர்ச்சிவசப்படுறே ஹாசினி... சத்தியம் கித்தியம்னு பெரிய வார்த்தையெல்லாம் சொல்லிக்கிட்டு... நான் எதுவும் மீன் பண்ணிச் சொல்லலை. ஜஸ்ட், என் மனசுல தோணினதைச் சொன்னேன். லீவ் இட்!"

"சரி, நீ போய்க் குளிச்சிட்டு வா. உன்கூட நிறைய பேச வேண்டியிருக்கு!" என்று விலகினாள் ஹாசினி.

ஜெயந்த் தனக்கு ஒதுக்கப்பட்ட அறையில் பேகை வைத்துவிட்டு, அதிலிருந்து டவலை மட்டும் உருவிக்கொண்டு, வெளியில் வந்தான். காமன் பாத்ரூமில் நுழைந்தான். ஹாட், கோல்டு பைப்புகளைத் தேவையான அளவுக்குத் திறந்து, வெந்நீர் இதமாகச் சொரியும்படி அமைத்துக்கொண்டான். நிதானமாகக் குளித்து முடித்து, லுங்கிக்கு மாறினான். டிஷர்ட் அணிந்து ஃப்ரெஷ்ஷாக வெளியே வந்தான். மணி 9,

"மாமா எப்போ வருவார் அத்தே?" என்றான் எதிர்ப்பட்ட பிரேமாவிடம்.

"வந்துடுவார். வர நேரம்தான். சில நாள் லேட்டாயிடும். பதினொண்ணு பதினொன்றைகூட ஆயிடும். நீ பசிச்சா சாப்பிடேன். அவருக்காக வெயிட் பண்ண வேணாம்."

"பார்க்கலாம். மாமா வந்துடட்டும். இப்ப பசி இல்லே. அதுவரைக்கும் நான் ஹாசினியோடு பேசிட்டிருக்கேன்" என்றவன், குரல் கொடுத்துக்கொண்டே எதிர் அறைக்குள் சென்றான்.

'முந்தாநாள் வந்து நாளெல்லாம் உம்மென்று உட்கார்ந்துகொண்டிருந்த அந்தப் பையனா இவன்!' என்று ஆச்சரியத்துடன் பார்த்தாள் பிரேமா. 'என்னமா கலகலவென்று பேசுகிறான்! வாய் நிறைய என்னை அத்தே, அத்தே என்று அழைக்கிறான்.'

ஹாசினியின் அறைக்குள் பெரிய படுக்கைக் கட்டிலும், பக்கத்தில் ஒரு சதுரமான கண்ணாடி டீப்பாயும், எதிரெதிரே இரண்டு சோபா நாற்காலிகளும் இருந்தன.

"வா ஜெயந்த், உட்கார்! இன்னோவா என்ன மைலேஜ் கொடுக்குது?" என்று கேஷுவலாகப் பேச்சைத் தொடங்கினாள் ஹாசினி. சொன்னான்.

"காரை நீ எடுத்துட்டு வந்துட்டியே... அங்கே மாமாவுக்கு வேண்டாமா?" என்றாள்.

"அவருக்குன்னு தனியா 'ஆல்டோ கே10' வெச்சிருக்கார். உங்க அப்பா கொடுத்த அம்பாசடரைத்தான் ரொம்ப நாள் ஓட்டிட்டிருந்தார். நல்லா இருந்தது. அப்புறம் அதன் புரொடக்ஷன் நின்னப்புறம் ஒரு 'வின்டேஜ்' லுக் வந்துடுச்சு அதுக்கு. இப்பவும் அது எங்க வீட்டுல இருக்கு. மூணு வருஷம் முன்னாடிதான் 'ஆல்டோ' வாங்கினார் அப்பா. அவர் ஹேண்ட்லிங்குக்கு அது செளகரியமா இருக்கு" என்ற ஜெயந்த், "மாமா மேல அப்பாவுக்குத் தனிப் பிரியம். தனி மரியாதை. அக்கா கல்யாணத்துக்கெல்லாம் உங்க அப்பா ரொம்பவே ஹெல்ப் பண்ணியிருக்கார் இல்லையா... அதை எப்பவும் சொல்லிட்டேயிருப்பார்" என்றான்.

"ஆனா, உங்கம்மாவுக்குதான் எங்களைக் கண்டா பிடிக்கலே. குறிப்பா, என்னைத் தன் ஜென்ம விரோதியா பார்க்கறா" என்றபடி வந்து அவர்கள் பேச்சில் கலந்துகொண்டாள் பிரேமா.

"விடுங்க அத்தை, அவங்க பேச்சை ஒரு பொருட்டா எடுத்துக்காதீங்க. ஏதோ மிஸ்அண்டர்ஸ்டாண்டிங். சங்கரி அத்தையோடு ரொம்ப க்ளோஸா இருந்தாங்க அவங்க. அந்த இடத்துக்கு நீங்க வந்ததை அவங்களால ஏத்துக்க முடியலை."

"ஏத்துக்க முடியலைங்கிறதைக்கூட என்னால புரிஞ்சுக்க முடியுதுப்பா. ஆனா, கிழவி எப்போ சாவா, திண்ணை எப்போ காலியாகும்னு காத்திருந்து நான் ஏதோ இந்த வீட்டுல புகுந்துட்டா நினைக்கிறதைத்தான் என்னால தாங்க முடியலை."

"ஐயோ... விடுங்க ஆன்ட்டி. அம்மா அப்படித்தான்! அவங்க உங்களோடு அதிகம் பேசிப் பழகினது இல்லே. பழகியிருந்தா உங்க நல்ல மனசைப் புரிஞ்சிட்டிருப்பாங்க. இப்ப என்ன... சங்கரி அத்தை மாதிரி நீங்களும் எனக்கு அத்தைதான்!" என்று பிரேமாவின் இரு கைகளையும் பற்றினான் ஜெயந்த். அவன் அன்பில் நெகிழ்ந்தாள் பிரேமா. "சரிப்பா, நீங்க பேசிட்டிருங்க. நான் போய் என் கைவேலையைப் பார்க்கிறேன்" என்று எழுந்து சென்றாள்.

"ஏன் ஜெயந்த், எதுக்கு சித்தார்த்தைப் பார்க்கணும்னு சொன்னியாம்?" என்று கேட்டாள் ஹாசினி.

"அவர் ஒரு நல்ல சைக்கியாட்ரிஸ்ட் இல்லையா...? பொதுவா சைகாலஜி படிச்சவங்க எல்லாருமே நல்லா பேசுவாங்க; மோட்டிவேஷனல் டாக் கொடுக்குறதுல

எக்ஸ்பெர்ட்டா இருப்பாங்க. அதனால, எங்க கம்பெனி ஊழியர்களுக்கு ஆறு மாசத்துக்கொரு தடவை அப்படியானவங்களை வரவழைச்சு பேசச் சொல்றது வழக்கம். புதிய தீம் கொண்டு வரப்பவோ, வொர்க்கிங் ஸ்ட்ராட்டஜியில மாற்றம் செய்யறப்பவோ நாங்க இன்ஸ்ட்ரக்ஷன் கொடுக்குறதைவிட, இவங்களை மாதிரியானவங்க சின்னச் சின்ன உதாரணங்கள், குட்டிக் கதைகள்னு சொல்லிப் பேசினாங்கன்னா, அது எம்ப்ளாயீஸ் மனசுல அழுத்தமா உட்காரும். தவிர, என்னோட பிசினஸை இங்கே தமிழ்நாட்டுலயும் விரிவுபடுத்தணும்னு சொன்னேனில்லையா... அதுக்காகத்தானே வந்திருக்கேன். சோலார் பேனலின் முக்கியத்துவத்தை எப்படி இங்குள்ள கஸ்டமர்கள்கிட்ட கொண்டு போறது, அவங்களை எப்படி கன்வின்ஸ் பண்றதுன்னும் அவர் கிட்டே அட்வைஸ் கேட்க ஆசை.”

“அவ்வளவுதானே... வேற ஒண்ணும் இல்லையே?” என்றாள் ஹாசினி.

“என்ன ஹாசினி, உங்களுக்கிடையில குட்டிக் குழப்பம் பண்ண வந்திருக்கேன்னு நினைக்கிறியா..? அப்படின்னா சொல்லு, அவரை நான் சந்திக்கவே மாட்டேன். போறுமா?”

“அதுக்கில்லே... நாட்டுல எத்தனையோ உளவியல் நிபுணர்கள், ஊக்கச் சொற்பொழிவாளர்கள் இருக்காங்களே, அவங்களையெல்லாம் விட்டுட்டு திடீர்னு இவரை வந்து பிடிப்பானேன்?”

“இருக்காங்கதான். அவங்கள்ள பலரை இதுக்கு முன்னே, எங்க கம்பெனி ஊழியர்கள் மத்தியில பேச வெச்சுமிருக்கேன். எல்லாரும் அபவ் ஃபிஃப்டி! சித்தார்த்தைப் பொறுத்தவரை ரொம்ப யங். கிட்டத்தட்ட என் வயசுதான் இருக்கும்னு நினைக்கிறேன். என்கிட்டே வொர்க் பண்றவங்கள்ள நைன்ட்டி பர்சென்ட் பீப்புள், 25 டு 30-க்குள்ளதான். அதனால இவர் வந்து அவங்க கிட்டே பேசினா இன்னும் எஃபெக்டிவ்வா இருக்கும்னு யோசிச்சேன். தவிர, பிசினஸ் விஷயமா டூர் போறப்போ, முடிஞ்சா என்னோடு அவரையும் கோவை, மதுரை, திருச்சின்னு கூட்டிட்டுப் போகலாம்னு நினைக்கிறேன்...” என்ற ஜெயந்த், “ஹாசினி, உன் திருமணம் உன்னோட பர்சனல் விஷயம். அதுல நான் தலையிட மாட்டேன். அதுக்கும் எனக்கும் சம்பந்தமில்லை. நீ என்னை நம்பலாம். நம்ம எங்கேஜ்மெண்ட் நின்னு போனதும் நான் அதுக்காகக் கோபமோ, வருத்தமோ படலையே? நீதான் முன்கூட்டியே எங்கிட்ட உன் நிலையைத் தெளிவா சொல்லிட்டியே... அத்தோடு மறந்துட்டேன். இப்ப என் பிசினஸை எப்படி விரிவுபடுத்தலாம்கிறது மட்டும்தான் என் மைண்ட்ல ஓடிட்டிருக்கு.”

“ஓகே ஜெயந்த், என்னால முடிஞ்சவரைக்கும் உனக்கு நானும் ஹெல்ப் பண்றேன். நீ கேட்ட மாதிரி கூடிய சீக்கிரம் ஒரு இன்டர்வியூவுக்கு ஏற்பாடு பண்ணிடலாம்.

அதுக்குள்ள நீயும் ஒரு ரவுண்டு போய் வா!" என்றாள் ஹாசினி, அவன் மீது நம்பிக்கை கொண்டவளாக.

ராஜசேகர் வரும்போது இரவு மணி 10. ஹாசினி ஏற்கெனவே சொல்லியிருந்ததால், "வா ஜெயந்த், வந்து நேரமாச்சா? காரை வெளியே பார்த்தேன். எடுத்து உள்ளே விட்டுடு!" என்றபடியே வந்தார்.

"ஒரு மாசம் இங்க தங்கலாமானு ஹாசினி கிட்ட பர்மிஷன் கேட்டியாம். என்ன இது அசட்டுத்தனம்? இது உன் வீடு!" என்றபடியே தன் அறைக்குள் சென்றார். சற்று நேரத்தில் வேட்டி, பனியனில் வந்தார். அவருக்கும் ஜெயந்த்துக்கும் டைனிங் டேபிளில் உணவு பரிமாறினாள் பிரேமா.

சாப்பிட்டு முடித்ததும், "ஜெயந்த், அவ்ளோ தூரம் டிரைவ் பண்ணிட்டு வந்திருக்கே. டயர்டா இருப்பே. நீ போய் ரெஸ்ட் எடு. நாளைக்கு நிதானமா பேசிக்கலாம்" என்றபடி தன் அறைக்குள் புகுந்துகொண்டார்.

ஜெயந்த் தனது அறைக்குள் வந்தான். பேகிலிருந்து லேப்டாப்பை எடுத்துக் கட்டிலில் வைத்துத் திறந்து, ஆன் செய்தான். பின்பு வெளியே வந்து, ஹாசினி அறைக்குள் எட்டிப் பார்த்து, "ஹாசினி, நெட்டுக்கான யூசர் ஐடியும், பாஸ்வேர்டும் கொஞ்சம் சொல்லேன்" என்றான். சொன்னாள். கேட்டுக்கொண்டு மீண்டும் தன் அறைக்குள் புகுந்து, கதவைச் சார்த்திக்கொண்டான்.

யூடியூபை ஓப்பன் செய்தான். சித்தார்த்தின் இன்டர்வியூவை சர்ச் செய்து, ஓடவிட்டான். முழுவதையும் கவனமாகக் கேட்டான். பின்பு, பாலியல் வன்முறை தொடர்பான கலந்துரையாடல் பதிவையும் போட்டுக் கேட்டான்.

அவனுக்குப் பளிச்சென்று ஓர் உண்மை புரிந்தது.

'ஆபத்தில் சிக்கியிருப்பது ஹாசினியல்ல. மாமா ராஜசேகர்.'

❧

19

நேற்று காலையில் நிவேதிதா வேலைமெனக்கெட்டுத் தனக்கு போன் பண்ணி, ஹாசினியை சித்தார்த்திடமிருந்து காப்பாற்றும்படி சொன்னதற்கு ஏதாவது அர்த்தம் இருக்கும் என்று தோன்றியது ஜெயந்துக்கு. சித்தார்த்தும் ஹாசினியும் சேர்ந்து ஏதாவது 'கேம்' ஆடுகிறார்களா, அல்லது, ஹாசினிக்கே தெரியாமல் சித்தார்த் அவளைப் பகடைக்காயாக்கி விளையாடுகிறானா என்பது புரியாமல் குழம்பிக்கொண்டிருந்தான். நிவேதிதா அனுப்பிய இரண்டு வீடியோக்களையும் போட்டுப் பார்த்த பின்பு குழப்பம் தீர்ந்தது. விளையாடுவது சித்தார்த்தான்.

சித்தார்த்தின் நம்பரை நிவேதிதா அனுப்பியதும், காலையிலேயே கால் பண்ணிப் பேசினான் ஜெயந்த்.

"ஹாய் சித்தார்த், நான் ஜெயந்த். ஹாசினியின் மாமா பிள்ளை. விஷயம் கேள்விப்பட்டிருப்பீங்க... முந்தாநாள் நடக்க இருந்த எங்க எங்கேஜ்மென்ட் நின்னுபோச்சு. ஜஸ்ட், ஒரு அறிமுகத்துக்காக இதை நான் சொல்றேன். மத்தபடி கல்யாணம் பத்தியோ, ஹாசினி பத்தியோ இப்ப நான் பேச வரலை. உங்களை நான் மீட் பண்ணுமே..? பர்சனலா உங்களோடு கொஞ்சம் டிஸ்கஸ் பண்ணனும். நாளைக் காலை வந்தா பார்க்க முடியுமா?" என்றான்.

"என்ன விஷயமானு தெரிஞ்சுக்கலாமா?" என்றான் சித்தார்த்.

"ப்யூர்லி பர்சனல். நேர்ல டிடெய்லா சொல்றேனே...!"

"ஓகே! நாளைக் காலை 10 மணிக்கு நான் வெளியே கிளம்பிடுவேன். எட்டு மணிக்குள்ள வந்தா பார்க்கலாம்!" என நேற்று சொல்லியிருந்தான் சித்தார்த்.

மணி பார்த்தான் ஜெயந்த். காலை 7. இப்போது கிளம்பினால் சரியாக இருக்கும். பிசினஸ் விஷயமாக வெளியில் சென்று வருவதாக மாமாவிடமும் அத்தையிடம் சொல்லிக்கொண்டான். "சித்தார்த்தைப் பார்க்கப் போறேன். ஆனா, அத்தை, மாமா கிட்ட பிசினஸ் விஷயமா வெளியே போறதா சொல்லியிருக்கேன். ஓகே? சித்தார்த் கிட்ட முழுக்க முழுக்க என் பிசினஸ் விஷயம் பத்திதான் பேசப்போறேன். உங்களுடைய பர்சனல் விவகாரங்கள் பத்தி எதுவும் பேசப்போறதில்லை. காட் பிராமிஸ்!" என்று ஹாசினியிடம் சொல்லிவிட்டுக் கிளம்பினான்.

ஏழரைக்குள் ஆதம்பாக்கம் போய்விட்டான். வீட்டு வாசலில் காரை ஓரங்கட்டி நிறுத்தி இறங்கி, ரிமோட் கியால் 'க்யூக்... க்யூக்' என்று சத்தமெழுப்பிக் கதவுகளை லாக் செய்துவிட்டு, கேட்டைத் திறந்துகொண்டு, உள்ளே நுழைந்தான்.

மாடி ஜன்னலிலிருந்து கையசைத்தான் சித்தார்த். "ஜெயந்த்... இங்க பக்கத்துல படிகள் இருக்கு பாருங்க, மேல, மாடிக்கு வாங்க!" என்று குரல் கொடுத்தான்.

படிகளின் உச்சியில் நின்று வரவேற்றான். "இடம் ஈஸியா கண்டுபிடிக்க முடிஞ்சுதா?" என்று கேட்டான்.

"ஓயெஸ்! அதான் கூகுள் மேப் இருக்கே. அது ஒரு வசதி. யாரையும் விசாரிக்க வேணாம்" என்று சிரித்தான் ஜெயந்த்.

"ப்ளீஸ் கம்" என்று அவனைத் தன் விசால அறைக்கு அழைத்துச் சென்றான் சித்தார்த். சோபாக்களில் அமர்ந்தார்கள்.

"காபி சாப்பிடுவீங்களா?"

"வேண்டாம். இப்ப கிளம்பறப்போ அத்தை வீட்டுல சாப்பிட்டுட்டுதான் வரேன்" என்ற ஜெயந்த், "ப்ளீஸ்டு டு மீட் யு!" என்று சித்தார்த்துடன் கைகுலுக்கிவிட்டு, "உங்களோட இன்டர்வியூவை முந்தாநாள்தான் 'மூவி பசார்' யூடியூப் சேனல்ல பார்த்தேன். உங்களோட லைஃப் ஹிஸ்டரியையே சுருக்கமா, ஆனா தெளிவா சொல்லியிருக்கீங்க. தவிர, ஹிப்னாடிசம்னா என்ன, மெஸ்மரிசம்னா என்ன, இரண்டுக்கும் என்ன வித்தியாசம்னு ஒரு குழந்தைக்கும் புரியறாப்பல விளக்கிச் சொல்லியிருக்கீங்க. முக்கியமா, ஒருவர் ஒரு செயலை ஆர்வத்தோடு செய்வதற்கு அவரை ஊக்குவிக்க ஹிப்னாடிசம் உதவும், மெமரி பவரை அதிகப்படுத்த, செல்ஃப் அவேர்னஸ் ஏற்படுத்த... இப்படிப் பல அற்புதங்களை ஹிப்னாடிசத்தால சாதிக்க முடியும்னு சொல்லியிருந்தது எனக்கு உங்க மேல ஒரு ஈர்ப்பை ஏற்படுத்திச்சு. அதுவரைக்கும் ஹிப்னாடிசம்னா அது ஏதோ மேடையில் நடத்தப்படுற ஒரு மேஜிக் நிகழ்ச்சி மாதிரியானதுதான்னு நினைச்சிட்டிருந்தேன். இதுல இவ்ளோ விஷயம் இருக்குன்னு உங்க இன்டர்வியூவைப் பார்த்தப்புறம்தான் எனக்குத் தெரிஞ்சுது" என்று முகம் மலரச் சொன்னான். தொடர்ந்து, தன்னுடைய பிசினஸ் பற்றியும், அதைத் தமிழ்நாட்டில் விரிவுபடுத்தும் நோக்கத்துடன் தான் வந்திருப்பது பற்றியும் விளக்கிவிட்டு, தன்னுடைய ஊழியர்களுக்கு மோட்டிவேஷனல் டாக் கொடுக்க முடியுமா என்று கேட்டான்.

"கண்டிப்பாகக் கொடுக்கலாம்" என்ற சித்தார்த், "நீங்க இவ்ளோ தூரம் கிளம்பி என்னை வந்து சந்திச்சுப் பேசுறது எனக்கு ரொம்பச் சந்தோஷமா இருக்கு. நேத்து நீங்க கால் பண்ணப்போ எனக்கு உங்களோடு பேச கொஞ்சம் கில்ட்டியா இருந்தது...

என்னடா, நிச்சயதார்த்தம்னு கிளம்பி வந்தவர் ஏமாற்றமா திரும்பிப் போறதுக்கு நான் காரணமா இருந்துட்டேனேன்னு.." என்றான்.

"அப்படியெல்லாம் நீங்க நினைக்கவே வேணாம். எனக்கு எந்த ஏமாற்றமும் இல்லை. ஹாசினி சொல்லியிருப்பாளே, நாங்க கிட்டத்தட்ட இருபது வருஷம் கழிச்சு இப்பத்தான் நேர்ல சந்திக்கிறோம். அதுவரைக்கும் தொடர்புலேயே இல்லை. பேரன்ட்ஸ் முடிவு பண்ணாங்கன்னுதான் கிளம்பி வந்தேன். ஆனா, ஹாசினி நாலு நாள் முன்னாடியே 'இந்தப் பரிச சடங்கெல்லாம் வேண்டாம் ஜெயந்த், நான் வேற ஒருத்தரை லவ் பண்றேன்'னு எனக்கு வாய்ஸ் மெசேஜ் அனுப்பிட்டா. அவ சுயமா முடிவெடுக்கக்கூடிய பொண்ணு. தைரியமான பொண்ணு. அப்படித்தான் இருக்கணும். 'பெண்கள் மீதான பாலியல் வன்முறை'ங்கிற கான்செப்ட்ல 'மூவி பசார்'ல வெளியான ஒரு கருத்தரங்குலகூட நீங்க இதை அழகா சொல்லியிருந்தீங்களே... 'கொலையைக்கூட ஏத்துப்பேன்; தற்கொலையை என்னால ஏத்துக்க முடியாது'ன்னு ஒரு இடத்துல கொஞ்சம் ஸ்ட்ராங்காவே சொல்லியிருந்தீங்க. அதான் கொஞ்சம் ஷாக்கிங்கா இருந்துச்சு..."

"உண்மைதான். அந்தக் கருத்தரங்குல கலந்துக்கிட்ட அந்த ரெண்டு மணி நேரமும் என் மனசை என் அக்காவின் தற்கொலைதான் பிராண்டிக்கிட்டிருந்தது. அந்த வலி தந்த வேதனையிலதான் நான் என்னையும் மீறி அப்படி வார்த்தையை விட்டேன். பட், ஐ மீன் இட்!" என்றான் சித்தார்த்.

"உங்களுக்குத் திருச்சியா... நான் சின்ன வயசுல திருச்சி வந்திருக்கேன். சத்திரம் பஸ் ஸ்டாண்டு பக்கத்துலயோ எங்கேயோதான் ஹாசினியின் வீடு. அவங்க அப்பா ராஜசேகர் அங்கேதான் ஏதோ ஆட்டோமொபைல் கம்பெனியில டாப் போஸ்ட்ல இருந்தார். லீவுக்கு வருவேன். அவங்க வீட்டுல ஒரு வாரம், பத்து நாள் தங்கியிருப்பேன். எங்க அத்தை பொண்ணுதானே ஹாசினி. வீட்டுலேர்ந்து மலைக்கோட்டைக்கு நடந்தே போயிருக்கேன்."

"ஐஸி... உங்களுக்கு எது சொந்த ஊர்?"

"திருநெல்வேலிப் பக்கம் ஏதோ ஒரு சின்ன கிராமம். ஆனா, நான் போனதில்லே. நான் பொறந்தது வளர்ந்தது எல்லாம் கோயம்புத்தூர்லதான். அப்பாவுக்கு பாங்க்ல வேலை. பிரமோஷன்ல பெங்களூர் வந்தார். அங்கே நாங்க செட்டிலாகி 20 வருஷமாச்சு. என்னோட சோலார் பேனல் இன்ஸ்டாலேஷன் பிசினஸ் அங்கே சூப்பரா போயிட்டிருக்கு..." என்ற ஜெயந்த், "ஏன் சார், உங்க அக்கா பேர் கௌரியா?" என்று கேட்டான்.

"எப்படித் தெரியும்? அந்த இன்டர்வியூல நான் அதைக் குறிப்பிடலையே?" என்றான் சித்தார்த்.

"ஹாசினிதான் சொன்னா. உங்க அக்காவின் சூசைட் பத்திச் சொன்னா. ஷாக்கிங்கா இருந்தது. என்ன மாதிரியான மனுஷங்க நடுவுலே வாழ்ந்திட்டிருக்கோம் நாமன்னு நினைக்கிறப்போ பயமா இருக்கு. எல்லாரும் ஒரே முகமூடியைப் போட்டுக்கிட்டுத் திரியறாங்க. இதுல யார் பசு, யார். புலி, யார் நரின்னு தெரியவே மாட்டேங்குது..."

"ஹாசினியின் அப்பா பத்தி உங்க அபிப்ராயம் என்னன்னு நான் தெரிஞ்சுக்கலாமா?" என்று கேட்டான் சித்தார்த்.

"அபிப்ராயம் சொல்ற அளவுக்கு அவரோடு நான் பழகினதில்லை. என் அம்மா அவரைப் பத்தி நிறைய சொல்லியிருக்காங்க. அதை வெச்சுப் பார்க்கும்போது, அவர் அவ்ளோ சரியான மனுஷன் இல்லைன்னுதான் நினைக்கத் தோணுது. ஆனா, வெளியில எல்லார் கிட்டயும் தங்கமா பழகி, நல்ல பேர் எடுத்துடுவார். அதுல கில்லாடி! நீங்க அன்னிக்கு மீட் பண்ணீங்களே, உங்களுக்கு என்ன தோணுச்சு அவரைப் பத்தி..?"

"நீங்க சொன்னதுதான். அதிகம் பழகலேன்னாலும், ஒருத்தரைப் பார்த்தவுடனே அவர் மூஞ்சியைப் படிச்சுடுவேன் நான். ஸாரி டு ஸே... உங்க மாமாவைப் பத்திச் சொல்றேன்னு நினைக்காதீங்க. அவர் கிட்ட ஏதோ தப்பு இருக்கு."

"சைக்காலஜி படிச்சவர், நீங்க சொன்னா சரியாதான் இருக்கும். சார், பிசினஸ் தாண்டி, என்னோட பர்சனல் கதையை உங்களோடு கொஞ்சம் ஷேர் பண்ணிக்கலாமா? உங்க டயத்தை நான் வேஸ்ட் பண்ணலையே...?" என்று பவ்வியத்துடன் கேட்டான் ஜெயந்த்.

"கால் மி சித்தார்த், என்ன, உங்களைவிட ரெண்டு மூணு வயசு பெரியவனா இருப்பேன். சொல்லுங்க. நான் கிளம்ப இன்னும் நேரம் இருக்கு."

"பிசினஸை விரிவுபடுத்தணும்ம்னு சொல்லிட்டுதான் நான் ஹாசினி வீட்டுக்கு வந்து தங்கியிருக்கேன். இங்கே ஒரு மாசம் இருப்பேன். பிசினஸ் ஒரு பக்கம். ஆனா, நான் இங்க வந்து தங்கியிருக்கிறதுக்கு மிக முக்கியக் காரணம், இப்ப நீங்க சொன்னீங்களே, ராஜசேகர் கிட்ட ஏதோ தப்பு இருக்குன்னு... அந்தத் தப்பு என்னன்னு கண்டுபிடிக்கத்தான்!"

"வாட் டு யு மீன்? நான் பொதுவாதான் சொன்னேன். ஆனா, நீங்க எதையோ குறிப்பா சொல்றாப்ல இருக்கு."

"ஆமா சார்... ஸாரி, ஆமா சித்தார்த். முதல்ல உங்களுக்கு ஒண்ணு சொல்லிடறேன். எனக்கு அம்மா, அப்பா ரெண்டு பேருமே இல்லை. அம்மா என்னைப் பெத்துப் போட்ட கையோட இறந்துட்டாங்க. அப்பா எங்கே இருக்கார்னே தெரியலை.

சொல்லப்போனா, இன்னமும் உசிரோட இருக்காரா இல்லையானுகூடத் தெரியாது..."

"காணாம போயிட்டாரா... எனி மென்டல் பிராப்ளம்?"

"காணாம போக்கடிக்கப்பட்டார். உடலளவுல நல்ல ஆரோக்கியமாதான் இருந்தார். அவருக்கு மத்தவங்க கொடுத்த டார்ச்சர்ல காணாம போயிட்டார்."

"ஸாரி,.. இது பத்தி ஹாசினி என்கிட்ட எதுவுமே சொன்னதில்லையே?"

"அவளுக்குத் தெரியாது. நீங்க கேக்கவும் வேணாம். உங்க மனசோடு வெச்சுக்குங்க."

"ஓகே, ஓகே! எனக்குச் சம்பந்தமில்லாத விஷயம் இது. நீங்க சொல்லுங்க, என்ன ஆச்சு உங்க அப்பாவுக்கு?"

"ஈஸ்வர், அவரோட தம்பி கிருஷ்ணகுமார்... அவர்தான் எங்கப்பா. இவங்களுக்கு சங்கரின்னு ஒரு தங்கை இருந்தாங்க. அவங்க பொண்ணுதான் ஹாசினி. சங்கரி அத்தை இறந்தப்புறம் ராஜசேகர் மறு தாரம் கட்டிக்கிட்டார். அவங்கதான் பிரேமா. இவங்க திருச்சியில இருந்தப்போ இவங்க வீட்டுலதான் இருந்தார் என் அப்பா. நான் கோயம்புத்தூர்ல எங்க பெரியப்பா ஈஸ்வர் வீட்டுல இருந்தேன். பெரியம்மா பேரு சௌம்யா. பெரியப்பாவும் பெரியம்மாவும் என் மேல அப்படிப் பாசத்தைக் கொட்டி வளர்த்தாங்க. ரொம்ப வருஷம் அவங்களைத்தான் என் சொந்த பேரன்ட்ஸ்னே நினைச்சிட்டிருந்தேன். அவங்களைத்தான் அப்பா, அம்மான்னு கூப்பிடுவேன். இன்னிவரைக்கும் அது தொடருது. என்னைப் பெத்த அப்பாவோடு எந்த ஒட்டுதலும் எனக்கு இருந்ததில்லை..." என்று தொடங்கிய ஜெயந்த், தன் அப்பா பற்றியும், மாமா வீட்டில் அவர் பட்ட துயரங்கள் பற்றியும், சங்கரி அத்தையின் மரணம் குறித்த தனது சந்தேகம் பற்றியும், தன் அப்பாவை ராஜசேகர் அடித்துத் துரத்தியது பற்றியும், அவர் நேரே கோயம்புத்தூர் வந்து தன் பெரியம்மாவிடம் பணம் பெற்றுக்கொண்டு போனதைப் பற்றியும் விலாவாரியாகச் சொல்லி முடித்தான்.

"ராஜசேகரின் ஒழுங்கீனம் பற்றி என் பெரியம்மாவிடம் அடிக்கடி சொல்லியிருக்கார் என் அப்பா. சங்கரி அத்தை இருக்கும்போதே பிரேமாவுடன் தொடர்பில் இருந்ததாகச் சொல்லியிருக்கார். பிரேமா என் மாமா ராஜசேகர் கீழ் வேலை செய்தவங்கதானே! சங்கரி அத்தை ரொம்ப சாதுவானவங்க. அவங்களை அடிக்கடி அடிச்சு உதைச்சுக் கொடுமைப்படுத்தியிருக்கார் ராஜசேகர். அவங்களோட சாவு மர்மமானது. ராஜசேகர் அடிச்சு அதனாலதான் அத்தை இறந்துட்டாரா சொல்லியிருக்கார் என் அப்பா. அத்தை இறந்து ஒரு வருஷத்துக்குள்ள பிரேமாவைக் கல்யாணம் பண்ணியிருக்கார் ராஜசேகர் மாமா. அது எங்கப்பாவுக்குப் பிடிக்கல. தன் தங்கை இருந்த இடத்தில் வேற ஒருத்தியை வெச்சுப்பார்க்க எங்கப்பாவுக்கு மனசில்ல.

இதனால அடிக்கடி அவங்களுக்குள்ள தகராறு வந்திருக்கு. பிரேமா அத்தைக்கு ஆரம்பத்திலிருந்தே என் அப்பாவைப் பிடிக்கல. மாமாவோட கம்பெனிலதானே எங்கப்பாவும் வொர்க் பண்ணினார். ஸொ, கல்யாணத்துக்கு முன்னே பிரேமாவும் எங்கப்பாவும் கொலீக்ஸ். அப்பவே இவரை ஆபீஸ்ல எடுத்தெறிஞ்சு பேசுவாங்களாம் பிரேமா. மாமா கிட்ட சொன்னாலும் கண்டுக்க மாட்டாராம். அப்புறம் அவங்களே அவரோட மனைவியா வீட்டுக்கு வந்துட்டாங்க. அப்பாவை எப்படியாவது வீட்டை விட்டுத் துரத்துறதுலயே குறியா இருந்திருக்காங்க. அன்னிக்கு என்னவோ தப்பு நடந்திருக்கு. அப்பா பேர்ல பயங்கரமான ஒரு பழியைத் தூக்கிப் போட்டு, மாமாவின் கோபத்தைத் தூண்டிவிட்டு, அப்பாவை அடிச்சு விரட்டும்படி பண்ணிட்டாங்க. அவங்க எண்ணம் நிறைவேறிடுச்சு.''

''மைகாட்...! இவ்ளோ நடந்திருக்கா? பின்னே எப்படி எந்தச் சங்கடமும் இல்லாம அவங்களோடு நீங்க சம்பந்தம் பேச வந்தீங்க? இப்பவும் அவங்க வீட்டுலேயே வந்து தங்கியிருக்கீங்களே...?'' என்று வியப்புடன் கேட்டான் சித்தார்த்.

''எனக்கு இந்தக் கல்யாணத்துல இஷ்டம் இல்லை சித்தார்த். அப்பாவுக்கு, ஐ மீன், எங்க பெரியப்பாவுக்கு மாமா மேல அபார நம்பிக்கை. நம்பிக்கையா அல்லது அவர் அள்ளிக் கொடுக்குற பணத்துக்காக அவரைப் பத்தித் தெரிஞ்சும் கண்டுக்காம இருக்காரான்னும் எனக்கு ஒரு டவுட் இருக்கு. என் அப்பாவுக்கு மாமா பத்தின வண்டவாளம் ஏதோ தெரிஞ்சிருக்கணும். எங்கப்பா ரொம்ப போல்டானவராம். தாட்சண்யமே பார்க்க மாட்டாராம். யாராவது தப்பு பண்ணா, மூஞ்சிக்கு நேரேயே கேட்டுடுவாராம். அப்படி ஒருநாள் கேட்கப் போய்த்தான், 'இனிமே இவனை இங்கே வெச்சிருந்தா நமக்கு டேஞ்சர்'னு நினைச்சு அவரை மாமா அடிச்சு விரட்டியிருக்கணும். அப்பா என்ன ஆனார்னு எனக்குத் தெரியணும். அத்தை எப்படி இறந்தாங்கன்னு எனக்குத் தெரியணும். இந்த ரெண்டுக்கும் ராஜசேகர் மாமாதான் காரணம்னு ஆதாரத்தோடு தெரிய வந்தா...''

''சொல்லுங்க... ஆதாரத்தோடு தெரிய வந்தா, உங்க மாமாவை என்ன செய்யறதா உத்தேசம்?''

''எங்கப்பா எங்கேதான்னு அவன் சட்டைக் காலரைப் பிடிச்சுக் கேட்பேன். உயிரோட விட்டு வெச்சிருக்கியா, அத்தையைச் சாகடிச்சது மாதிரி அப்பாவையும் சாகடிச்சுட்டியான்னு கேட்பேன். சரியான பதில் வரலைன்னா...''

இடைவெளி விட்டு, வெகு தூரம் மானைத் துரத்தி வந்து நழுவ விட்ட புலியின் ஆக்ரோஷத்தோடும் மூச்சிரைப்போடும் சொன்னான் ஜெயந்த்...

''தீர்த்துடறதா இருக்கேன்!''

20

ஜெயந்தியின் ஆவேசத்தைக் கண்டபோது, சித்தார்த்தின் உடம்புக்குள் மின்னல் போன்று ஒரு நடுக்கம் ஓடி மறைந்தது.

"புரியலை. உங்க அப்பாவோடு ஒட்டுதலே இல்லைன்னீங்க. அவர் காணாம போனபோது நீங்க சின்னப் பையன். அப்புறம் எப்படி அவரை முன்னிட்டு உங்க மாமா மேல இவ்வளவு கோபம்?" என்றான்.

"அப்பா பெரியம்மா கிட்ட வந்து தன் உடம்புல மாமா அடிச்ச பிரம்படி காயங்களைக் காட்டி அழுதப்போ நானும்தான் இருந்தேன். அந்த வயசுல எனக்கு எதுவும் தோணலை. அப்புறம் அப்பா பத்தி பெரியம்மா அப்பப்போ சொல்லச் சொல்ல, அப்பா எனக்கு இருந்தும் இல்லாம போன துக்கம் உள்ளுக்குள்ள கொஞ்சம் கொஞ்சமா அதிகரிச்சுக்கிட்டே இருந்தது. சங்கரி அத்தையையும் சின்ன வயசுல பார்த்திருக்கேன். என்கிட்ட ரொம்ப அன்பா இருப்பாங்க. அவங்க இறந்தப்போ நாங்க எல்லாரும் திருச்சிக்குப் போயிருந்தோம். ஹால்ல ஐஸ் பெட்டிக்குள்ள அத்தையின் உடம்பு வெச்சிருந்தது. மாமாவின் கம்பெனி ஆட்கள் எல்லாம் வந்து அஞ்சலி செலுத்திட்டிருந்தாங்க. அப்போ பிரேமாவும் வந்தாங்க. எங்க அப்பா டென்ஷனாகி, 'இங்கே எங்கேடி வந்தே? வெளியே போடி'ன்னு அவங்களைத் திட்டினாரு. அப்ப, மாமா வேகமா வந்து அப்பா முதுகுல ஓங்கி அடிச்சு, "அவ வருவாடா. அவளைப் போகச் சொல்றதுக்கு நீ யாரு தொடப்பக்கட்ட! உனக்குப் பிடிக்கலைன்னா நீ வெளியே போடா!'ன்னு திட்டினாரு. இதை நான் என் கண்ணால பார்த்தேன். அப்பா கோவிச்சுக்கிட்டுப் போயிட்டாரு. அப்புறம் கம்பெனி ஆளுங்கல்லாம் போனப்புறம்தான் வந்தாரு."

"ஓகே ஜெயந்த், மாமா மேல உங்களுக்கு இருக்கிற கோபத்துக்கான காரணம் புரியுது! ஆனா, அவர் மோசமான ஆசாமின்னு எப்படி புரூவ் பண்ணப்போறீங்க? எங்கேர்ந்து ஆதாரம் கிடைக்கும் உங்களுக்கு?"

"யாருக்கும் நான் புரூவ் பண்ண வேண்டியதில்லை சித்தார்த். நடந்த உண்மை என்னன்னு எனக்குத் தெரிஞ்சா போதுமானது. பார்க்கலாம், இந்த ஒரு மாசத்துக்குள்ள அந்த வீட்டுல ஏதாவது டயரி, லெட்டர், போட்டோனு ஏதாவது ஒரு தடயம் சிக்காமயா போயிடும்? எனக்கு நம்பிக்கை இருக்கு. அதே நேரம், எனக்கு உங்க உதவியும் தேவை!"

"நானா... நான் எந்த விதத்துல உதவ முடியும் உங்களுக்கு?"

"ஹாசினி ரெண்டு நாளா 'கௌரி... கௌரி'ன்னு சொல்லிட்டிருக்காயில்லே... அதை, எங்க எங்கேஜ்மென்டை நிறுத்தறதுக்காக நீங்களும் அவளும் சேர்ந்து பண்ற டிராமான்னுதான் முதல்ல நான் நினைச்சேன். ஆனா, எதுவும் பிளான் பண்ணி நடக்கலே; அவ மெட்ரோ ஸ்டேஷன்ல மயங்கி விழுந்ததும், சுய நினைவில்லாம தன்னை மறந்து தன் பேரை 'கௌரி'ன்னு சொல்லிக்கிட்டதும், அன்னிக்குச் சரியா உங்க அக்கா கௌரியோட நினைவு நாளா இருந்ததும்... எல்லாமே யதேச்சையா நடந்த விஷயங்கள்னு ஹாசினி தன் அப்பா மேல சத்தியம் பண்ணிச் சொன்னா. அவ சொல்றது உண்மையாகத்தான் இருக்கும்னு எனக்குத் தோணிச்சு."

"ஆமாம் ஜெயந்த், வாழ்க்கையில சில விஷயங்கள் இப்படித்தான் எதிர்பாராம நடக்கும். கேள்விப்பட்டிருப்பீங்களே, அமெரிக்க ஜனாதிபதி ஆபிரகாம் லிங்கனுக்கும் கென்னடிக்கும் வாழ்க்கையில பல ஒற்றுமைகள். ரெண்டு பேருமே சுட்டுக் கொல்லப்பட்டாங்க. ரெண்டு பேருடைய மரணமும் அவங்க மனைவிங்க கண் எதிர்ல நடந்தது. அது மட்டுமல்ல, லிங்கன் ஃபோர்டு தியேட்டர்ல கொல்லப்பட்டாரு; கென்னடி அவரோட ஃபோர்டு கார்ல கொல்லப்பட்டாரு. அந்தக் கார் 'லிங்கன் லிமோசின்' வகைக் கார். லிங்கனைச் சுட்ட 'பூத்'ங்கிறவன் ஃபோர்டு தியேட்டர்லேர்ந்து ஓடி, ஒரு வேர் ஹவுஸுக்குள்ள புகுந்துக்கிட்டான். கென்னடியைச் சுட்ட ஆஸ்வால்டுங்கிறவன் வேர் ஹவுஸ்லேர்ந்து தப்பிச்சு ஓடி ஃபோர்டு தியேட்டருக்குள்ள ஒளிஞ்சுக்கிட்டான்..."

"ஆச்சரியமால்ல இருக்கு...!"

"இன்னும் கேளுங்க. லிங்கனோட பர்சனல் செக்ரெட்டரி பேரு கென்னடி. கென்னடியோட செக்ரட்டரி பேரு லிங்கன்; ஈவ்லின் லிங்கன். இப்படி நிறைய ஒற்றுமைகள் இருக்கு."

"ஸ்ஸ்ஸ்ஸப்பா... தலையே சுத்துது."

"இதுக்கே அசந்தா எப்படி? 1898-ம் ஆண்டு மோர்கன் ராபர்ட்சன்கிற எழுத்தாளர் 'தி ரெக் ஆஃப் த டைட்டன்'னு ஒரு நாவல் எழுதினாரு. அந்தக் கதையில், பிரமாண்ட கப்பல் ஒண்ணு ஒரு பனிப்பாறையில மோதி கடலுக்குள் மூழ்கிடும். கப்பல் பேரு டைட்டானிக். அந்த நாவல் வெளியாகி 14 வருஷம் கழிச்சு, நிஜமாவே டைட்டானிக்குங்கிற ஒரு பிரமாண்ட கப்பல் அதே மாதிரி பனிப்பாறையில மோதி, கடலுக்குள் மூழ்கிடுச்சு. கதையில ஒரு ஏப்ரல் மாசம், நியூஃபவுண்ட்லேண்டுங்கிற இடத்துலேர்ந்து 400 மைல் தள்ளி அந்த விபத்து நடந்ததா எழுதியிருப்பார் மோர்கன். நிஜத்துலயும் அதே மாதிரி ஏப்ரல் மாசம், 400 மைல் தள்ளி அதே குறிப்பிட்ட இடத்துல டைட்டானிக் கப்பல் விபத்துக்குள்ளாகி மூழ்கிச்சு. இப்படி அந்த நாவலுக்கும் நிஜ சம்பவத்துக்கும் ஏகப்பட்ட ஒற்றுமைகள்."

"அதனாலதான் கற்பனைகளைவிட நிஜங்கள் இன்னும் புதிரானவைன்னு சொல்றாங்க போல!" என்ற ஜெயந்த், "மூவி பசார்ல வெளியான உங்க வீடியோக்களைப் பார்த்ததும் எனக்கு ஒண்ணு தோணுச்சு, சித்தார்த்! ஒருத்தரை ஹிப்னடைஸ் பண்ணி, அவங்களோட பழைய ஞாபகங்களை மீட்டெடுக்கலாம்னு கேள்விப்பட்டிருக்கேன். நீங்கதான் மனோதத்துவம் படிச்சவராச்சே... ஹாசினியும் கௌரி, கௌரின்கிறா! ஸோ, அவ மனசுக்குள்ள உங்க அக்காவைப் பத்தின பழைய சம்பவம் ஒண்ணு அழுத்தமா படிஞ்சிருக்கு. அதை ஏன் நீங்க வெளியே கொண்டு வர முயற்சி பண்ணக்கூடாது? அப்படிக் கொண்டு வந்தா, உங்க அக்காவோட சாவுக்கு யார் காரணம்னு கண்டுபிடிச்சுடலாம் இல்லையா?"

"இதுக்கு ஹாசினி ஒத்துழைக்கணுமே?"

"ஏன் ஒத்துழைக்காம..? உங்க அக்காவின் தற்கொலை மர்மத்துக்கான சாவி தன் கிட்டேதான் இருக்குன்னா, உங்க முயற்சிக்கு ஒத்துழைக்க மாட்டாளா என்ன?"

"ஒருவேளை, என் அக்காவின் சாவுக்கு அவங்க அப்பாவே மூல காரணமா இருந்திருந்தார்னா..?"

"அதுக்கும் வாய்ப்பிருக்கா..? அப்போ மாட்டாதான். ஆனா, இப்போ வேற வழியில்லையே சித்தார்த், இது அருமையான சான்ஸ்! கடவுளா பார்த்து ஹாசினியை உங்களுக்கு அறிமுகப்படுத்தி, அவள் ஆழ் மனசுல உங்க அக்கா பத்தின நினைவையும் கொடுத்திருக்காரு. என்ன பண்ணப் போறீங்க?"

"ஹாசினி தன் பேரை கௌரின்னு சொன்னதோடு மட்டுமில்லே... தொடர்ந்து ஏதேதோ உளறிட்டிருக்கா. 'அவ மனநிலை கொஞ்சம் பாதிக்கப்பட்டிருக்கு. அதுக்கு கவுன்சிலிங் கொடுக்கணும்'னு சொல்லி, அவளை அழைச்சிட்டு வரச் சொல்லியிருக்கேன். அப்போ கவுன்சிலிங் கொடுக்குற சாக்குல, அவளை ஹிப்னடைஸ் பண்ணி, அவ மனசுல புதைஞ்சிருக்கிற அந்த சம்பவத்தை வெளியே கொண்டு வர முடியுமானு ட்ரை பண்ணப்போறேன்."

"சூப்பர்! கை கொடுங்க சித்தார்த்! இதை, இதை, இதைத்தான் எதிர்பார்த்தேன். ஆனா, இது சாத்தியமா சித்தார்த்?"

"சாத்தியம்தான். திடீர்னு ஒரு சினிமாப்பாட்டின் நடு வரி அல்லது சின்ன ட்யூன் நம்ம மைண்டுல ஓடும். அந்தப் பாட்டு என்னன்னு ஞாபகத்துக்கு வராது. எவ்வளவு யோசிச்சாலும் வராது. ஆனா, எப்பவாவது அது பத்தின யோசனையே இல்லாம இருக்கும்போது அந்தப் பாட்டு முழுசா நினைவுக்கு வரும். 'அட, இந்தப் பாட்டு வரிக்குத்தானே நாள் பூரா மண்டையை உடைச்சிட்டிருந்தோம்'னு தோணும். எல்லாருக்குமே இந்த அனுபவம் இருக்கும். அப்படித்தான் இதுவும். நம்ம மனசே புற மனசு, ஆழ் மனசு ரெண்டு வகையா பிரிஞ்சிருக்கு. ஆழ் மனசுல பதிஞ்சிருக்கிற

விஷயங்களைத் தேவைப்படறப்போ புற மனசுக்கு நம்மால கொண்டு வர முடியும். ஆனா, கொண்டு வரவே முடியாதபடி ஏராளமான விஷயங்களை நம்ம மனசு ரெக்கார்ட் பண்ணி வெச்சிருக்கு. ஹார்டு டிஸ்க் கரப்ட் ஆன மாதிரி, அதையெல்லாம் நம்மால அவ்வளவு லேசுல வெளியே எடுக்க முடியறதில்லே. சம்பந்தப்பட்ட டெக்னீஷியனை அணுகினா, கரப்ட் ஆன ஹார்டு டிஸ்க்லேர்ந்து டேட்டா ரெகவரி பண்ணித் தந்துவார் இல்லையா, அது மாதிரிதான் நாங்களும் பலருடைய ஆழ் மனசுல பதிஞ்சிருக்கிற விஷயங்களை வெளியே கொண்டு வரோம். அப்படிக் கொண்டு வந்துட்டோம்னா, அவங்க மனசு லேசாயிடுது. அதன்பிறகு நார்மலாயிடுவாங்க."

"அற்புதம்! உங்க முயற்சி வெற்றி பெற வாழ்த்துகள்! இருபது வருஷமா நடக்கிற உங்க மனப் போராட்டத்துக்கு கூடிய சீக்கிரம் ஒரு முடிவு கிடைக்கப்போகுது. ஹாசினிக்கு என்னிக்கு கவுன்சிலிங் கொடுக்குறதா இருக்கீங்க?"

"வர ஞாயித்துக்கிழமை."

"இந்த வீட்டுலேயேவா? அதுக்குத் தனியா லேப் மாதிரி எதுவும் வேணாமா?"

"வெறும் கவுன்சிலிங்னா தேவையில்லை. ஆனா, ஹிப்னடைஸ் பண்றதுக்கு நீங்க சொல்ற மாதிரி ஒரு செட்டப் தேவைதான். அதை இங்கேயும் செட் பண்ணிக்க முடியும்தான். பார்க்கலாம், இங்கேயா, இல்லே வெளியில வேற எங்காவது சைக்கோ கிளினிக் ஃப்ரீயா இருந்தா அங்கே வெச்சுக்கலாமானு யோசிக்கணும். இன்னும் முடிவு பண்ணலை."

"சித்தார்த், மாமா பத்தின ரகசியங்களைக் கண்டுபிடிக்க, எனக்கு உங்க உதவி தேவைன்னு கேட்டிருந்தேனே... 'என்னால என்ன உதவி பண்ண முடியும்?'னு கேட்டீங்களே, இந்த உதவிதான் சித்தார்த். எனக்கு சங்கரி அத்தை எப்படி இறந்தாங்கன்னு தெரியணும்; அப்பாவை மாமா என்னவெல்லாம் டார்ச்சர் பண்ணாருன்னு தெரியணும். ஹாசினியை ஹிப்னடைஸ் பண்றப்போ, அவ ஆழ் மனசுலேர்ந்து இந்தத் தகவல்களையும் எடுக்க முடியுமானு பாருங்களேன்!"

"கண்டிப்பா ட்ரை பண்றேன். அவ மனசுல அந்த விஷயங்கள் ரெக்கார்டு ஆகியிருந்தா நிச்சயம் எடுக்கலாம். ஆனா, இன்னொரு விஷயத்தையும் நீங்க புரிஞ்சுக்கணும் ஜெயந்த். கரப்ட் ஆன ஹார்டு டிஸ்குல பத்து ஃபைல்கள் இருக்குன்னா, ஒருவேளை ஏழு ஃபைல்களைத்தான் ஓப்பன் பண்ண முடியுமா இருக்கும். மீதி மூணு ஃபைல்களை எவ்ளோ பெரிய டெக்னீஷியனா இருந்தாலும் எடுக்க முடியாது. அது போலத்தான் இதுவும். ஹாசினிக்கு கௌரி அக்காவின் பேர் ஆழ்மனசுலேர்ந்து வந்திருக்கிறதால, அக்கா சம்பந்தப்பட்ட விஷயத்தை எடுக்க முடியும்னு நம்பறேன். உங்க அப்பா விஷயம் எப்படின்னு தெரியலை. ட்ரைபண்ணிப்

பார்க்கலாம். ஆனா, இதை மட்டுமே நம்பிட்டிருக்காம, நீங்க உங்க முயற்சிகளையும் செய்யுங்க."

"சரி சித்தார்த், நான் கிளம்பறேன். நான் இங்கு வந்து உங்களோடு பேசிட்டுப்போறது ஹாசினிக்குத் தெரியும். என் பிசினஸ் விஷயமா மட்டும்தான் பேசுவேன்னு சொல்லிட்டு வந்திருக்கேன். மத்த விஷயங்கள் பத்திப் பேசினது எதையும் அவ கிட்ட காமிச்சுக்க வேணாம்."

இருவரும் கீழே வந்தார்கள். அப்படியே விடைபெற்றுக் கிளம்பத் தயாரான ஜெயந்த்தை, "ஒரு நிமிஷம் உள்ளே வாங்க" என்று அழைத்தான் சித்தார்த். உள்ளே தன் அம்மாவிடம் ஜெயந்த்தை அறிமுகம் செய்துவைத்தான்.

"அம்மா, இவரும் திருச்சிதான். ஹாசினிக்கு மாமா பிள்ளை ஜெயந்த்."

"இவருக்கும் ஹாசினிக்கும்தானே திருமணம் நிச்சயமாகி நின்னுபோச்சு?" என்றாள் வளர்மதி.

"ஆமாம்மா. ஆனா, இவருக்கு அவங்க குடும்பத்தோடு சம்பந்தம் வெச்சுக்கறதுல இஷ்டமில்லை. இப்போ இவர் என்னைப் பார்க்க வந்திருக்கிறது தன்னோட பிசினஸ் விஷயமா."

"உட்காரு தம்பி, ஏன் நின்னுட்டே இருக்கே? இரு, காபி கொண்டு வரேன்."

"காபி வேண்டாம்மா. இப்பத்தான் வீட்ல குடிச்சிட்டு வரேன்."

"சரி, அப்ப சித்தார்த்துக்கு ஓட்ஸ் கஞ்சி கொண்டு வருவேன். உனக்கும் ஒரு டம்ளர் தரட்டுமா? குடிக்கிறியா?" என்று கரிசனத்துடன் கேட்டாள் வளர்மதி.

"சரி, கொடுங்க" என்ற ஜெயந்த்துக்கு, 'இவர்களும் திருச்சிதானே, ஹாசினி குடும்பத்தார் எல்லாரையும் தெரிந்திருக்கிறது. என் அப்பா பற்றியும் இவருக்குத் தெரிந்திருக்கலாம் அல்லவா? இவரிடம் ஏதேனும் க்ளூ கிடைக்கலாம்' என்று தோன்றியது.

விசாரித்துப் பார்க்கலாம் என்று வாய் எடுத்த நேரத்தில், மொபைல் ஒலித்தது. ராஜசேகர் மாமாதான் பேசினார்.

"ஜெயந்த், இப்போ நீ எங்கே இருக்கே? உடனே வீட்டுக்கு வர முடியுமா?" என்றார்.

குரலில் உச்சபட்ச பதற்றம் தொற்றியிருந்தது.

21

காலையில் கம்பெனிக்குக் கிளம்புவதற்காகத் தயாராகிக்கொண்டிருந்த ராஜசேகர், ஹாசினியின் அறைக்குள்ளிருந்து பெரிதாக மூச்சிரைக்கும் சத்தம் கேட்டு, உள்ளே போனார்.

"வராதே... வராதே... கிட்டே வராதேடா..!" என்று அலறினாள் ஹாசினி.

"ஹாசினி, என்னம்மா ஆச்சு..?" என்றபடி ராஜசேகர் நெருங்க முயன்றபோது, வீலென்று அலறினாள். திடுக்கிட்டு நின்றுவிட்டார்.

"அடேய் மூடா! பயிஷ்டையான பெண்களை நான்கு தினம் வரையிலும் மனைக்குப் புறம்பே இருத்திவைத்தல் வேண்டும் என விளம்பினர் பெரியோர். காரணம் அறிவாயா?" என்றாள் ஹாசினி கட்டையான குரலில்.

ராஜசேகர் எதுவும் புரியாமல் திருதிருவென்று விழித்தார்.

"நவில்கின்றேன், கேட்பாயாக! முன்னொரு காலத்தில் தேவேந்திரன் விருத்திராசுரன் என்றவனைக் கொன்றமையால், பிரம்மஹத்தி தோஷத்தால் பீடிக்கப்பட்டான். பிரம்மனைத் துதித்து, 'அடியேன் துயர் நீக்குதி' என்று இறைஞ்சினான். அவ்வண்ணமே பிரம்மன் மகபதியைப் பீடித்த பிரம்மஹத்தி தோஷத்தை நான்காய்ப் பகுத்து ஒரு பாகத்தை ஸ்த்ரீகளுக்கு கொடுத்து, ரஜஸ்வலையாகும் நாள்களில் அப்பெண்கள்மாட்டு அத்தோஷம் அணுகுமாறு நியமித்தான்..."

வெறித்த விழிகளோடும், சன்னதம் வந்தது போன்ற உடம்பின் உதறலோடும் தன்னை மறந்த நிலையில் பேசிக்கொண்டிருந்த மகளைப் பார்க்கப் பார்க்கப் பதறியது ராஜசேகரின் அடி வயிறு.

பிரேமாவைக் குரல் கொடுத்து அழைத்தார். அவள் வந்து, ஹாசினியை நெருங்க முயன்றபோதும், "ம்ம்ம்.... நில் அங்கே" என்று உறுமினாள் ஹாசினி.

"தேவேந்திரன்கிறா, பிரம்மஹத்தி தோஷம்கிறா..! ஒண்ணுமே புரியலையே எனக்கு. 'ஒத்தையடிப் பாதையிலே'னு ஒரு பாட்டைப் பாடினா. அதுவாவது அந்த கௌரி அடிக்கடி பாடிக்கிட்டிருந்த பாட்டு. இப்ப இவ பேசறது என்னானு புரியலையே? உனக்கு ஏதாவது புரியுதா?" என்று கேட்டார் ராஜசேகர்.

"...ஆதலால், பயிஷ்டையான ஸ்த்ரீகளை நான்கு தினம் வரையிலும் ஒருவரும் பார்க்கலாகாது. பயிஷ்டையானவள் முதல் நாள் சண்டாள ஸ்த்ரீ போலாவாள். இரண்டாம் நாள் பிரம்மஹத்தி செய்தவளை ஒப்பாவாள். மூன்றாம் நாள் ஆடை ஒலிப்பாளைப் போலாவாள். நான்காம் நாள் புனலாடிய பின்னர் பரிசுத்தமாவாள்..."

"ஏன் பிரேமா, பயிஷ்டைங்கிற வார்த்தை பெண்கள் மென்சஸ் ஆகுறதைக் குறிப்பிடற மாதிரி தெரியுது. இந்த வசனமெல்லாம் எந்தப் புத்தகத்துல வருதுன்னு உனக்கு ஏதாவது தோணுதா..?"

"ம்ஹூம்..." என்று உதட்டைப் பிதுக்கினாள் பிரேமா. "எனக்கு கந்தசஷ்டி கவசம் தவிர, தமிழ்ல வேற ஸ்லோகம் எதுவும் தெரியாதுங்க. அதுவும் ஹாசினிக்கு இதெல்லாம் தெரிஞ்சிருக்க நியாயமே இல்லே! இவ இப்படிப் பேசுறது எனக்குப் புதிராத்தான் இருக்கு" என்றாள்.

ராஜசேகர் உடனே சித்தார்த்துக்கு போன்கால் போட்டார். நாள் தள்ளிப்போடாமல் மகளை இப்போதே அவனிடம் அழைத்துக்கொண்டு போய்க் காட்ட வேண்டும் என்று தவித்தது மனசு. அவனால் இயலாதென்றால், சென்னையில் வேறு நல்ல சைக்கியாட்ரிஸ்ட் யார் இருக்கிறார்கள் என்று பார்த்து, அப்பாயின்ட்மென்ட் வாங்கித் தரச்சொல்லிக் கேட்கலாம்.

நீளமாக ரிங் போய்க் கட்டானது. அடுத்து ஜெயந்துக்கு போன் போட்டார். 'உடனே கிளம்பி வர முடியுமா?' என்று படபடத்தார்.

"என்ன மாமா ஆச்சு? ஏன் பதற்றீங்க?" என்று கேட்டான் ஜெயந்த்.

"ஹாசினி மறுபடியும் விசித்திரமா நடந்துக்கறாப்பா. என்னென்னவோ உளற ஆரம்பிச்சுட்டா! 'இப்பவே அழைச்சுட்டு வரலாமா?'ன்னு கேக்கறதுக்காக, சித்தார்த்துக்கு போன் போட்டேன். ரிங் போகுது. எடுக்கலை. அதான், வேற யாராவது நல்ல மனநல மருத்துவர் இருக்காங்களானு விசாரிச்சு, உடனடியா ஹாசினியை அழைச்சுட்டுப் போய்க் காமிக்கணும். நீயும் கூட இருந்தா உதவியா இருக்கும்."

"இதோ, கண்டிப்பா வரேன் மாமா! ஒரு மணி நேரத்துல அங்கே இருப்பேன். நீங்க ஒண்ணும் கவலைப்படாதீங்க. ஹாசினிக்கு பயப்படற மாதிரி எதுவும் இல்லே. இங்கே எனக்குத் தெரிஞ்ச கோகுல்நாத்னு ஒரு ஹிப்னோதெரப்பிஸ்ட் இருக்கார். அவர் கிட்டே போகலாம்" என்றுவிட்டு, தொடர்பைத் துண்டித்தான் ஜெயந்த். பின்பு, சித்தார்த்திடம், "மாமா போன் செஞ்சாராம். எடுக்கலையாமே?" என்றான்.

"அப்படியா... நம்ம பேச்சுக்கு இடைஞ்சலா இருக்குமேன்னு மொபைலை சைலென்ட் மோடுல போட்டிருந்தேன்" என்றவன், எடுத்துப் பார்த்து, "ஆமா, மூணு தடவை கால் பண்ணியிருக்கார்" என்றபடி, நார்மலுக்கு மாற்றினான். அடுத்த கணம் மொபைல் ஒலித்தது.

"சித்தார்த், நான் ராஜசேகர் பேசறேன். காலையிலேர்ந்து ரெண்டு மூணு தடவை உங்களுக்கு ட்ரை பண்ணேன். ஞாயித்துக்கிழமை வரைக்கும் தள்ளிப்போட முடியாது. ஹாசினி மறுபடியும் பினாத்த ஆரம்பிச்சுட்டா. எனக்கு பயமாயிருக்கு. நீங்க இப்போ வீட்ல இருக்கீங்களா? கூட்டிட்டு வரவா?" என்றார்.

"சார், நான் வெளியில ஒரு மீட்டிங்ல இருக்கேன். 12 மணிக்கு மேல கூப்பிடட்டுமா?" என்றான் சித்தார்த்.

"சித்தார்த், ஹாசினி ஏற்கெனவே ஒரு சினிமாப் பாட்டு பாடினா. அது அந்த கௌரி அடிக்கடி பாடுற பாட்டு. ஆனா, இன்னிக்குப் புரியாத வசனமெல்லாம் ஏதோ சொல்றா. அதான், அவளுக்கு என்னாச்சோ ஏதாச்சோன்னு கொஞ்சம் பீதியா இருக்கு."

"சார், நம்ம மனசுங்கிறது ஒரு கடல். அதில் எத்தனையோ மீன்கள், நண்டுகள், ஆமைகள், சுறாக்கள், திமிங்கிலங்கள், இன்னும் கணக்கில்லாத நீர்வாழ் உயிரினங்களெல்லாம் இருக்கு. மனசைப் பத்தி ஆராய்ச்சி பண்ணினோம்னா, தோண்டத் தோண்ட இது மாதிரி புரியாத புதிர்கள் இன்னும் வந்துட்டே இருக்கும். நான் மதியம் பேசறேன். தைரியமா இருங்க."

"ஆனா, இப்ப அவ பேசுனது ஏதோ புராண வசனம் மாதிரி இருக்கப்பா. அவளுக்கு அதெல்லாம் தெரியவே தெரியாது. பின்னே எப்படி...?"

"இதுல ஆச்சரியப்படறதுக்கோ பயப்படறதுக்கோ ஒண்ணுமில்லே சார்! பிரான்ஸ்ல ஒரு பொண்ணு, தவறிப்போய் மூணாவது மாடியில இருந்து கீழே விழுந்தா. மண்டையில பலமா அடிபட்டுது. ஹாஸ்பிடலுக்குக் கொண்டு போனாங்க. அங்கே மூணு மாசம் கோமாவிலே இருந்தா. அவ கண் விழிக்கிறதுக்கு ஒரு வாரம் முந்தி, ஏதோ முனக ஆரம்பிச்சா. உன்னிச்சுக் கேட்டப்போ, அவ முனகிக்கிட்டிருந்தது ஒரு கிரேக்க மொழிப் பாடல்னு தெரிஞ்சுது. கிரேக்க மொழியே தெரியாத அந்தப் பொண்ணு, அதிலும் பள்ளிக்கூடம் பக்கமே ஒதுங்காத அந்தப் பொண்ணு எப்படி அந்த கிரேக்க மொழிப் பாடலை ஒரு தப்பும் இல்லாம பாடினாள்னு எல்லாருக்கும் ஆச்சரியம்!"

"அதானே... எப்படி இது சாத்தியம்?!" என்றார் ராஜசேகர்.

"அந்தப் பொண்ணு சின்னக் குழந்தையா இருந்தப்ப, அவங்கம்மா ஒரு புரொபசர் வீட்டுல வேலை பார்த்திருக்காங்க. வேலைக்குப் போறப்போ, கைக்குழந்தையா இருந்த தன் பொண்ணையும் தூக்கிட்டுப் போய், அங்கே தொட்டில்ல விட்டுட்டுத் தன் வேலையைப் பார்ப்பாங்களாம். அந்த புரொபசர் தினமும் கிரேக்க மொழிப் பாடல்களை மனப்பாடம் பண்றதுக்காகச் சத்தம் போட்டுப் படிச்சுக்கிட்டிருப்பாராம். அது அந்தக் குழந்தையோட காதுல விழுந்து, மூளையில பதிஞ்சு, பல வருஷங்களுக்கப்புறம் வெடிச்சுக்கிட்டு வெளியே வந்திருக்கு. தட்ஸால்!" என்ற

சித்தார்த், "சரி சார், நான் அப்புறமா கால் பண்றேன். யூ டோன்ட் வொர்ரி! உங்க பொண்ணு நல்லாயிடுவாங்க" என்று லைனை கட் செய்தான்.

"என்ன சொல்றார் சித்தார்த்?" என்று கேட்டாள் பிரேமா. ராஜசேகர் சித்தார்த்துடன் பேசியது அனைத்தையும் அவளிடம் சொன்னார். "பயப்பட வேணாம். இது இயல்புதான். இப்படி ஏற்கெனவே நிறைய நடந்திருக்குன்னு உதாரணங்களெல்லாம் தர்றார். ஆனா, எனக்குதான் பக்கு பக்குன்னு இருக்கு" என்றார்.

"பிரான்ஸுக்கும் கிரேக்கத்துக்கும் போவானேன்? இங்கே நம்ம புராணத்துலேயே இருக்கே. அபிமன்யூ அவ அம்மாவின் கர்ப்பத்துல இருந்தப்பவே சக்கர வியூகத்தை உடைச்சு உள்ளே போகிற போர்த் தந்திரத்தைக் கத்துக்கிட்டான்னு மகாபாரதத்துல வருமே..! இருக்கும்க. அவர் சொல்ற மாதிரி மனசின் சக்தி பத்தி நமக்கு அதிகம் தெரியாததால பதற்றமா இருக்கு. ஹாசினிக்கு ஒண்ணும் ஆகாது" என்றாள் பிரேமா.

"சரி, பயிஷ்டைங்கிற வார்த்தையை எங்கே பிடிச்சா ஹாசினி? இந்த வசனத்தையும் கௌரி சொல்லி இவ கேட்டிருப்பாளா என்ன?"

பிரேமா ரகசியம் பேசுவதுபோல் அவரருகில் வந்து, "ஞாபகம் இல்லையா... அந்தச் சம்பவம் நடந்த அன்னிக்கு அந்தப் பொண்ணு கௌரிக்கு நாளு! பாதி வேலை பண்ணிட்டிருக்கும்போதே, அவ என்கிட்ட வந்து, விஷயத்தைச் சொல்லி, 'துணியெல்லாம் துவைச்சிட்டேம்மா. உடம்பு ரொம்ப டயர்டா இருக்கு. நான் இன்னிக்குக் கொஞ்சம் சீக்கிரம் கிளம்பறேன்'னு சொன்னா. 'சரி, நீ கிளம்பு. துணிகளை நான் கொண்டு போய் மாடியில ஒணத்திக்கிறேன்'னு சொல்லி, நான் மாடிக்குப் போயிட்டேன். அவ கிளம்பறதுக்குள்ளதான் நீங்க வந்து..." என்று ஏதோ சொல்ல வந்தவளை, உதட்டில் விரல் வைத்து, கண்களை ஹாசினி பக்கம் சுழற்றி, 'அவள் காதில் விழப்போகிறது' என்பதாக ஜாடை காட்டித் தடுத்துவிட்டார் ராஜசேகர்.

இங்கே, சித்தார்த்திடம் "மாமா என்ன சொன்னார்? என்னை உடனே வரமுடியுமான்னு கேட்டாரே? அங்கே என்ன பிரச்னையாம்? மறுபடி ஹாசினி புது டிராமா ஏதாவது ஆடறாளாமா?" என்று கேட்டான் ஜெயந்த்.

"பார்த்தீங்களா, அவ்ளோ சொல்லியும் அவ டிராமா ஆடறாங்கறீங்க" என்று சலித்துக்கொண்டான் சித்தார்த்.

"ஸாரி, நான் மீன் பண்ணிச் சொல்லலை. அவளுடைய விநோதமான ஆக்டிவிட்டிஸைத்தான் அப்படிக் குறிப்பிட்டேன். அங்கே என்ன பிரச்னையாம்?"

"ஏதோ புரியாத வசனங்களையெல்லாம் ஹாசினி பேசிட்டிருக்காங்களாம். இப்பவே அழைச்சுட்டு வரவான்னு கேக்கறார்..."

"ஆமா, எங்கிட்டயும் கேட்டார். அதான், கோகுல்நாத்தை ரெம்பர் பண்ணேன் அவருக்கு."

"'கோகுல்நாத் இப்ப ஊர்ல இல்லை. கனடால நடக்கற ஒரு செமினாருக்கு அவரும் போயிருக்காரு. ஸோ, உங்க மாமாவை பயப்பட வேணாம்ணு சொல்லுங்க. ஞாயிற்றுக்கிழமை வரைக்கும் பொறுத்துக்கச் சொல்லுங்க. அப்புறம் எல்லாம் சரியாயிடும்! சரி, நான் கிளம்பறேன்" என்று புறப்பட்டான் சித்தார்த். பைக்கின் உறுமல் சத்தம் தேய்ந்து அடங்கியது.

ஜெயந்த், வளர்மதி தந்த ஓட்ஸ் கஞ்சியைப் பருகிவிட்டு, காலி டம்ளரை வைக்க இடம் தேடினான். "இருக்கட்டும் தம்பி, இப்படி என்கிட்ட கொடு" என்று வாங்கிக்கொண்ட வளர்மதியிடம் "திருச்சில ஹாசினி வீட்டுலதான் எங்கப்பா இருந்தார். உங்களுக்கு அவரைத் தெரியுமாம்மா?" என்று கேட்டான்.

"எனக்கு ராஜசேகர் ஐயாவைத் தெரியும். சங்கரியம்மாவைத் தெரியும். அதுக்கப்புறம் பிரேமா அம்மாவை இரண்டாம் தாரமா கல்யாணம் கட்டிக்கிட்டார். அவங்களையும் தெரியும். அப்போ ஹாசினி குழந்தை. நான் அவங்க வீட்டுக்கு அதிகம் போனதில்லே. அதனால அங்க வேற யாரையும் எனக்குத் தெரியாது. ஏன், எதுக்கு தம்பி கேக்கறே?"

"எங்கப்பா பேரு கிருஷ்ணகுமார். மாமாவோட கம்பெனியிலதான் அவரும் வேலை செஞ்சிட்டிருந்தார். அப்புறம் என்ன ஆனார், எங்கே போனார்ணு ஒரு விவரமும் தெரியலே! சொல்லப்போனா அவர் உசுரோட இருக்காரா, இல்லையானு கூடத் தெரியலை."

"அடடா... எனக்குத் தெரியலையே தம்பி. என் வீட்டுக்காரருக்குத் தெரிஞ்சிருக்கலாம். அவரும் அந்த கம்பெனியிலதான் வேலை செஞ்சார். நான் அங்கெல்லாம் அதிகம் போனதில்லை. அவரும் கம்பெனி விஷயத்தை வீட்டுக்குக் கொண்டு வர மாட்டார். ஹூம், அவரும் போய்ச் சேர்ந்து பல வருஷம் ஓடிப்போச்சு!"

ஜெயந்த் தன் பர்ஸிலிருந்து அப்பாவும் அம்மாவும் இருக்கும் ஒரு குட்டியூண்டு மார்பளவு சைஸ் கறுப்பு வெள்ளைப் புகைப்படத்தை எடுத்து வளர்மதியிடம் காட்டினான்.

"இவர்தான் எங்க அப்பா."

கண்களை இடுக்கிப் பார்த்த வளர்மதிக்குத் தூக்கிவாரிப் போட்டது.

⸻ ❧ ⸻

22

ஜெயந்த் புகைப்படத்தில் காண்பித்த அவன் அப்பாவின் முகம் வளர்மதிக்கு நன்கு பரிச்சயமான முகம்.

கௌரி இறந்து, 16-ம் நாள் காரியங்களெல்லாம் முடிந்த பின்பு, வழக்கம்போல் மதியம் 1 மணிக்கு பரோட்டா, ஆப்பம், முட்டை தோசை போன்றவற்றை ரெடி செய்து எடுத்துக்கொண்டு, மகாவீர் கம்பெனிக்குச் சென்றிருந்தாள் வளர்மதி. வயிற்றுப்பாடு என்று ஒன்றிருக்கிறதே! ஊழியர்கள் தங்களுக்குத் தேவையானவற்றை வாங்கிச் சாப்பிட்டுக்கொண்டிருந்தார்கள். அப்போது அவளிடம் கிருஷ்ணகுமார் வந்து, தனக்கும் இரண்டு முட்டை தோசை தருமாறு கேட்டான். அவனை அங்கு அவள் அதிகம் பார்த்ததில்லை. மற்றவர்கள் பழக்கம் என்பதால், அவர்களில் ஒரு சிலர் வாராவாரம் சேர்த்து வைத்துக் கணக்கை செட்டில் செய்வார்கள். இவன் புதிது என்பதால், முட்டை தோசைகளுக்கான விலையைச் சொன்னாள்.

"உன் பைசாவை எடுத்துக்கிட்டு ஓடியா போவப்போறேன்... குடுப்பியா?" என்று, தானே அவள் அலுமினிய குண்டானிலிருந்து தோசையை எடுக்க முயன்றான். அவனது கையைத் தட்டிவிட்டாள் வளர்மதி.

சீறிய அவன் எழுந்து நின்று, அவளது பாத்திரத்தைக் காலால் எத்திவிட யத்தனித்தபோது, அருகிலிருந்த மற்றவர்கள் அவனைப் பிடித்துக்கொண்டனர்.

"ஏண்டா இப்படி இருக்கே... நீ வந்தது உன் பழைய பாக்கி சம்பளத்தை வாங்கிட்டுப் போக. இப்படியெல்லாம் அடாவடித்தனம் பண்ணினா, அதுவும் கிடைக்காது, பார்த்துக்க!" என்று அவனுக்குப் புத்திமதி சொல்லி அப்பால் அழைத்துச் சென்றனர்.

"எனக்குச் சேர வேண்டிய பணம்... அதெப்படி, கொடுக்காம விட்டுருவானா அந்த ஆளு? இல்லே, நான்தான் வாங்காம விட்டுருவேனா? இந்த பித்சாத் நானூறு ரூபா மட்டுமில்ல அப்பு... அவன் வண்டவாளம் மொத்தமும் எனக்கு அத்துப்படி. எடுத்து விட்டேன்னு வெச்சுக்க... நாறிரும் நாறி! அதுக்கும் சேர்த்துதான் கணிசமா ஒரு அமௌன்ட் வாங்கிப் போக வந்திருக்கேன்" என்று அவன் குடிவெறியில் கத்திக்கொண்டு போனது வளர்மதியின் காதுகளில் விழுந்தது.

அப்புறம் என்ன நடந்ததென்று தெரியவில்லை. மாலையில், அந்த கிருஷ்ணகுமார் பிளான்ட்டில் நடந்த விபத்தொன்றில் சிக்கி இறந்ததாகக் கேள்விப்பட்டாள். ஷாக் அடித்து இறந்ததாகச் சிலர் சொன்னார்கள். பிரேக் டிஸ்க், ஷாஃப்ட், டிரம் தயாரிக்கும் பகுதியில், குடி போதையில் தவறுதலாகக் கொதிகலனில் தலையை விட்டு, மொத்தமும் கருகிவிட்டதாகச் சொன்னார்கள். சக ஊழியரிடம் தகராறு செய்ய, அந்த ஆளுக்கும் கிருஷ்ணகுமாருக்கும் நடந்த கைகலப்பில், அவர் இவனைப் பிடித்துத் தள்ளப்போக, இந்த விபத்து நடந்ததாகச் சொன்னார்கள். ஆளுக்கொன்று சொன்னார்கள். எது உண்மை என்று தெரியவில்லை. ஆக, மொத்தத்தில் அவன் இறந்துவிட்டான். ஊழியரின் இறப்புக்கு துக்கம் அனுஷ்டிக்கும் வகையில், மறுநாள் அனைவரும் தங்கள் யூனிஃபார்மில் கறுப்புக் கொடி குத்திக்கொண்டு வேலை செய்ததைப் பார்த்தாள்.

என்னதான் மோசமானவன் என்றாலும், அவனுக்கும் நண்பர்கள் இருப்பார்கள்தானே? அவர்களில் ஒருவன் அன்று சொன்னது வளர்மதிக்கு நினைவு வந்தது.

"உனக்குத் தெரியாதாக்கா..? மேனேஜரின் உறவுக்காரன்தான் இவன். அவங்க வீட்டுலதான் தங்கியிருக்கான். அவருக்கும் இவனுக்கும் ஏழாம் பொருத்தம். எப்பவும் ரெண்டு பேருக்குள்ளயும் தகராறு இருந்துட்டேயிருக்கும். அவரைப் பத்தின மர்மம் ஏதோ ஒண்ணு இவன் கிட்ட வசமா சிக்கியிருக்கு. அதை வெளியே சொல்லிடுவேன்னு பிளாக்மெயில் பண்ணிக் காசு பறிக்கப் பார்த்திருக்கான். அடிச்சு விரட்டிட்டார். திரும்பவும் வந்து தகராறு செஞ்சிருக்கான். எனக்கென்னவோ, அவனுக்கும் அந்த ஆளுக்கும் அன்னிக்கு நடந்தது நிஜமான தகராறு மாதிரி தெரியலே. வேணும்னே அவனை வம்புக்கிழுத்து, கொதிகலன்ல தள்ளிவிட்டுச் சாகடிச்சிட்டான் அந்த ஆளு. அவன் மேனேஜருக்கு வேண்டியவன். இதெல்லாம் மேனேஜரோட செட்டப்பு மாதிரிதான் எனக்குத் தோணுது. விபத்துன்னு கேஸை ஊத்தி மூடிடுவாங்க, நீ வேணா பார்த்துட்டேயிரு" என்றவன், "சரி சரி, நமக்கு எதுக்குப் பெரிய இடத்துப் பொல்லாப்பு? நீ உன் வியாபாரத்தை கவனி. நானும் வந்தமாம், ரெண்டு இடியாப்பத்தை வாங்கித் தின்னமாம்னு போயிட்டே இருக்கேன்" என்று, பேச்சை அத்துடன் நிறுத்திக்கொண்டு, டிபனை முடித்துக்கொண்டு கிளம்பிவிட்டான்.

அத்துடன் கிருஷ்ணகுமாரை மறந்தேபோனாள் வளர்மதி. அதன்பின்பு இப்போதுதான் அவனைப் புகைப்படத்தில் பார்க்கிறாள்.

இப்போது இந்தப் பிள்ளையிடம் என்னவென்று சொல்லுவது? சொன்னால் தாங்குவானா? அப்பன் உயிரோடு இருக்கிறானா, இல்லையா என்றே தெரியாமல் தேடிக்கொண்டிருப்பதாகச் சொல்கிறான். இவன் ராஜசேகர் ஐயா வீட்டில்தானே இருக்கிறான்?! அவரைக் கேட்டால் விவரம் சொல்ல மாட்டாரா?

"இல்லேம்மா. மாமாவுக்கோ பிரேமா அத்தைக்கோ கூடத் தெரியலே. 'கோவிச்சுக்கிட்டு சண்டை போட்டுட்டு வீட்டை விட்டுக் கிளம்பிப் போயிட்டான். அதுக்கப்புறம் என்ன ஆனான்னு எனக்கும் தெரியலே'ன்னு சொல்லிட்டார். ஏம்மா... அங்கே அந்த கம்பெனிக்குப் போய் விசாரிச்சா, யாருக்காச்சும் தெரிஞ்சிருக்குமா?"

"அந்த கம்பெனியே இப்போ இல்லியேப்பா! அண்ணன் தம்பி மூணு பேர் பார்ட்னரா இருந்து அதை நடத்திட்டிருந்தாங்க. அவங்களுக்குள்ள தகராறு வந்து, பாகப்பிரிவினை பண்ணிக்கிட்டு, கம்பெனியையும் குளோஸ் பண்ணிட்டு, ஆளுக்கொரு பக்கமா பிரிஞ்சு போயிட்டாங்கன்னு கேள்விப்பட்டேன்."

"பிரேமா அத்தையின் அப்பா அம்மாவும் திருச்சிதானே? அவங்க இப்போ எங்கே இருக்காங்கன்னு தெரியுமாம்மா?"

"அவங்க எப்பவோ போய்ச் சேர்ந்துட்டாங்களேப்பா. நான் திருச்சியை விட்டுக் கிளம்பறதுக்கு முன்னாடியே அவங்க ரெண்டு பேரும் அடுத்தடுத்து ஒவ்வொருத்தரா போயிட்டாங்க. அம்மா இறந்தவுடனே பிரேமா, தன்னோடு வந்திருக்கச் சொல்லி அப்பாவைக் கூப்பிட்டுச்சு. அவர் வர மாட்டேன்னுட்டாரு. தனியாதான் சமைச்சுச் சாப்பிட்டுக்கிட்டு இருந்தாரு. அவங்களுக்கு வேற வாரிசுகளும் இல்லே."

"என் அப்பாவைப் பத்தின பிடியே கிடைக்க மாட்டேங்குதும்மா. திருச்சில வேற யாருக்கு எங்கப்பாவைப் பத்தின தகவல்கள் தெரிஞ்சிருக்கும்?" என்று கேட்டான் ஜெயந்த்.

ஜெயந்த்தைப் பார்க்கப் பாவமாக இருந்தது வளர்மதிக்கு. கிருஷ்ணகுமார் இறந்தது தெரிந்திருந்தும் ராஜசேகர் ஐயா ஏன் இவனிடம் தெரியாததுபோல் நடிக்க வேண்டும்? அன்றைக்கு அந்த ஆசாமி சொன்னதுபோல், எதையோ மறைக்கிறாரோ? அவ்வளவு மோசமானவரா ராஜசேகர் ஐயா?!

"வருஷங்கள் ஓடிப்போச்சே தம்பி! திருச்சியை விட்டு வந்தப்புறம் தொடர்பே இல்லை. அதுக்கப்புறம் அங்கே நான் போகக்கூட இல்லை" என்ற வளர்மதி, "அங்கே நாங்க இருந்த தெருவுல சிவன் கோயில் ஒண்ணு உண்டு. ரொம்பச் சின்ன கோயில். சண்முக குருக்கள்னு ஒருத்தர்தான் பூஜை பண்ணுவாரு. கோயிலுக்குப் பக்கத்திலேயே வீடு, சண்முக குருக்கள் வீடுன்னு கேட்டா சொல்லுவாங்க. அவங்க வீட்டுலயும் என் பொண்ணு கௌரி வேலை செஞ்சிட்டிருந்தா. எனக்குத் தெரிஞ்சு அவர் ஒருத்தர்தான் இன்னமும் அங்கே இருக்கார்னு நினைக்கிறேன். அவரைக் கேட்டா ஏதாவது தெரியலாம்" என்று, தான் வசித்த தெருப் பேரையும், குத்துமதிப்பாக அது உள்ள இடத்தையும் விளக்கிச் சொன்னாள்.

"சரிம்மா, நான் கிளம்பறேன்" என்ற ஜெயந்த், வளர்மதியிடம் விடைபெற்று வெளியில் வந்தான். கார் கதவைத் திறந்து, டிரைவர் சீட்டில் அமர்ந்து, பெல்ட்டைப் பொருத்திக்கொண்டான்.

உள்ளிருந்து வளர்மதி வேகமாக வருவது தெரிந்தது. கார் கண்ணாடியை இறக்கிவிட்டுக் காத்திருந்தான்.

கேட்டைத் திறந்துகொண்டு கார் அருகில் வந்தாள் வளர்மதி. ஜெயந்த்தை நெருங்கி, "தம்பி, உன்னை என் புள்ள மாதிரி நினைச்சு, உன் கைப்பிடிச்சு சொல்றேன். ஹாசினிக்கு எந்தப் பெரிய நோயும் இல்லை. அவ தங்கமான பொண்ணு. அவளைக் கல்யாணம் பண்ணிக்க மாட்டேன்னு போயிட்டியாம். அது தப்புப்பா. அவளுக்கு சரியாயிடும். அவளைக் கல்யாணம் பண்ணிக்கோ..." என்றவளைக் குறுக்கிட்டு,

"நான் அவளைக் கல்யாணம் பண்ணிக்க மாட்டேன்னு சொல்லலைம்மா. அவதான் சொன்னா. உங்களுக்கு விஷயம் தெரியுமா, தெரியாதா? அவ உங்க பையனைத்தான் லவ் பண்றா. சித்தார்த் இதை உங்க கிட்ட சொல்லலையா?" என்று கேட்டான் ஜெயந்த்.

"இல்லையே! இந்த வருஷத்துக்குள்ள அவ கழுத்துல தாலி கட்டுவேன்னான். அவ்ளோதான். இது பத்திச் சொல்லவே இல்லையே?" என்ற வளர்மதி, "இல்லேப்பா. அவன் போக்கு சரியில்லை. ஏதோ விபரீதமா திட்டம் போட்டுக்கிட்டிருக்கான்னு மட்டும் தெரியுது. அவன் ஹாசினியைக் கல்யாணமெல்லாம் பண்ணிக்க மாட்டான். எனக்கு நல்லா தெரியும். பையனைப் பத்தியே தப்பா சொல்றேனென்னு நினைக்காதே. அவன் ஏதாவது ஏடாகூடமா செஞ்சு வெச்சு, போலீஸ், அரெஸ்ட்னு போய் நிக்கப் போகுதேன்னு மனசு கிடந்து அடிச்சுக்குது. ஏற்கெனவே மகளை இழந்துட்டு நிக்கறேன். மகனையும் இழந்து அப்புறம் நான் எதுக்காக உயிர் வாழணும்னு சொல்லு?" என்று கண்கலங்கி, மூக்கைச் சிந்தி, சேலைத் தலைப்பால் முகத்தைத் துடைத்துக்கொண்டாள்.

"கவலைப்படாதீங்கம்மா... நானும் உங்களுக்கு ஒரு புள்ளைதான். நீங்க நினைக்கிறபடி எதுவும் விபரீதமா நடக்காம நான் பார்த்துக்கறேன்" என்று வளர்மதியின் கரம் பற்றி ஆறுதல் சொல்லிவிட்டு, காரை ஸ்டார்ட் செய்தான் ஜெயந்த். அரை மணியில் வீடு வந்தான்.

ஹாசினி அயர்ந்து உறங்கிக்கொண்டிருந்தாள். அருகில் உள்ள டாக்டர் ஒருவர் வந்து பார்த்து, 'தூங்கி எழுந்தால் சரியாகிவிடும்' என்று சொல்லி, ஒரு ஊசி போட்டுவிட்டுப் போனதாகச் சொன்னார் மாமா. "கோகுல்நாத் கிளினிக் எங்கேப்பா இருக்கு? சாயந்திரம் அழைச்சிட்டுப் போகலாமா? போன் போட்டு அப்பாயின்ட்மென்ட் வாங்கிடேன்" என்றார்.

"இல்லே மாமா, நீங்க பேசிட்டு வெச்சதுமே அவருக்குதான் போன் போட்டேன். ஏதோ கான்ஃப்ரென்ஸுக்காக ஃபாரின் போயிருக்காராம். பார்க்கலாம். இனிமே சரியாயிடுவானு தோணுது. ஹாசினி உடம்பு ரொம்ப வீக்கா இருக்கா. நல்ல சத்துள்ள ஆகாரம், ஜூஸ்னு தொடர்ந்து கொடுத்தா சரியாயிடுவா. எனக்குக் கொஞ்சம் கொஞ்சம் ஜோசியமும் தெரியும், மாமா. மனதை ஆள்பவன் புதன். புத்திகாரகன்னு அவனைச் சொல்லுவாங்க. ஹாசினி ஜாதகத்துல புதன் கேந்திராதிபத்திய தோஷம் பெற்றிருக்கான். இப்போ தனிச்சும் இருக்கிறதுனாலதான் இப்படிப் படுத்தறான். சீக்கிரமே சரியாயிடும். கவலைப்படாதீங்க" என்றான் ஜெயந்த்.

மதியம் 2 மணிக்கு எழுந்தாள் ஹாசினி. "ஐயோ, தூங்கியே போயிட்டேன். ஆபீஸ்ல தலைக்கு மேல வேலை இருக்கு. நேத்திக்கே மட்டம் அடிச்சாச்சு. இன்னிக்கும் போகலைன்னா நல்லாருக்காது" என்று புலம்பியவள், மளமளவென்று குளித்தாள். ஃப்ரெஷ்ஷாக டிரஸ் செய்துகொண்டாள். சாப்பிட்டாள். ஆபீஸ் போவதாக பிரேமாவிடம் சொல்லிவிட்டுக் கிளம்பிவிட்டாள்.

'மூவி பசார்' அலுவலகத்தில் தன் கேபினுக்குள் சென்றதும், சித்தார்த்துக்கு கால் செய்தாள்.

"ஹாய்... ஜெயந்த் வந்திருந்தானா? என்ன சொன்னான்?" என்றாள்.

"பிசினஸ் பத்திப் பேசினாரு. தன் எம்ப்ளாயீஸுக்கு மோட்டிவேஷனல் டாக் கொடுக்க முடியுமானு கேட்டாரு."

"அவ்வளவுதானே, வேற ஒண்ணுமில்லையே?"

"இல்லை. ஆனா, அவருக்கு நம்ம மேல சந்தேகம் வந்துடுச்சுன்னு நினைக்கிறேன். நீ பண்றதெல்லாம் டிராமா, டிராமான்னு சொல்லிட்டிருக்கார்."

"இருக்காதே... நான் அவருக்கு அப்பா மேல சத்தியம் பண்ணி, எல்லாம் யதேச்சையா நடந்ததுதான்னு விளக்கினேனே..."

"இல்லே ஹாசினி, நீயும் நானும் சேர்ந்து ஏதோ பிளான் பண்றோம்னு அவருக்கு ஜாடைமாடையா தெரிஞ்சுபோச்சுன்னுதான் நினைக்கிறேன். நீ கொஞ்சம் அடக்கி வாசிக்காம, ஓவர் ஆக்ட் பண்றே போல!" என்றான் சித்தார்த்.

"இல்லை சித்தார்த், இன்னிக்குக் காலையிலகூட, நீ சொல்லித் தந்த மாதிரிதான் பேசினேன். அப்பாவும் அம்மாவும் நடுநடுங்கிட்டாங்க. பக்கத்துல இருக்கிற ஒரு டாக்டரைக் கூப்பிட்டு ஊசி போட வெச்சாங்க. இப்பத்தான் எழுந்து, குளிச்சு, ஃப்ரெஷ்ஷாகி, ஆபீசுக்கு வந்திருக்கேன். எல்லாம் சரியாத்தான் போயிட்டிருக்கு. ஜெயந்த் சும்மா போட்டு வாங்கலாம்னு பார்க்கறான்."

சித்தார்த்தின் எதிரே டி.வி-யில் 'டிஸ்கவரி சேனல்' ஓடிக்கொண்டிருந்தது. ஒரு காட்டெருமையை இரண்டு சிறுத்தைகள் துரத்தி வந்தன. ஒரு சிறுத்தை எருமையின் கழுத்தைக் கடித்தபடி தொங்க, மற்றொன்று முதுகில் ஏறி திமிலைப் பற்றியது.

உயிருக்குப் போராடியது எருமை. என்னதான் வலுவிருந்தாலும், இரண்டு சிறுத்தைகளின் அசுரப் பாய்ச்சலின் முன் அதன் வலிமை செல்லுபடியாகவில்லை. சில நிமிடங்களில் அது தளர்ந்து கீழே விழுந்தது. அதன் கழுத்தில் பிடித்த பிடியை இன்னும் விடவில்லை சிறுத்தை, ரத்தம் கொப்பளித்து, காட்டெருமையின் கறுப்பு உடலில் வழிந்தது. கண்கள் முட்டையாய் வெறிக்க, ஹீனமாய் அலறியது எருமை. சில நிமிடங்கள்தான்... அதன் தலை தொங்கிவிட்டது.

"சக்சஸ்!" என்று கத்தினான் சித்தார்த். அவன் கண்களில் சிறுத்தையின் வெறி!

23

"என்ன சக்சஸ்?"

"அ... அது ஒண்ணுமில்ல... எல்லாம் சரியாத்தான் போயிட்டிருக்கின்னியே, அதான் சக்சஸ்ன்னேன். ஓகே ஹாசினி, நான் இங்கே ராஜா அண்ணாமலைபுரத்துல இருக்கிற டாக்டர் தர்மராஜின் சைக்கோ கிளினிக்குக்கு வந்திருக்கேன். நான் இங்க இதுக்கு முன்னே ஏழெட்டு தடவை வந்து, சில பேஷன்ட்டுகளுக்கு கவுன்சிலிங் கொடுத்திருக்கேன், தர்மராஜின் பிரசென்ஸ்ல; ஒரு டிரெயினிங் மாதிரி! அவரும் ஊர்ல இல்லை. அவர் கிட்ட பேசி, 'ஒரு பேஷன்ட்டுக்கு கவுன்சிலிங் கொடுக்கணும் சார், உங்க லேபைக் கொஞ்சம் யூஸ் பண்ணிக்கட்டுமா?'னு கேட்டேன். ஓகே சொல்லிட்டார். ஞாயித்துக்கிழமை காலையில் 10 மணிக்கு வந்துட்டீங்கன்னா, கவுன்சிலிங் ஆரம்பிச்சுடலாம். அதுக்கு முன்னே நீ பண்ண வேண்டியது நிறைய இருக்கு ஹாசினி!"

"அந்த கவுன்சிலிங்கை அப்படியே வீடியோஷூட் பண்றதைத்தானே சொல்றே?"

"ஆமாம். ரெண்டு கேமரா செட் பண்ணணும். ஒண்ணு, உனக்கு நான் கொடுக்கப்போற கவுன்சிலிங்கை ஷூட் பண்றதுக்கு. இன்னொண்ணு, உங்கப்பாவோட ரீயாக்ஷனை கவர் பண்றதுக்கு. புரியுதா? எல்லாம் முடிஞ்சதும், ரெண்டு வீடியோக்களையும் கம்பைன் பண்ணி, எடிட் பண்ணி, பக்காவா ரெடி பண்ணி, 'மூவி பசார்'ல போடறோம்..."

"இல்லே சித்தார்த், 'மூவி பசார்'ல இதுக்கு ஒத்துக்க மாட்டாங்க."

"சரி, வேணாம்! அதுவும் சரிதான். அதுல போட்டா, ஏதோ ஷோ மாதிரி ஆயிடும். நம்ம பர்ப்பஸே அடிபட்டுடும். நீ வீடியோவை ரெடி பண்ணி, என்கிட்ட கொடுத்துடு. நான் என்னோட யூடியூப் சேனல்ல போட்டுக்கறேன். அப்புறம் உங்கப்பா மேல கேஸ் கொடுக்குறதுக்கும் இது ஒரு ஆதாரமா இருக்கும்."

"நீ என்ன, முடிவே பண்ணிட்டியா சித்தார்த், எங்கப்பாதான் குற்றவாளின்னு? உண்மையை இனிமேதான் கண்டுபிடிக்கவே போறோம். அதுக்காகத்தான் உனக்கு நான் ஹெல்ப் பண்றேன். எங்கப்பா அப்படிப்பட்டவர் இல்லைன்னு இதன் மூலமா உனக்குப் புரிய வைக்கணும்ம்னுதான் நான் ஆசைப்படறேன். அதுக்காகத்தான் இந்த கவுன்சிலிங்குக்கு நான் ஒத்துக்கிட்டேன். எங்கப்பா மேல சந்தேகத்தை

வெச்சுக்கிட்டே நீ என் கழுத்துல தாலி கட்டினா, நம்ம மேரேஜ் லைஃப் எப்படி இனிமையா இருக்கும், சொல்லு? எந்தக் குழப்பமும் இல்லாம, சந்தேகமும் இல்லாம, அப்பா அம்மா சம்மதத்தோடு நம்ம கல்யாணம் நடக்கணும்னு ஆசைப்படறேன்; நடக்கும்னு நம்பறேன்.”

“ஓகே... ஓகே... டென்ஷன் ஆகாதே! எனக்குமே அந்த ஆசை இருக்கு. இஃப் சப்போஸ், நமது விருப்பத்துக்கும் எதிர்பார்ப்புக்கும் மாறாக, உங்க அப்பாதான் குற்றவாளி, என் அக்காவின் சாவுக்குக் காரணமாய் இருந்தவர் அவர்தான்ங்கிற உண்மை அவர் வாயாலேயே வந்துடுச்சுன்னா, அப்பவாவது இந்த வீடியோவை நான் பயன்படுத்திக்கலாம், இல்லையா?”

“கண்டிப்பா. குற்றவாளியா இருந்தாலும், அவர் என் அப்பா. அவரைப் பொறியில சிக்க வைக்க நானே உனக்கு உதவுறது எனக்குக் கொஞ்சம் வருத்தமாதான் இருக்கு. அதே நேரம், அப்பாவா இருந்தாலும் அவர் குற்றவாளிங்கிறப்போ, அவருக்கான தண்டனையை வாங்கிக் கொடுக்குறதுதான் நியாயம். அதை நான் நிச்சயம் செய்வேன். அநியாயமா இறந்துபோன உன் அக்காவின் மரணத்துக்கான விலையை நான் வாங்கித் தருவேன்” என்றாள் ஹாசினி.

“இது போதும் ஹாசினி! சனிக்கிழமைக்குள்ள ஒரு நாள் இங்கே வந்து கேமராக்களை எப்படி செட் பண்ணலாம்னு பார்த்து, செட் பண்ணிடு. ஒரு ட்ரையல் வேணாலும் ஷூட் பண்ணி, சரியா வந்திருக்காணு செக் பண்ணிடலாம். என்னிக்கு வரே?”

“நாளைக்கே ஈவ்னிங் செவன் ஓ கிளாக்குக்கு மேல வரலாமா? நீ வியாழனும் வெள்ளியும் மும்பை போறதா சொன்னியே...?”

“அப்பா சொன்னாரா...? வியாழன் நைட்டுதான் கிளம்பறேன். சனிக்கிழமை வந்துடுவேன். நீ நாளைக்கு வா. வாட்ஸ்ல அட்ரஸ் அனுப்பறேன். அங்க இருக்கிறவங்ககிட்ட உன்னை அறிமுகம் செஞ்சு வைக்கிறேன். அப்புறம் நீ மறுநாளோ மறுநாளோ வந்து பக்காவா எல்லாம் ரெடி பண்ணிடு!”

“சித்தார்த், நானே வந்து கேமராக்களை ரெடி பண்ணிட்டு, அப்புறம் நானே பேஷன்ட்டா வந்து கவுன்சிலிங் எடுத்துக்கிட்டா, அங்க இருக்கிறவங்களுக்கு டவுட் வராதா?”

“நல்லாக் கேட்டே போ! அவங்க கிட்டே நிஜ கவுன்சிலிங்னு நான் சொல்லலை. ‘மூவி பசார்’ சேனலுக்கான ஒரு ஷூட்டுனுதான் சொல்லியிருக்கேன். நிஜ கவுன்சிலிங்னா அதுக்கு ஏன் கேமரா செட் பண்ணணும்னு அப்பவே டவுட் பட மாட்டாங்களா?”

“அடேங்கப்பா... பக்காவா பிளான் பண்றே போல?” என்று சிரித்தாள் ஹாசினி.

'பின்னே... சூர சம்ஹாரம்னா சும்மாவா?!' என்று மனதில் கறுவிக்கொண்டான் சித்தார்த்.

ஹாசினி வீட்டுக்கு வந்தபோது, ஜெயந்த் வீட்டில் இல்லை. பிசினஸ் விஷயமாக அவன் திருச்சி சென்றிருப்பதாக அம்மா சொன்னாள். சனிக்கிழமை வந்துவிடுவதாகச் சொல்லிவிட்டுப் போனானாம்.

முகம் கழுவி, வேறு தளர் ஆடைக்கு மாறி, அம்மா தந்த காபியை வாங்கி உறிஞ்சியபடியே ஹாலுக்கு வந்தாள் ஹாசினி. நிவேதிதா எட்டிப் பார்த்தாள்.

"என்ன ஹாசினி, காலையில அப்பா அம்மாவை ரொம்ப பயமுறுத்திட்டே போலிருக்கே?" என்று சிரித்தாள். "ஃப்ரீயா இருக்கியா? மாடிக்கு வரியா? உங்கூடக் கொஞ்சம் பேசணும்" என்றாள்.

"நீ போ! நான் இதோ வரேன்" என்று அவளை அனுப்பிவிட்டு எழுந்தாள் ஹாசினி. காலி டம்ளரை ஸிங்க்கில் போட்டுவிட்டு, "அம்மா, நான் மொட்டை மாடிக்குப் போறேன். கதவு கிரில்லை உள்ள பூட்டிக்கோ" என்று சொல்லிவிட்டு, தன் மொபைலை எடுத்துக்கொண்டு வெளியே வந்தாள். லிப்டுக்குள் புகுந்து, எண் 6-ஐ அழுத்தி, உயரே போனாள். ஆறாவது ஃப்ளோரில் வெளிப்பட்டு, படிகளில் ஏறி, மொட்டை மாடியை அடைந்தாள்.

மாலை மணி 7. சூரியன் மறைந்தாலும், வெளிச்சம் இன்னும் இருந்தது. யாருடைய துணிகளோ, கம்பிக்கொடிகளில் காயப்போட்டிருந்தவை எடுக்கப்படாமல், காற்றில் அசைந்துகொண்டிருந்தன. முன்பக்கமாக இருந்த கைப்பிடிச் சுவருக்குப் பின்னால் குட்டிக்குட்டியாக நாலு படிகள் இறங்கினால், தெருவைப் பார்த்த மாதிரி, நாலைந்து பேர் உட்கார வசதியாக ஒரு சிட்அவுட் இருக்கும். நிவேதிதா வழக்கமாக அங்குதான் சென்று அமர்வாள்.

ஹாசினி அங்கே சென்றாள். "ஹப்பா... நான் மொட்டை மாடிப் பக்கம் வந்தே ஒரு மாசமாச்சு. டெய்லி ஆபீஸ் விட்டு வர லேட்டாகுறதால வர முடியறதில்லே!" என்றபடியே போய் நிவேதிதா பக்கத்தில் உட்கார்ந்தாள்.

"ஆமா, சண்டே கூட வேலை வேலைலன்னு ஓடறே! உடம்புக்குக் கொஞ்சமாவது ரெஸ்ட் கொடுத்தாதானே? அதனாலதான் டென்ஷன், பிபி எல்லாம் ஏகத்துக்கும் எகிறி, ரெண்டு நாளா தத்துப்பித்துன்னு உளறிக்கிட்டிருக்கே!" என்று ஹாசினி முதுகில் செல்லமாக அடித்தாள் நிவேதிதா.

"வேலையெல்லாம் எப்படிப் போயிட்டிருக்கு?"

"ம்... வழக்கம்போலத்தான். நேத்திக்கு லீவு. இன்னிக்கு மதியத்துக்கு மேலதான் போனேன். சரி, சொல்லு, என்ன பேசணும்ன்னு என்னைக் கூப்பிட்டே?"

"ஹாசினி, உன்னோட பெஸ்ட் ஃப்ரெண்டு நான்னு நினைச்சிட்டிருக்கேன். சரிதானே?"

"ஏய்... என்னதிது புதுசா?" என்று பொய்யாக அவளை முறைத்தாள் ஹாசினி.

"அப்படின்னா, இப்ப நான் சொல்லப்போறது உன் மேல உள்ள அக்கறையிலதான்னு நீ புரிஞ்சுப்பியா?"

"ம்ஹூம்... என்னமோ ஆயிப்போச்சு உனக்கு. போடி இவளே... என் மேல என் அப்பா, அம்மாவைவிட அக்கறை உள்ளவ நீதான். எதுக்கு முறுக்கு பிழியறே? சொல்ல வர்றதை நேரடியா சொல்லு!"

"அந்த சித்தார்த் மேல எனக்கு நம்பிக்கையில்லே. அவன் உன்னை வெச்சு ஏதோ கேம் ஆடறான்னு தோணுது. அவனை நம்பி ஏமாந்து, உன் லைஃபை ஸ்பாயில் பண்ணிக்கப் போறியோன்னு எனக்கு இந்த ரெண்டு மூணு நாளா ஒரு பதற்றம் இருந்துக்கிட்டே இருக்கு."

"எதனால அப்படித் தப்பா நினைக்கிறே அவனைப் பத்தி..?"

"சொல்றேன். அதுக்கு முன்னே இதுக்கு நீ பதில் சொல்லு. உனக்கு நிஜமாவே கௌரி யார்னு தெரியாதா?"

நிவேதிதாவின் கண்களை உற்றுப் பார்த்தாள் ஹாசினி. பின் சொன்னாள்... "தெரியும். சித்தார்த்தோட அக்கா. பல வருஷங்களுக்கு முன்னே தற்கொலை பண்ணிக்கிட்டுச் செத்துட்டாங்க."

"அப்போ நான் நினைச்சது சரிதான். நீ அந்த சித்தார்த் சொல்றபடிதான் ஆடிக்கிட்டிருக்கே!"

"என்னடி, நீயும் ஜெயந்த் போலவே கேக்கறே? நான் என்ன நாடகமாடறேன்?"

"சுயநினைவில்லாதவள் போல 'கௌரி'ன்னு உன் பேரைச் சொன்னது டிராமாதானே? அதைத் தொடர்ந்து, கௌரி பாடுற பாட்டைப் பாடினது, வசனம் பேசினது எல்லாம் அந்த சித்தார்த்தோட திரைக்கதை வசனம்தானே?"

"நிவேதிதா, உன் கிட்ட இப்போ ஒரு உண்மையைச் சொல்றேன். அதைச் சொல்றதுக்குக் கஷ்டமாதான் இருக்கு. இருந்தாலும் நீ இவ்ளோ துருவித் துருவிக் கேக்கறதால சொல்றேன். இதை யார்கிட்டேயும் பகிர்ந்துக்காதே. மனசோடு வெச்சுக்கோ.

சித்தார்த்தின் அக்கா கௌரி ஒரு பணக்காரர் வீட்டுல வேலை செய்துட்டிருந்தப்போ, அவர் பலவந்தப்படுத்தி அவளைக் கெடுத்திருக்கார். அதனாலதான் அன்னிக்கு ராத்திரி அவ தற்கொலை பண்ணிக்கிட்டா. இதை என்கிட்ட

சொல்றப்போ மனசுடைஞ்சு அழுதுட்டான் சித்தார்த். அன்பான அக்காவின் சாவு பல வருஷமா அவன் இதயத்தை ரணமா அறுத்துக்கிட்டிருக்கு. இதைக் கொஞ்சநாளைக்கு முன்னாலதான் அவன் என்கிட்ட சொன்னான். அடுத்த ஒரு வாரம், பத்து நாள்ல அக்காவோட நினைவு நாள் வருதுன்னு தேதியையும் சொன்னான். அதுதான் ஆகஸ்ட் 18. அன்னிக்குதான் கௌரி அக்காவோட பிறந்த நாளும்கூடன்னு சொன்னான். இது என் மனசுல அழுத்தமா படிஞ்சுடுச்சு. கௌரிக்கு நேர்ந்த அநியாயம், அவளோட பரிதாப சாவு இது பத்தியே யோசிச்சிட்டிருந்தேன். அன்னிக்கு பசி மயக்கத்துல ஆலந்தூர் மெட்ரோ ஸ்டேஷன்ல மயங்கி விழுந்தேன். ஏதோ விசேஷத்துக்குப் போயிட்டுத் திரும்பிட்டிருந்த சித்தார்த்தும் அவன் அம்மாவும் யதேச்சையா என்னைப் பார்த்துட்டு, அவங்களோட வீட்டுக்கு அழைச்சுட்டுப் போனாங்க. போற வழியிலதான் வளர்மதியம்மா என் பேரைக் கேட்டிருக்காங்க. நான் மயக்கத்துல 'கௌரி'ன்னு சொல்லியிருக்கேன். ஸோ, இதெல்லாமே யதேச்சையா நடந்த விஷயங்கள். இதுல எந்த டிராமாவும் இல்லே.

அதுக்கப்புறம்தான் சித்தார்த்துக்கு ஒரு யோசனை வந்தது. என்னை ஹிப்னடைஸ் பண்ணி, என்னோட சின்ன வயசுக்குக் கொண்டு போனா, என் ஆழ் மனசுல பதிஞ்சிருக்கிற பழைய ஞாபகங்களையெல்லாம் மீட்க முடியும், அதன் மூலமா அன்னிக்கு என்ன நடந்தது, தன் அக்காவின் தற்கொலைக்கு யார் காரணம்னு கண்டுபிடிக்க முடியும்னு நினைச்சான்..."

"என்னடி உளர்றே...? நீ நிஜமா மனநிலை பாதிக்கப்பட்டிருந்தாதானே அப்படிப் பண்ண முடியும்? உனக்குதான் ஒண்ணும் இல்லையே?"

நிவேதிதாவின் கைகளை எடுத்துத் தன் கைகளில் பொத்திக்கொண்டு, "இப்ப நான் சொல்லப்போறதை யார் கிட்டேயும் சொல்ல மாட்டேன்னு எனக்குச் சத்தியம் பண்ணிக் கொடுடி!" என்றாள் ஹாசினி.

"என்னடி இது கண்றாவி, மெகா சீரியல் மாதிரி சத்தியம் கித்தியம்னுக்கிட்டு....? சரி, சத்தியம். யார் கிட்டேயும் சொல்ல மாட்டேன்."

"சித்தார்த்துக்கு என் அப்பா மேலதான் சந்தேகம்..."

"அடிப்பாவி, என்னடி சொல்றே?" என்று குரல் உயர்த்தினாள் நிவேதிதா. அவளின் வாயைப் பொத்தி, "கத்தாதடி! அவனுக்கு ஒரு சந்தேகம்தான். இதை அவன் ஓப்பனாவே என்கிட்ட சொன்னான். 'நம்ம நட்பு இனிமே தொடர வேண்டாம்'னும் சொன்னான். அவன் விலகத் தயாராத்தான் இருந்தான். நான்தான் அவனைத் தடுத்து, 'நீபோட்டுக்கு போற போக்குல என் அப்பா மேல அபாண்டப் பழி போட்டுட்டுப் போனா எப்படி? எங்க அப்பா அப்படிப்பட்டவர் இல்லே'ன்னேன். வீணா அவன் மனசுல ஒரு சந்தேக முள் உறுத்திக்கிட்டிருக்கக் கூடாதில்லையா...? அதுக்குத்தான் அவன் இந்த ஐடியாவைச் சொன்னான். அவன் அக்காவின் ஃபேவரைட் பாட்டை

கூகுள்ல டவுன்லோடு பண்ணிக் கொடுத்தான். கருடபுராணத்துலேர்ந்து சில வரிகளை எடுத்துக் கொடுத்தான். 'இதையெல்லாம் பாடி, பேசி, மனநிலை பாதிக்கப்பட்டவள் மாதிரி நடந்துக்கோ. உன்னை சைக்கியாட்ரிஸ்ட் கிட்டே அழைச்சுட்டுப் போகணும்னு உன் அப்பா கிட்டே சொல்றேன். முக்கியமான உளவியல் மருத்துவர்கள் எல்லாரும் ஃபாரின் போயிருக்காங்க. அதனால வேற வழியில்லாம, கவுன்சிலிங்குக்காக உங்கப்பா உன்னை என்கிட்டதான் அழைச்சுட்டு வருவாரு. அப்போ உன்னை ஹிப்னடைஸ் பண்ற மாதிரி பண்றேன். அன்னிக்கு உங்க வீட்டுல நடந்த சம்பவத்தை நேர்ல பார்த்த மாதிரி சொல்லிக்கிட்டே வா. உங்க அப்பா பதறிப்போய், வேற வழியில்லாம அன்னிக்கு என்ன நடந்ததுன்னு அவர் வாயாலேயே ஒத்துக்குவாரு'..."

"அடிப்பாவி மவளே... என்னா வேலை பண்ணிட்டிருக்கே நீ? அப்பாவுக்கு எதிரா சதி பண்ணிட்டிருக்கேன்னு புரியலையா உனக்கு?" என்று கடுகடுத்தாள் நிவேதிதா.

"உளறாதே... அப்பா மேல தப்பிருக்காது. அவர் நல்லவரு. அதனால, என்னதான் நான் நேர்ல பார்த்த மாதிரி சொன்னாலும், அப்பா அதெல்லாம் இல்லேன்னு மறுத்துச் சொல்லத்தான் போறாரு. அப்ப, உண்மை தெரியாதா சித்தார்த்துக்கு?"

"எப்படித் தெரியும்? அக்கா கெளரியை பலவந்தப்படுத்தினது யார்னு அப்ப மட்டும் தெரியவா போகுது?"

"ஐயோ நிவேதிதா, இப்ப அது பிரச்னையில்லே. அப்பாவைப் பத்தித் தப்பா நினைச்சிட்டிருக்கான் சித்தார்த். என் அப்பா அப்படியானவர் இல்லைன்னு தெரிஞ்சா போதாதா அவனுக்கு?"

"ஹாசினி, எனக்கென்னவோ இது சரியா படலை. சித்தார்த்கிட்ட நீ கொஞ்சம் எச்சரிக்கையா இருக்கிறது நல்லது. அவன் சரியானவன் இல்லைன்னு என் உள்ளுணர்வு சொல்லுது. அவ்வளவுதான் சொல்வேன்" என்றாள் நிவேதிதா.

அப்போது ஹாசினியின் மொபைல் ஒலித்தது. அழைப்பு சித்தார்த்திடமிருந்து.

"ஸ்பீக்கர்ல போடு, நானும் கேக்கறேன்" என்றாள் நிவேதிதா.

"சித்தார்த், சொல்லு... ஏதாவது முக்கிய விஷயமா?"

"ஆமா ஹாசினி, ஜெயந்த் ஒரு பிளானோடதான் உன் வீட்டுல வந்து தங்கியிருக்கார். அவர் கிட்ட கொஞ்சம் ஜாக்கிரதையா இரு!" என்றான் சித்தார்த்.

"என்ன சொல்றே...?"

"அவரால கூடிய சீக்கிரம் உன் அப்பா உயிருக்கு ஆபத்து இருக்கு. பீ கேர்ஃபுல்!"

மொபைலை இறுக மூடிக்கொண்டு, "ஏன் நிவேதிதா, சித்தார்த் தப்பானவன்னு சொன்னியே... அவனே கூப்பிட்டு என்னை எச்சரிக்கிறான். இப்ப தெரியுதா, வில்லன் யாருன்னு...?" என்று நிவேதிதாவின் காதில் கிசுகிசுத்தாள் ஹாசினி.

தொடர்ந்து, சித்தார்த் சொன்ன தகவல் ஹாசினியை நிலைகுலைய வைத்தது. "ஐயோ... என் அப்பாவை அவன்கிட்டேர்ந்து காப்பாத்தணும் சித்தார்த். நீதான் எனக்கு உதவணும்!" என்று பதறினாள்.

"அவன் உங்கப்பாவைக் கொன்னுடுவானா? அப்புறம் நான் எதுக்கு இருக்கேன்?" என்ற சித்தார்த், விஷமச் சிரிப்பு சிரித்தது ஹாசினிக்குத் தெரிந்திருக்க நியாயமில்லை.

24

ஜெயந்த்தின் அம்மா பிரசவத்தின்போதே இறந்துவிட, அவனது சொந்த அப்பாவும் சின்ன வயதிலேயே காணாமல் போய்விட்டார்; அதனால், பெரியப்பா வீட்டில் வளர்ந்ததால், அவர்களைத்தான் தன் அப்பா, அம்மாவாக ஏற்றுக்கொண்டுள்ளான் என்பது வரையில்தான் ஹாசினிக்குத் தெரியும். மற்றபடி ஜெயந்த்தின் அப்பா பற்றி அவளுக்கு எதுவும் தெரியாது. இப்போது சித்தார்த் சொன்ன தகவல்கள் அவளைப் பதைபதைக்க வைத்தன.

"தன் சொந்த அப்பா பத்தி, அவர் என்ன ஆனார், இருக்காரா செத்துப் போயிட்டாரானு என் அம்மா கிட்டே விசாரிச்சிருக்கார் ஜெயந்த். திருச்சியில அந்த கம்பெனிக்குப் போனா, அங்கே அவரைப் பத்தித் தெரிஞ்சவங்க யாராச்சும் இருப்பாங்களானு கேட்டிருக்கார். கம்பெனி மூடப்பட்ட விஷயத்தை அம்மா சொல்லியிருக்காங்க. உங்க பிரேமா அம்மாவுடைய பேரன்ட்ஸ் பத்திக் கேட்டிருக்கார். அப்பா பத்தித் தெரிஞ்சவங்க திருச்சியில வேற யாராச்சும் இருந்தா சொல்லுங்கம்மானு கேட்டிருக்கார். அம்மா யதார்த்தமா, 'அங்கே குருக்கள் வீடு இருக்கு; அவங்கதான் ரொம்ப வருஷமா அங்கே இருக்காங்க. ஒருவேளை அவங்களுக்குத் தெரிஞ்சிருக்கலாம்'னு சொல்லியிருக்காங்க. ஜெயந்த் அநேகமா நாளைக்கே கிளம்பி திருச்சி போவார்னு நினைக்கிறேன். நீ எதுக்கும் கொஞ்சம் உஷாரா இரு!" என்றான் சித்தார்த்.

"நாளைக்கு என்ன... ஜெயந்த் இன்னிக்கு மத்தியானமே கிளம்பி திருச்சிக்குப் போயிட்டான்!" என்றாள் ஹாசினி.

"பார்த்தியா... நான் பயந்தது சரியாப் போச்சு!"

"என்ன சித்தார்த்... ஜெயந்த் தன் அப்பாவைக் கண்டுபிடிக்கப் போனா, அது அவனோட சொந்தப் பிரச்னை. அதுல எனக்கென்ன கஷ்டம்? நான் ஏன் உஷாரா இருக்கணும்?"

"பக்கத்துல யாரும் இல்லையே...? நல்லாக் கேட்டுக்கோ ஹாசினி... ஜெயந்த்தோட அப்பாவை உங்க அப்பாதான் ஆள் வெச்சுக் கொன்னுட்டாராம். அதை விபத்து மாதிரி செட் பண்ணிக் கேஸை முடிச்சுட்டாராம். அம்மாதான் சொன்னாங்க."

"ஐயோ..!" என்று அலறினாள் ஹாசினி.

"பயப்படாதே! ஜெயந்த் கிட்டே அம்மா இது பத்தி எதுவும் சொல்லலை. தெரியலையேப்பானு மழுப்பிட்டிருக்காங்க. ஆனா, இவன் அங்கே தேடிப்போற குருக்களுக்கு இந்த விஷயம் தெரிஞ்சிருக்கலாம். அல்லது அங்கே வேற யாருக்காச்சும் தெரிஞ்சிருக்கலாம். விஷயத்தைக் கேள்விப்பட்டான்னா அவன் அப்புறம் என்ன செய்வான்னு யோசிச்சுப் பாரு."

"ஆனா, தன் பிசினஸ் விஷயமமாதான் இங்கே வந்திருக்கிறதா சொன்னான்…"

"பின்னே, தன் அப்பா என்ன ஆனார்னு விசாரிக்க வந்திருக்கிறதா சொன்னா, உங்கப்பா அவனை இங்கே தங்க விடுவாரா?" என்ற சித்தார்த், "ஹாசினி, அவன் என்னைப் பார்க்க வந்திருந்தப்போ தன் பிசினஸ் பத்திப் பேசினான்கிறது உண்மைதான். ஆனா, தன் அப்பாவைப் பத்தியும் பேசினான். அவரைக் கண்டுபிடிக்க நான் உதவணும்னும் கேட்டுக்கிட்டான்…"

"நீ எப்படி அவனுக்கு உதவ முடியும்?" என்றாள் ஹாசினி.

"உனக்கும் எனக்கும் இருக்கிற மூளை அவனுக்கு இருக்காதா? 'நீங்கதான் சைக்காலஜி படிச்சிருக்கீங்களே சித்தார்த்… ஒருத்தரை ஹிப்னடைஸ் பண்ணி பழைய ஞாபகங்களை மீட்டெடுக்கலாம்னு கேள்விப்பட்டிருக்கேனே… ஹாசினியை ஹிப்னடைஸ் பண்ணி, சின்ன வயசுக்குக் கொண்டு போய், என் அப்பாவுக்கு என்ன ஆச்சுன்னு கண்டுபிடிச்சு சொல்ல முடியுமா?'னு கேட்டான்."

"அடப்பாவி…"

"'ட்ரைபண்ணலாம்ஜெயந்த்… ஆனா, ஹிப்னடைஸ் மூலமாபழைய ஞாபகங்கள் எல்லாத்தையும் மீட்க முடியும்கிறதுக்கு உத்தரவாதம் இல்லே. அதனால, ஸாரி! நீங்க வேற வழியில உங்க அப்பா பத்தின தகவல்களைத் திரட்ட முயற்சி பண்ணுங்க'னு அவனைக் கட் பண்ணிட்டேன். அவன் அத்தோட விட்டுருவான்னு நினைச்சேன். அதனாலதான் முன்னே பேசறப்போ இதை நான் உன்கிட்ட சொல்லலை. வீணா உன்னை காபரா படுத்த வேணாம்ன்னு நினைச்சேன். ஆனா, அவன் இவ்வளவு தீவிரமா இருப்பான்னு அம்மா சொன்னப்புறம்தான் தெரியுது."

"அது சரி, ஜெயந்த்தின் அப்பாவை என் அப்பாதான் ஆள் வெச்சுக் கொன்னுட்டார்னு உங்க அம்மா எப்படி அவ்வளவு உறுதியா சொல்றாங்க..?"

"ஜெயந்த் தன் அப்பாவின் போட்டோவை அம்மா கிட்டே காட்டியிருக்கான். அதைப் பார்த்ததுமே பளிச்சுனு ஞாபகம் வந்துடுச்சாம் அவங்களுக்கு. உங்கப்பாவின் மோட்டார் கம்பெனிக்கு தினமும் டிபன் அயிட்டங்கள் செய்து எடுத்துட்டுப் போய் விற்பாங்க. அன்னிக்குதான் அந்த விபத்து நடந்தது. ஆக்சுவலா அது விபத்து இல்லை; குடி மயக்கத்துல இருந்த ஜெயந்த்தின் அப்பாவை இன்னொரு ஊழியரைக் கொண்டு கொதிகலன்ல தள்ளிச் சாகடிச்சு, அதை யதேச்சையா நடந்த விபத்து மாதிரி செட்

பண்ணியிருக்காங்க. போஸ்ட்மார்ட்டம் ரிப்போர்ட்ல வேற, இவர் வயித்துல லிக்கர் இருக்கிறது தெரிஞ்சதால கேஸை ஈஸியா க்ளோஸ் பண்ணிட்டாங்க."

"என்ன சித்தார்த், என்னென்னவோ சொல்லி பயமுறுத்தறே? என் அப்பா அப்படியெல்லாம் செய்யறவர் இல்லே சித்தார்த்!" – அழாத குறையாகச் சொன்னாள் ஹாசினி.

"எனக்கும் அவரைப் பார்த்தா அப்படித் தோணலே ஹாசினி! இருந்தாலும், மனசுல ஒரு உறுத்தலோடு உன்னைக் கல்யாணம் பண்ணிக்க வேணாமேனு நினைச்சுதான், நான் உனக்கு இந்த ஐடியாவைச் சொன்னேன். ஹிப்னடைஸ் மயக்கத்துல நீ அன்னிக்கு நடந்ததை சொல்லிட்டே வற்றப்ப, உங்கப்பா தப்பு செய்யாதவரா இருந்தா, அதை உடனடியா மறுக்கலாம்; அல்லது, அன்னிக்கு என்ன நடந்துங்கிற உண்மையைச் சொல்லலாம். அவ்வளவுதான் எனக்கு வேணும், ஹாசினி. ஆனா, இப்ப நிலைமை வேற மாதிரி திரும்புதே."

"ஏன் சித்தார்த், உங்கம்மாவைத் தவிர இந்த விஷயம் வேற யாருக்குத் தெரியும்? திருச்சியில அந்த குருக்களுக்குத் தெரிஞ்சிருக்குமா? அவரைத் தவிர, பழைய ஆளுங்க வேற யாராவது இருக்காங்களா...?" என்று கேட்டாள் ஹாசினி.

"தேங்க் காட்... அம்மா தனக்கு மட்டுமே தெரிஞ்ச இந்த ரகசியத்தை ஜெயந்த் கிட்டே ஷேர் பண்ணிக்கலை. 'இனியும் சொல்லாதம்மா. மறந்துடு'ன்னு சொல்லியிருக்கேன். கண்டிப்பா சொல்ல மாட்டாங்க. அந்த வரைக்கும் நமக்கு ஸேஃப். ஆனா, ஜெயந்த் போன இடத்துல யார் யாரைப் பார்க்கப் போறான், அவனுக்கு இது பத்தி எக்ஸ்ட்ரா தகவல்கள் என்னென்ன கிடைக்கும்னு தெரியலை. கோயிலுண்டு, தானுண்டுன்னு இருக்கிறவர் குருக்கள். அவருக்கு இதெல்லாம் தெரிஞ்சிருக்க வாய்ப்பில்லை..." என்றவன், பக்கத்தில் தன் அம்மாவிடம் பேசுவது கேட்டது.

"என்னம்மா... ம்... அப்படியா... சரி சரி, பார்த்துக்கலாம்" என்ற சித்தார்த், மீண்டும் மொபைலில் ஹாசினியிடம், "இல்லே... ஒவ்வொரு ஆயுத பூஜையின்போதும் அந்த குருக்கள்தான் உங்கப்பாவோட மோட்டார் கம்பெனிக்கு வந்து பூஜை போட்டுட்டுப் போவாராம். அதனால அவருக்குத் தெரிஞ்சிருக்க வாய்ப்பிருக்குங்கறாங்க. பார்க்கலாம். எனக்கென்னவோ அவருக்குத் தெரியாதுன்னுதான் தோணுது. நல்லதையே நினைப்போம். நீ ஜாக்கிரதையா இரு! ஏதாவது காரணம் சொல்லி, ஜெயந்த்தை சீக்கிரம் வீட்டை விட்டு வெளியேத்துற வழியைப் பாருங்க" என்று எச்சரித்துவிட்டு, இணைப்பைத் துண்டித்தான் சித்தார்த்.

'ஜெயந்தின் பின்னால் இவ்வளவு விஷயம் இருக்கிறதா?! இது தெரியாமல் அவனிடம் சித்தார்த் பற்றிச் சொல்லி, அவன் தொடர்பு எண்ணையும் கொடுத்து, அவனிடமிருந்து ஹாசினியைக் காப்பாற்றும்படி கேட்டுக்கொண்டோமே... புலியின்

வாயிலிருந்து தப்பி முதலையின் வாயில் சிக்கிக்கொண்ட கதையாக அல்லவா ஆகிவிடும் போலிருக்கிறது ஹாசினியின் நிலை!' என்று உள்ளுக்குள் பரிதவித்தாள் நிவேதிதா.

***

சண்முக குருக்களுக்கு வயது 80-க்கு அருகில் இருக்கலாம். வயதுக்கேற்ற தளர்ச்சியின்றி, தெம்பாகவே இருந்தார்.

"ராஜசேகர் சார் வீட்டைச் சேர்ந்த பையனா நீ? சொல்லுப்பா, சார் நல்லாருக்காரா? அவங்க பொண்ணு கூட என்னவோ பேர்... சட்டுனு ஞாபகத்துக்கு வர மாட்டேங்கறதே..." என்று தலையைத் தட்டிக் கொண்டார்.

"ஹாசினிங்க ஐயா" என்றான் ஜெயந்த்.

"ஓ... ஆமாமா! எப்படியிருக்கா அந்தக் குட்டி? எல்லாரும் இப்போ சென்னையில போய் செட்டிலாயாச்சுன்னு கேள்வி. உங்கப்பா அம்மா கோயமுத்தூர்னு சொன்னேயில்லே... எல்லாரும் செளக்கியமா?"

சாலையின் இறுதியில் சிவன் கோயில். அதையொட்டிய சிறு சந்தில் நடந்து போனால், வரிசையாக நாட்டு ஓடு வேய்ந்த, திண்ணை வைத்த பழைமை மணம் மாறா வீடுகள். மொழுக்கென்ற மரத் தூண்கள் மஞ்சளும் பச்சையுமாய் பெயின்ட்டில் ஜொலித்தன. குருக்கள் இரவு பூஜையை முடித்து, நடையைச் சார்த்திவிட்டு, கை கால் அலம்பிக்கொண்டு வந்து, திண்ணையில் அமர்ந்து ஜெயந்த்திடம் பேசிக்கொண்டிருந்தார். நல்ல குளுமையாக இருந்தது. பட்டப் பகலில், மதியம் 12 மணி உச்சிவெயிலில் கூட அங்கு வெயில் தெரியாது; குளுமையாக இருக்கும் என்று பெருமையாகச் சொல்லிக்கொண்டார். ஒவ்வொரு வீட்டு வாசலிலும் வரிசையாக மரங்கள். தவிர, ஒவ்வொரு வீட்டின் புறக்கடையிலும் நீளமான தோட்டம். அங்கும் வாழை, முருங்கை, தென்னை மரங்கள். குளுமைக்குக் கேட்பானேன்?

"ராத்திரி நம்பாத்துல ஆகாரம் பண்ணலாமோன்னோ?" என்று கரிசனமாக விசாரித்தார்.

"இருக்கட்டுங்க ஐயா, உங்களைப் பார்த்ததே சந்தோஷம்தான். நான் எங்கப்பாவைத் தேடித்தான் இங்கே வந்திருக்கேன். அவர் காணாம போய்ப் பல வருஷமாச்சு. அவர் இங்கதான் திருச்சியில மகாவீர் ஆட்டோமொபைல் ஸ்பேர் பார்ட்ஸ் மேனும்ஃபாக்சரிங் கம்பெனியில வேலை செய்திட்டிருந்தார். ராஜசேகர் மனைவி சங்கரி என்னோட அத்தை. அப்பா அவர் வீட்டுலதான் மூணு நாலு வருஷம் இருந்தார். ஸோ, இங்கே அவரைப் பத்தின தகவல் ஏதாவது கிடைக்குமா, அவரோட பழகினவங்க இங்கே யாராச்சும் இருந்தா கேட்டுப் பார்க்கலாமேன்னு

• 147 •

வந்திருக்கேங்கய்யா" என்றான் ஜெயந்த். அப்பாவின் போட்டோவை எடுத்துக் காட்டினான்.

பார்த்துவிட்டு உதட்டைப் பிதுக்கினார் சண்முக குருக்கள். "பார்த்த மாதிரி ஞாபகமில்லேப்பா. நான் அவர்கம்பெனிக்கும் சரி, வீட்டுக்கும் சரி... ஒரு தடவையோ, ரெண்டு தடவையோதான் போயிருக்கேன். அந்தம்மாதான் அடிக்கடி இங்க சிவன் கோவிலுக்கு வருவாங்க..."

"யாரு, சங்கரி அத்தையைச் சொல்றீங்களா?"

"ஆமா. பாவம், ரொம்ப நல்ல மாதிரி. கோவிலுக்கு வற்றப்ப எல்லாம், 'கடவுள் என்னை அதிகம் சோதிக்காம சீக்கிரம் அழைச்சுக்கிட்டா தேவலை'ம்பா. 'ஏனம்மா அப்படிச் சொல்றேள்? உங்களுக்கென்ன குறை?'ன்னு கேட்பேன். 'எனக்கு என்ன குறை? ஒரு குறையும் இல்லை. சாப்பாட்டுக்குக் குறையா, காசு பணத்துக்குக் குறையா, நகை நட்டுக்குக் குறையா, ஒண்ணும் இல்லை. அவர் என்னை நல்லபடியாதான் வெச்சிருக்கார். பாழாப்போன உடம்பு ரொம்பப் படுத்துது. டாக்டர்கள் கிட்டப் போனா ஹார்ட்டுல ஓட்டைங்கிறாங்க; அடைப்புங்கிறாங்க. ஒண்ணு மாத்தி ஒண்ணு சொல்லிட்டிருக்காங்க. போன வருஷக் கடைசியிலதான் எனக்கு ஆபரேஷன் பண்ணி, ரத்தக்குழாய்ல ஸ்டென்ட் வெச்சாங்க. ஆறு மாசம் ஒண்ணுமில்லே. இப்ப என்னடான்னா அடிக்கடி கிறுகிறுப்பு வருது. முந்தாநாள் தலைசுத்திக் கீழே விழுந்துட்டேன். இதையெல்லாம் நான் அவர்கிட்ட சொல்றதே இல்லை; இந்த சிவன் கிட்டதான் வந்து சொல்றேன். சம்பாரிக்கிற காசையெல்லாம் என் மருந்து, மாத்திரைக்கே செலவு பண்ணிட்டிருந்தா, ஒரு மனுஷன் குடும்பத்தை எப்படி நிம்மதியா நடத்த முடியும், சொல்லுங்க'னு சொல்லிச் சொல்லி மாய்ஞ்சு போவா சங்கரியம்மா."

"சங்கரி அத்தை எப்படி இறந்து போனாங்க?"

"அதான் சொன்னேனே... ஹார்ட் அட்டாக்தான். ராத்திரியோட ராத்திரியா தூக்கிண்டு ஓடினார் ராஜசேகர். ஐசியு-லயே போயிட்டா மாமி."

"அதுக்கப்புறம்தான் பிரேமாவைக் கல்யாணம் பண்ணிக்கிட்டாரா..?"

"ஆமாம். ஹாசினி சின்னக் குழந்தை. அதை வெச்சுண்டு ஒண்டியா சமாளிக்க முடியலே அவரால. இங்கதான் கோயில்ல மாலை மாத்தி சிம்பிளா கல்யாணம் பண்ணிண்டாங்க. நான்தான் பண்ணி வெச்சேன். சங்கரியம்மா தங்கம்னா, பிரேமா சொக்கத் தங்கம். ஹாசினியைத் தன் வயத்துல பொறந்த பொண் மாதிரியே பார்த்துண்டா. ராஜசேகர் அந்த விதத்துல ரொம்பவே அதிர்ஷ்டம் பண்ணியிருக்கார்!"

"சரிங்க ஐயா, அப்ப நான் கிளம்பறேன். எங்க அப்பா பத்தி ஏதாவது க்ளூ கிடைச்சாலோ, அல்லது அவரை இன்னாருக்குத் தெரிஞ்சிருக்கலாம்னு உங்களுக்கு

ஏதாவது தோணினாலோ யோசிச்சு வைங்க. நான் நாளைக் காலையில வரேன். உங்க கிட்டே கேட்டுத் தெரிஞ்சுக்கறேன்" என்று விடைபெற்றுக்கொண்டு எழுந்தான் ஜெயந்த்.

அப்போது சைக்கிளில் வந்து இறங்கினான் ஒரு 16 வயசுப் பையன். குருக்களிடம் ஒரு பில்லைக் கொண்டு வந்து நீட்டி, "சாமி, போன மாச பில் பணம் இன்னும் நீங்க தரவே இல்லை சாமி! வாங்கிட்டு வரச் சொன்னாரு ஏஜென்ட்டு" என்றான்.

குருக்கள், உள்ளே மனைவிக்குக் குரல் கொடுத்தார். "என் மேஜை மேல ஒரு அலுமினிய சம்புடத்துல ரூபாவும் பைசாவுமா போட்டு வெச்சிருப்பேன் பாரு... அதுலேர்ந்து ஒரு நூத்திருபது ரூபாயைக் கொண்டு வந்து பையன்ட்ட கொடு" என்றவர், "ஒழுங்காவே பேப்பர் போடமாட்டேங்கிறேடா அம்பி... நேத்திக்கும் இன்னிக்கும் 'திருச்சி டைம்ஸ்' போடவே இல்லை நீ. அடுத்த மாசம் கழிச்சுண்டு பில் போடச் சொல்லு உங்க முதலாளியை" என்றார் பையனிடம்.

"திருச்சி டைம்ஸ்னு ஒரு பத்திரிகைங்களாய்யா... எவ்ளோ நாளா வருது?" என்று கேட்டான் ஜெயந்த்.

"ஆமா, ஈவ்னிங் பேப்பர். அது வந்துண்டிருக்கே ஒரு முப்பது முப்பத்தஞ்சு வருஷமா! பெரிய பேப்பர்லகூட அவ்ளோ நியூஸ் வராது... லோக்கல் நியூஸ் மொத்தமும் இதுல வந்துடும். நமக்கு இதானே வேணும்? டெல்லியும் பம்பாய்லயும் ஏதாவது நடந்தா, அது நமக்கு எதுக்கு? அதனால நான் இதை மட்டும்தான் வாங்குறது. அப்புறம் ஆன்மிகம் சம்பந்தமா ரெண்டு புஸ்தகம் வாங்கிண்டிருக்கேன்..."

"திருச்சி டைம்ஸோட ஆபீஸ் அட்ரஸ் கிடைக்குங்களா? பழைய பேப்பர்ல பார்த்தாலும் கிடைக்கும்" என்றான் ஜெயந்த்.

"ஓ... இருக்குமே! உள்ளே வா, இதோ, இங்கே அடுக்கி வெச்சிருக்கேன் பாரு. பார்த்து எடுத்துக்கோ."

ஜெயந்த் தேடிய 'திருச்சி டைம்ஸ்' நாளேட்டின் முகவரி கிடைத்தது. "ஒரு பேப்பர், பேனா இருந்தா கொடுங்கய்யா. எழுதிக்கிறேன்" என்றான்.

"அட நீ வேற, அப்படியே அந்தத் தாளை கிழிச்சு எடுத்துக்கோ. எடைக்குப் போடப் போறதுதானே?" என்றார் சண்முக குருக்கள்.

மறுநாள் காலை 10 மணிக்கு 'திருச்சி டைம்ஸ்' அலுவலகம் சென்றான் ஜெயந்த். அப்பாவைப் பற்றிய அதிர்ச்சிகரமான தகவல்கள் பல கிடைப்பதற்கு அந்த அலுவலகம் வழிவகை செய்தது.

25

சனிக்கிழமை மாலை 7 மணி. தர்மராஜின் க்ளினிக்கில், தன் உதவியாளரைக் கொண்டு இரண்டு மூவி கேமராக்களையும் சுவரில் உயரே வசதியான கோணங்களில் பொருத்தியிருந்தாள் ஹாசினி. ரிமோட்டால் அவற்றை இயக்கலாம்.

"பேட்டரி சார்ஜ் செய்திருக்கேன். தாராளமா ரெண்டு மணி நேரம் ஓடும். அதுக்கு மேல வேணுமா என்ன?" என்றாள் சித்தார்த்திடம்.

"போதும்... போதும்... கவுன்சிலிங் ஆரம்பிச்சப்புறம் அதை ஆன் பண்ணிக்கிட்டா சரியா இருக்கும். சரி, ஹிப்னோதெரபி கொடுக்கும்போது லைட்டை டிம்மாதான் எரிய விடணும். அந்த மங்கல் வெளிச்சத்துல நல்லா பதிவாகுமா?"

"ஆகும். செக் பண்ணிப் பார்த்துட்டா போகுது!"

ஹாலின் நடுவாக, ஏற்றி இறக்கி, நிமிர்த்தி, சாய்த்து தேவையான பொசிஷன்களில் அட்ஜஸ்ட் செய்துகொள்ள முடிகிற விதமாக, பல் மருத்துவமனைகளில் காணப்படும் வசதியான குஷன் நாற்காலி போன்று ஒன்று போடப்பட்டிருந்தது. ஓரமாக மூவர் அமரும் சோபா ஒன்று இருந்தது.

"ஹாசினி, நீ இதுல உட்கார்ந்திருப்பே. உங்கப்பா இங்கே. ஜெயந்த்தும் வரேன்னான். அவனை சோபாவின் அந்த ஓரம் உட்காரச் சொல்லிடுவோம்..."

"அவன் எதுக்கு இங்கே தேவையில்லாம..."

"வரேன்னான். வந்துட்டுப் போகட்டும். என்ன பண்ணிடுவான்... நான்தான் இருக்கேன்ல, என்ன பயம்?" என்ற சித்தார்த், "உங்கப்பாவுக்கு அவர் ஃபேஸ் எக்ஸ்பிரஷன்ஸ் தெரியற மாதிரி ஜூம் பண்ணிக்கணும். இங்கே உனக்குக் கவுன்சிலிங் கொடுக்குறப்போ என் முதுகே உன்னை மறைச்சுடாதபடி பார்த்துக்கணும். நாற்காலி சரியான ஆங்கிள்தான் போடப்பட்டிருக்கு. கேமராவும் அதுக்கேத்த மாதிரிதான் செட் பண்ணப்பட்டிருக்கு. மறைக்காதுன்னுதான் நினைக்கிறேன். சரி, கேமராவை யார் ஹேண்டில் பண்ணப்போறது?"

"எங்க ஆபீஸ் ஸ்டாஃப் முரளி கிட்ட சொல்லியிருக்கேன். பக்கத்து ரூம்ல அவன் இருப்பான். அங்கே சிஸ்டம் வெச்சாச்சு. இங்கே கேமராவை ஆன் பண்ணிட்டுப் போயிட்டோம்னா, அங்கே சிஸ்டத்துல கனெக்ட் ஆகி, அங்கிருந்தே ரிமோட்ல எடுத்துப்பான். நீங்க சொன்ன மாதிரி அவன்கிட்டயும் இது 'மூவி பசாரு'க்கான

ஷூட்தான்னு சொல்லியிருக்கேன்" என்ற ஹாசினி, "ஏன் சித்தார்த், அப்பா அந்தத் தப்பைப் பண்ணியிருக்க மாட்டாருன்னு இப்பவும் நான் நூறு சதவிகிதம் நம்பறேன். அதையும் மீறி, அவர் தன் வாயாலேயே தான்தான் தப்பு பண்ணதா ஒப்புக்கிட்டார்னா, இந்த வீடியோ ஆதாரத்தை வெச்சு போலீஸ்ல கேஸ் கொடுத்து, சட்டபூர்வமா அவரைத் தண்டிக்கிறதுக்கு நான் மனப்பூர்வமா சம்மதிக்கிறேன். ஆனா, பர்சனலா அவரைப் பழிவாங்கறேன்னு நீங்க கிளம்பிடக் கூடாது. சட்டத்தை நீங்க கையில் எடுத்துக்கக் கூடாது. ஓகேவா?" என்றாள்.

"கடவுளே... இதே கேள்வியை நீ நூறு முறை கேட்டுட்டே. நானும் இல்லை, இல்லைன்னு சொல்லிட்டேன். அம்மாவும் வீட்டுல தினம் தினம் உபதேசம் பண்ணிட்டிருக்காங்க. நான் உங்கப்பாவை எதுவும் பண்ண மாட்டேன். என்னை நம்பு ஹாசினி. அந்த ஜெயந்த் கிட்டேர்ந்து உங்கப்பாவை எப்படிக் காப்பாத்தறதுன்னு யோசி! திருச்சியிலேர்ந்து அவன் என்ன வெடிகுண்டோடு வரப்போறானோ?!"

* * *

'திருச்சி டைம்ஸ்' அலுவலகத்தின் லைப்ரரியில் இருந்தான் ஜெயந்த்.

"சார், எனக்கு 2001-ஆம் ஆண்டு பேப்பர்கள் பார்க்கணும். குறிப்பா ஆகஸ்ட், செப்டம்பர் மாச பேப்பர்ஸ். அதுல ஒரு முக்கிய நியூஸ் பத்தி சர்ச் பண்ண வந்திருக்கேன்..."

"ஸாரி சார், நாங்க யாரையும் அதுக்கு அலவ் பண்றதில்லே. எல்லாத்தையும் டிஜிட்டைஸ் பண்ணி வெச்சிருக்கோம். நீங்க டேட் சொன்னீங்கன்னா, அந்தத் தேதி பேப்பரை வேணா டவுன்லோடு பண்ணித் தர முடியும். ஆனா, அதுக்கும் நீங்க எங்க எடிட்டருக்கு ஒரு லெட்டர் எழுதி, அவர் கிட்டே பர்மிஷன் வாங்கணும். இப்ப உடனே, இன்னிக்கே வேணும்ன்னா முடியாது!" என்றார் லைப்ரரி ராஜேந்திரன் ஸ்ட்ரிக்டாக.

"உங்க ஆர்க்காய்வ்ஸ்ல நேம் சர்ச் உண்டா சார்?" என்று கேட்டான் ஜெயந்த்.

"உண்டு. சொல்லுங்க" என்றார் ராஜேந்திரன்.

"மகாவீர் ஜெயின் மோட்டார்ஸ் பத்தின நியூஸ் பாருங்க..." என்றான். ராஜேந்திரன் தேடிவிட்டு, "சார், நியூ பிளாண்ட் திறப்பு விழா தொடங்கி, கவர்னர் வந்தது, மும்பைலேர்ந்து புதிய கருவிகள் வந்து இறங்கினது, ஆண்டு விழா, தகுதியான ஊழியர்களுக்கு விருது வழங்கும் விழா, குடியரசுத் தலைவர் அப்துல் கலாம் வந்து உரையாற்றினதுன்னு நூத்துக்கணக்குல கொட்டிக் கிடக்கு சார். இதுல என்ன நியூஸ் வேணும் உங்களுக்கு?" என்றார்.

"அங்கே வேலை செஞ்ச கிருஷ்ணகுமார்ங்கிற ஊழியர் பத்தித் தெரியணும். அவர் பேர் கொடுத்து சர்ச் பண்ணிப் பாருங்க சார்!"

• 151 •

தேடிவிட்டு, "பாடகராசார்... கிருஷ்ணகுமார்ங்கிறவர் இந்த கம்பெனியில நடந்த ஒரு விழாவுல கச்சேரி பண்ணியிருக்கிறதா ஒரு செய்தி பதிவாகியிருக்கு..."

"ஊஹூஉம்... அவர் இல்லை!" - ஜெயந்த் ஏமாற்றமடைந்தான்.

"சார், நீங்க என்ன மாதிரி நியூஸ் எதிர்பார்க்கறீங்கன்னு புரியலை" என்றார் ராஜேந்திரன்.

"எனக்குமே புரியலை சார். ஓப்பனா சொல்றேன். கிருஷ்ணகுமார்ங்கிறவர் என்னோட ஃபாதர்தான். 2001 வரைக்கும் இங்க இண்டஸ்ட்ரியல் எஸ்டேட்டுல இருக்கிற மகாவீர் மோட்டார்ஸ்லதான் லே-மேனா வொர்க் பண்ணிட்டிருந்தார். அப்புறம் அவரைப் பத்தின தகவல் இல்லே. என்ன ஆனார், எங்கே போனார்ன்னு இருபது வருஷமா தேடிக்கிட்டிருக்கேன் சார்!"

"ஆன்லைன்ல தேடுறதுக்கு நிறைய ஸ்கோப் இருக்கே சார்! ஒவ்வொரு சிட்டியிலுமே ஆர்க்காய்வ்ஸ் சர்ச் ஃபெசிலிட்டி வெச்சிருக்காங்களே... அதுல தேடிப் பார்த்தீங்களா?"

"கவர்ன்மென்ட் கார்ப்பொரேஷன் வெப்சைட் உள்பட எல்லாத்திலும் ட்ரை பண்ணிப் பார்த்துட்டேன் சார், கிடைக்கலை!"

"இருபது வருஷமா தேடறேங்கிறீங்க. அப்பா காணாம போயிட்டார்ன்னு தெரிஞ்சதுமே இங்க வந்து தேடியிருந்தீங்கன்னா கண்டுபிடிச்சிருக்கலாமே? இவ்வளவு நாளா என்ன சார் பண்ணிட்டிருந்தீங்க?" என்றார் ராஜேந்திரன்.

"சார், அது ஒரு பேச்சுக்குச் சொல்றதுதான். அப்பா காணாம போய்க் கிட்டத்தட்ட இருபது வருஷம் ஆகுறதென்னவோ உண்மை. ஆனா, அப்ப நான் சின்னப் பையன் சார். இப்பவே எனக்கு 26 வயசுதான் ஆகுது. இந்த அஞ்சாறு வருஷமாதான் மும்முரமா தேடிட்டிருக்கேன்..."

"உங்களைப் பார்த்தாலும் பாவமா இருக்கு. உங்களுக்கு உதவ முடியலையேன்னு வருத்தமா இருக்கு..." என்ற ராஜேந்திரன், "சார், ஒண்ணு வேணா ட்ரை பண்ணிப் பார்க்கறீங்களா? கலியமூர்த்தி சார்தான் எங்களோட சீனியர் ரிப்போர்ட்டர். கிட்டத்தட்ட இந்தப் பத்திரிகை தொடங்கினதுலேர்ந்து இருக்கார். அவர் அட்ரஸ் தரேன். லோக்கல் நியூஸ் பூரா அவருக்கு அத்துப்படி. அவரெடனே போய்ப் பாருங்க. நிச்சயம் ஏதாவது ஹெல்ப் பண்ணுவார்" என்று சிஸ்டத்தில் தேடி, கலியமூர்த்தியின் அட்ரஸைக் குறித்துக் கொடுத்தார்.

"ஏடமலைப்பட்டிப்புதூர் தெரியுமா, அங்கே அன்பு நகர்ன்னு இருக்கு. அங்கேதான் இருக்கார் கலியமூர்த்தி. உடனே போய் அவரைப் பாருங்க. கொஞ்சம் கிறுக்கன் மாதிரி நடந்துப்பார். யோசிக்காதீங்க. அவர் கிட்ட உங்க அப்பா பத்தி நிச்சயம்

ஏதாவது தகவல் கிடைக்கலாம்" என்று நம்பிக்கையுடன் ஜெயந்தை வழியனுப்பி வைத்தார் ராஜேந்திரன்.

அடுத்த இரண்டு மணி நேரத்தில் கலியமூர்த்தியின் வீட்டில் இருந்தான் ஜெயந்த். அவன் சென்ற நேரம், வீட்டில் இருந்தார் அவர்.

"சார், நான் சென்னையிலிருந்து வரேன். என் பெயர் ஜெயந்த்" என்று அறிமுகப்படுத்திக்கொண்டு, தான் அவரைத் தேடி வந்த காரியம் பற்றி விரிவாக விளக்கிச் சொன்னான். "சார், இவர்தான் என் அப்பா" என்று புகைப்படத்தை எடுத்துக் காண்பித்தான். கண்களைச் சுருக்கி அதை நெடுநேரம் பார்த்தார். பின்பு கண்களை இறுக்க மூடி, உயரே தலையைத் தூக்கி, நெற்றியில் தட்டிக்கொண்டு, "பாத்திருக்கேனே, பாத்திருக்கேனே, பாத்திருக்கேனே... எங்கே, எங்கே, எங்கே... வாடா, வாடா, வாடா..." என்றார். பாடாத டிரான்சிஸ்டரைப் பாட வைக்க முன்னும் பின்னும் தட்டுவது மாதிரி, தன் தலையின் முன்னும் பின்னும் பக்கவாட்டுகளிலும் தட்டிக்கொண்டார். "வா, வா, வா... வந்துரு, வந்துரு, வந்துரு..." என்றார்.

திடீரென 'ஆ....' என ராகமாகக் கத்தினார். "அட்றா, அட்றா, அட்றா...' என்றார், ஈரோடு மகேஷ் மாதிரி! அணிந்திருந்த முண்டா பனியனைக் கழற்றி, கங்குலி சுழற்றுவதுபோல் சுழற்றினார். "அதானே... எவங்கிட்ட? நீ கில்லிடா, கில்லி!" என்று தன் தோளில் பட் பட்டென்று அடித்துக்கொண்டார். "தம்பி, நீ யோகக்காரண்டா. உங்கப்பனை இழுத்துட்டு வரேன் பாரு, இதோ இப்ப!" என்று எழுந்து, பின்னால் இருந்த அறைக்குள் போனார்.

அவரைப் போலவே அவர் வீடும் விசித்திரமாக இருந்தது. பத்துக்குப் பத்து சைஸில், ரயில்வே கம்பார்ட்மென்ட்டுகள் மாதிரி ஒன்றன் பின் ஒன்றாக ஏழு அறைகள். அறைகளின் வாசல்களும் இடது ஓரமாக ஒரே நேர்க்கோட்டில் தெரிந்தன. முதல் அறைதான் ரிசப்ஷன் ஹால். கடைசி அறைதான் கிச்சன். மையமாக இருந்த அறையில் மூன்று பக்கச் சுவர்களிலும் ரேக்குகள் அடிக்கப்பட்டிருந்தன. அவற்றில் எக்கச்சக்கமான பழைய பேப்பர்கள், புத்தகங்கள், ஃபைல்கள்... அவை போதாதென்று பெஞ்சில், ஸ்டூலில், தரையில் என எங்கும் எங்கும் நாளேடுகள், கட்டிங்குகள். கால் வைக்கும் இடமெல்லாம் ஏதாவது காகிதம் தட்டுப்பட்டது. முன்னறைக்கும் பின்னறைக்கும் போவதற்கு மட்டும் ஒற்றையடிப்பாதை போல் கொஞ்சம் இடம் விட்டு, மனிதர்கள் புழங்க வேறு இடமின்றிக் காகிதக் களேபரமாக இருந்தது அந்த அறை.

அந்த அறைக்குள் தாண்டித் தாண்டி சாமர்த்தியமாகக் கடந்து சென்று, ஓர் அலமாரியை அடைந்தார் கலியமூர்த்தி. கர்ச்சிப்பை எடுத்து முகமூடியாகக் கட்டிக்கொண்டு, அலமாரித் தட்டுகளில் இருந்த பேப்பர் கட்டுகளில், மார்க்கரால் 2001 என்று பட்டையாக எழுதப்பட்டிருந்த ஒரு பேப்பர் கட்டை எடுத்துக்

கீழே போட்டார். குப்பென்று தூசி பறந்தது. மட்டி போட்டு அமர்ந்து, அதன் கட்டுகளை அவிழ்த்தார். அதில், கீழடி ஆய்வில் கிடைத்த தொல்லியல் பொருள்கள் போல் பழைய 'திருச்சி டைம்ஸ்' பேப்பர்களும், கையெழுத்துப் பிரதிகளும், பழுப்பேறிப்போன போட்டோக்களும் இருக்க, விரல்களால் கிளறிக் கிளறித் தேடி, குறிப்பாகச் சிலவற்றை வெளியே எடுத்துப் பிரித்துப் பார்த்தார். சிவப்பு ஸ்கெட்ச் பேனாவால் 'ரிஜெக்டட்' என்று எழுதப்பட்டிருந்த ஒரு கையெழுத்துப் பிரதியை எடுத்துப் பிரித்துப் படித்தார். பரக் பரக் பரக்கென்று நாலைந்து பக்கங்களைத் திருப்பி, மீண்டும் படித்தார். தலையைச் சொறிந்துகொண்டார். ஓரங்களில் கிழிந்து, முனைகள் மடங்கியிருந்த ஒரு பழுப்பு நிற குரூப் போட்டோவை எடுத்துக்கொண்டார். முன்னறைக்கு வந்தார். பொறுமையாகக் காத்திருந்த ஜெயந்த் முன் அவற்றைப் போட்டுவிட்டுத் தானும் தரையில் அமர்ந்தார்.

"உங்கப்பன்தானா கிருஷ்ணகுமார்ங்கிறது...?" என்றார்.

"ஆமா சார்!"

"உனக்கு உங்கப்பனை ரொம்பப் பிடிக்குமா?"

சட்டென்று பதில் வரவில்லை ஜெயந்த்திடமிருந்து.

"சொல்லுய்யா... உனக்கு உங்கொப்பனைப் பிடிக்குமா, பிடிக்காதா?"

"சின்ன வயசுல அப்பாவைப் பார்த்திருக்கேன். அதுக்கப்புறம் அவர் காணாம போயிட்டார். அதுக்கப்புறம் எங்க பெரியப்பா வீட்டுலதான் வளர்ந்தேன். சொந்த அப்பாவோட நெருக்கம் கிடைக்காம போயிடுச்சேங்கிற வருத்தம், ஏக்கம் எல்லாம் உண்டு சார். மத்தபடி அப்பாவைப் பிடிக்குமா பிடிக்காதான்னு கேட்டா சொல்லத் தெரியலை."

"நான் ஒண்ணு சொன்னாக் கோவிச்சுக்க மாட்டியே...?" என்ற கலியமூர்த்தி, ஜெயந்த்தின் கண்களையே உற்றுப் பார்த்தார். பின்பு, ஆல்பர்ட் ஐன்ஸ்டீன் மாதிரி முழு நாக்கையும் வெளியே தொங்கப்போட்டு, "ஆ......... நீ கோவிச்சுக்கிட்டாத்தான் எனக்கென்ன? நீயாத்தானே என்கிட்ட வந்தே?" என்றார்.

"எதானாலும் சொல்லுங்கய்யா. அப்பாவைப் பத்தி ஏதேனும் துண்டுத் தகவலாச்சும் கிடைக்காதான்னுதான் இவ்ளோதூரம் உங்களைத் தேடி வந்திருக்கேன்."

"துண்டுத் தகவல் என்ன... அவன் சரித்திரத்தையே சொல்றேன்" என்ற கலியமூர்த்தி, "மனசை தைரியப்படுத்திக்க. உங்கப்பன் இப்ப உசுரோட இல்ல" என்றார்.

"எப்படிங்கய்யா இறந்துபோனாரு?"

"சொன்னா தாங்குவியா? தாங்குவே போலத்தான் தெரியுது. அப்பன் உசுரோட இல்லைன்னதுக்கே அசராம நிக்கறியே!" என்றவர், "உங்கப்பனைப் போட்டுத் தள்ளிட்டாங்கப்பா! கொதிக்கிற நெருப்புக்குழம்புல தலையை முக்கி எடுத்து, முண்டத்தை மட்டும்தான் கொண்டு போயி அடக்கம் பண்ணாங்க!"

அப்பாவின் அண்மையை அனுபவிக்கவில்லை என்றாலும், அப்பா அப்பாதானே! அவருக்கு நேர்ந்த கதியை கலியமூர்த்தியின் வார்த்தைகளில் கேட்டதும் வெடித்து அழத் தொடங்கினான் ஜெயந்த்.

26

இன்னோவா விழுப்புரத்தைத் தாண்டிக்கொண்டிருந்தது. பற்பல சிந்தனைகளோடு அதைச் செலுத்திக்கொண்டிருந்தான் ஜெயந்த். மாலை மணி 6. அதிக பட்சம் 9 மணிக்குள் சென்னை போய்விடலாம்.

நிருபர்கலியமூர்த்தியிடமிருந்து அப்பாவைப் பற்றிய பல தகவல்கள் கிடைத்தன. தனது பல வருட மனப் போராட்டத்துக்கு ஒரு விடை கிடைத்துவிட்டது. எதற்கும் ஒரு நேரம் வர வேண்டும் என்று சொல்வது சரிதான்!

கலியமூர்த்தி தன்னிடமிருந்த ஆதாரங்களை மட்டுமல்ல, அவனை தினத்தந்தி அலுவலகத்துக்கும் அழைத்துச் சென்று, தனது செல்வாக்கால், அங்குள்ள பழைய நாளேடுகளிலிருந்து அப்பாவைப் பற்றிய பல விஷயங்களைத் திரட்டிக் கொடுத்தார். ஆக, ஜெயந்த் திருச்சி வந்து இரண்டு நாள்கள் தங்கியிருந்தது வீண் போகவில்லை.

நாளை ஞாயிறு. கவுன்சிலிங்குக்கு ஏற்பாடு செய்திருப்பான் சித்தார்த். அப்போது தானும் உடன் இருக்க விரும்புவதாகச் சொல்லியிருந்தான் ஜெயந்த்.

யோசித்துக்கொண்டிருக்கும்போதே, போன்கால் வந்தது சித்தார்த்திடமிருந்து. இயர்போனை மாட்டிக்கொண்டு பேசினான் ஜெயந்த்.

"ஜெயந்த், ஞாபகம் இருக்கில்லே... நாளைக்குதான்ஜட்ஜ்மென்ட் டே! காலையில 10 மணிக்கு கவுன்சிலிங் வெச்சிருக்கேன். அதுக்குள்ள நீங்க வந்துருவீங்கல்ல?" என்றான் சித்தார்த்.

"கண்டிப்பா."

"ராஜா அண்ணாமலைபுரம் தர்மராஜ் க்ளினிக்லதான் ஏற்பாடு பண்ணியிருக்கேன். அட்ரஸ் வாட்ஸப் பண்றேன். அதிருக்கட்டும், நீங்க போன காரியம் என்ன ஆச்சு? உங்கப்பா பத்தி ஏதேனும் தகவல் கிடைச்சுதா?"

"நிறைய. எதிர்பார்த்ததைவிட அதிகமாவே கிடைச்சுது."

"வெரிகுட்! நாளை நாம நடத்தப்போற இந்த ஸ்டிங் ஆபரேஷனுக்கு 'யுத்தம் மரணம் கந்தசாமி'ன்னு பேர் வெச்சிருக்கேன். கிரிமினலைக் கையும் களவுமா மடக்கறோம்; காதும் காதும் வெச்ச மாதிரி கதையை முடிக்கிறோம். ஓகே?"

"ஓகேதான்! ஆனா, அமைதி, சாந்தம், கருணையை போதிக்கும் புத்த தத்துவத்தை உங்க வசதிக்கேற்ப ஓர் உயிரைப் பறிக்கிறதுக்கு மாத்திக்கிட்டிங்களே, இது தப்பில்லையா?" என்று கேட்டான் ஜெயந்த்.

"தப்பில்லே! ஒரு களையைப் பிடுங்கி எறியறதுக்கூட பயிருக்குக் காட்டுற கருணைதான்! நாளைக்கு உங்க கிட்டே ஒரு இஞ்செக்ஷன் மருந்து தரேன். நீங்க ராஜசேகர் வீட்டுல இன்னும் ஒரு மாசம் தங்கியிருப்பீங்க இல்லே... நேரம் கிடைக்கிறப்ப அந்த இஞ்செக்ஷனை அவர் போட்டுக்கும்படி பண்ணிடுங்க."

"அப்படி என்ன மருந்து அது...? அதை நான் எப்படி..." என்று தயங்கினான் ஜெயந்த்.

"ராஜசேகர் தனக்குத் தானே இன்சுலின் இஞ்செக்ஷன் போட்டுக்குவார்னு ஹாசினி சொல்லியிருக்கா. என்னிக்காவது அவருக்கு நீங்க ஹெல்ப் பண்ற மாதிரி போய், இஞ்செக்ஷன்ல இந்த மருந்தை ஃபில் பண்ணிக் கொடுத்துடுங்க. ஒரு ரெண்டு தடவை இது மாதிரி பண்ணினா போதும்... கொஞ்ச நாள்ல தட் ப்ளகாட் மர்கயா!"

"அப்படி என்ன மருந்து அது?"

"இப்ப மும்பை போனேனே, அங்கேர்ந்துதான் வாங்கிட்டு வந்தேன். ஹீமோஃபீலியானு கேள்விப்பட்டிருக்கீங்களா... அடிபட்டா, ரத்தம் உறையாம சில பேருக்கு வடிஞ்சுக்கிட்டே இருக்கும். அவங்களுக்கான இஞ்செக்ஷன் மருந்துதான் இது. இதைப் போட்டதும் ரத்தம் க்ளாட் ஆகும். அது ஒவ்வொருவருடைய ரத்தத் தன்மைக்கு ஏத்த மாதிரி டாக்டர்கள் போடுவாங்க. ரத்தம் உறையாத பிரச்னை இல்லாதவங்களுக்குப் போட்டா சிக்கல்தான். அதுவும் இப்போ நான் வாங்கிட்டு வந்திருக்கிறது ஹெவி டோஸ். இரண்டு நாள் அவருக்குப் போட்டுப் பாருங்க... அடுத்த ஒரு வாரத்துல, கழுத்துக்குப் போற நரம்புலயோ, மூளைக்குப் போற நரம்புலயோ ரத்தம் க்ளாட் ஆகி, மனுஷன் சுயநினைவிழந்து கீழே விழுந்துடுவாரு. அப்புறம் கோமாவுல பத்து நாளோ, பதினைஞ்சு நாளோ, எவ்ளோ நாள் அந்த ஆள் தலையில எழுதியிருக்கோ அவ்வளவு நாள் இருந்துட்டுப் போய்ச் சேர்ந்துடுவாரு. யாராலயும் கண்டுபிடிக்க முடியாது."

"அந்த மருந்தோட பேர் என்ன சித்தார்த்?"

"என்ன ஜெயந்த், என்னை என்ன சமூக அக்கறையில்லாதவன்னு நினைச்சிட்டிங்களா... அதை இங்கே பொதுவெளியில சொல்றது தர்மம் இல்லே!" என்று சிரித்தான் சித்தார்த்.

ஹாசினி சற்றே சாய்ந்த நிலையில் அந்த குஷன் நாற்காலியில் அமர்ந்திருந்தாள். ராஜசேகர் சுவரோர சோபாவில், சித்தார்த் உட்காரச் சொன்ன இடத்தில்

உட்கார்ந்திருந்தார். மறுமுனையில் ஜெயந்த் அமர்ந்திருந்தான். அறையில் மெல்லிய வெளிச்சம் பரவியிருந்தது. ஏசி மிதமாக இருந்தது.

"ஹாசினி, ரிலாக்ஸ்டா இருங்க. உங்க வீட்ல எப்படி இருப்பீங்களோ, அப்படி இயல்பா இருங்க. உங்களுக்கு எந்த நோயும் இல்லை. அதை நல்லா மனசுல உள்வாங்கிக்குங்க. பீ ஹேப்பி! கை, காலெல்லாம் இறுக்கமா வெச்சிருக்காம, நல்லா தளர்ச்சியா விடுங்க. ஜஸ்ட், நான் சொல்றதை மட்டும் ஃபாலோ பண்ணுங்க, போதும்! என்ன, ஆரம்பிக்கலாமா?" என்று கேட்டான் சித்தார்த்.

"சார், நான் கவுன்சிலிங் தொடங்கினப்புறம் யாரும் தயவுசெஞ்சு பேச வேண்டாம். சஜஷன் கொடுத்திட்டிருக்கிறபோது பின் டிராப் சைலென்ஸ்ல இருக்கணும். ஓகே?" என்றவன், "ஹாசினி, ரிஸ்ட் வாட்ச்சைக் கழற்றிடுங்க. அப்புறம்... உடம்பை இறுக்கிப் பிடிக்கிற மாதிரி டிரெஸ் எதுவும் போடலையே... நேத்திக்கே அப்பா கிட்ட இன்ஸ்ட்ரக்ஷன் கொடுத்திருந்தேன்..." என்று பேசிக்கொண்டே திரும்பிய சித்தார்த், அவள் எதிரே சற்று எட்டத்தில் சுவரில் ஒட்டப்பட்டிருந்த, மையப் புள்ளியில் தொடங்கி, ஒன்றைச் சுற்றி ஒன்றாகக் கறுப்பு வட்டங்கள் வரையப்பட்ட படத்தின் அருகில் போனான். மையப்புள்ளி மட்டும் சிவப்பு நிறத்தில் இருந்தது.

"ஹாசினி, இந்தப் புள்ளியையே பார்த்துட்டிருங்க. நான் சொல்ற இன்ஸ்ட்ரக்ஷனைக் காதுல வாங்கி, அப்படியே ஃபாலோ பண்ணுங்க, என்ன?" என்று பேச்சுக்கொடுத்துக்கொண்டே, ரிமோட்டால் கேமராக்களைச் சந்தடியின்றி இயக்கிவிட்டுத் திரும்பினான்.

பேன்ட் பாக்கெட்டிலிருந்து வட்டமான பளபள டாலருடன்கூடிய ஒரு சில்வர் செயினை எடுத்தான். அதை ஹாசினி முன் ஊசலாடவிட்டு, "ஹாசினி, இப்போ இந்த டாலரையே பார்க்கறீங்க. உங்க பார்வை இந்த டாலர் மீது மட்டும்தான் இருக்கு. உங்க கவனம் முழுக்க இந்த டாலர் மேலதான் இருக்கு. உங்க முழு கவனத்தையும் இந்த டாலர்லதான் தீவிரமா செலுத்திக்கிட்டிருக்கீங்க. இந்த வட்டமான டாலர் அங்கும் இங்கும் லேசா அசையுறப்போ உங்க கண்களும் லேசா அசைஞ்சு அதையே விடாம பார்த்துட்டிருக்கு. கண்கள் இப்போ சோர்வடையுற மாதிரி இருக்கு. கண் இமைகள் கனக்கிற மாதிரி ஓர் உணர்வு. கண்களை மூடிக்கணும் போலத் தோணுது. தூக்கம் வரும் போலத் தெரியுது. கண்களை மூடிக்கிறீங்க. இருந்தாலும் மனசுக்குள்ள இந்த டாலரோட வடிவம் தெரியுது. அது அசையறது தெரியுது. இமைகளுக்குள் நீங்க அந்த டாலரைப் பார்க்கறீங்க. உங்க உடல் தளர்வா இருக்கு. உங்க கை, காலெல்லாம் தளர்வா இருக்கு. உங்க மனசு லேசா இருக்கு. அமைதியா இருக்கு. சலனமில்லாம இருக்கு. சாந்தமா இருக்கு. தூக்கம் உங்களை ஆக்கிரமிக்கத் தொடங்கிடுச்சு. ஆழ்ந்த தூக்கம். ஆனந்தமான தூக்கம். உடம்பு முழுக்கப் புத்துணர்ச்சி பரவுறது தெரியுது. ஒரு சுகம் தெரியுது. ஒருவித பரவச நிலையில நீங்க இப்போ இருக்கீங்க..." என்று

சித்தார்த் மெல்லிய குரலில் தொடர்ச்சியாகப் பேசிக்கொண்டேயிருக்க, அவனது வர்ணனைகளுக்கேற்ப ஹாசினி இயங்கினாள்.

"ஹாசினி, இப்போ நான் ஒண்ணுலேர்ந்து அஞ்சு வரைக்கும் எண்ணுவேன். அஞ்சுன்னு சொல்லி முடிக்கிறதுக்குள்ளேநீங்க ஆழ்ந்த உறக்கத்துக்குப் போயிடுவீங்க. ஒண்ணு, ரெண்டு, மூணு, நாலு, அஞ்சு... குட்! நீங்க இப்போ தூங்கிட்டிருக்கீங்க. இனி, உங்க நினைவு மொத்தமும் என்கிட்டான் இருக்கு. நீங்களா எதையும் யோசிக்கலை. நான் சொல்றதை மட்டுமே சிந்திக்கிறீங்க. வெளிச் சத்தங்கள் எதுவும் உங்களைத் தொந்தரவு செய்யலை. நீங்கள் உறங்கிக்கொண்டிருக்கிறீர்கள். ஆனால், உங்கள் மனம் விழித்துக்கொண்டிருக்கிறது. அது நான் சொல்வதைக் கேட்டுக்கொண்டிருக்கிறது. என் உத்தரவுகளை அப்படியப்படியே ஏற்று நடக்கச் சித்தமாயிருக்கிறது..."

சித்தார்த்தின் குரலில் ஒரு காந்தத் தன்மை இருந்தது. அது மனசை இழுக்கிற மாதிரி தோன்றியது ஜெயந்துக்கு. 'கெட்டிக்காரன்தான்!'

"ஹாசினி, இப்போது நீங்கள் என் கட்டுப்பாட்டில் இருக்கிறீர்கள். நான் சொல்கிறபடியெல்லாம் கேட்டு நடக்கப்போகிறீர்கள். உங்கள் சிந்தனை, செயல் இரண்டையும் என்னிடம் ஒப்புவித்துவிட்டீர்கள்..."

ஒவ்வொரு வாக்கியத்தையும் இரண்டிரண்டு முறை நிறுத்தி, நிதானமாக, சீரான குரலில் உச்சரித்தான் சித்தார்த். பக்கத்து அறைக்குள், ஹெட்போன் அணிந்து, மானிட்டரில் இரண்டு பேனல்களில் ராஜசேகரையும், ஹாசினியையும் பார்த்துக்கொண்டிருந்தான் முரளி.

"ஹாசினி, நீங்கள் இப்போது ஒரு வருடம் பின்னோக்கிப் போகிறீர்கள். இப்போது உங்கள் வயது 23. சுறுசுறுப்பாக உங்கள் பணியில் ஈடுபட்டிருக்கிறீர்கள். உங்கள் ஆர்வத்தை, உழைப்பைப் பாராட்டுகிறார் உங்களின் சீனியர். இப்போது இன்னும் ஓராண்டு பின்னோக்கிப் போகிறீர்கள். நான் சொல்லச் சொல்ல உங்களின் வயது குறைந்துகொண்டே போகிறது. இப்போது உங்கள் வயது 19. நீங்கள் கல்லூரிப் பெண். இன்னும் பின்னோக்கிச் செல்கிறீர்கள். உங்கள் வயது 17. பிளஸ் டூ படித்துக்கொண்டிருக்கிறீர்கள். மேலும் மேலும் பின்னோக்கிப் போய்க்கொண்டே இருக்கிறீர்கள். உங்கள் வயது குறைந்துகொண்டே இருக்கிறது. பதினைந்து, பதினாலு, பதிமூணு, பன்னிரண்டு..."

சித்தார்த்தின் குரலையும், ஸ்ப்ளிட் ஏசியின் மெல்லிய உறுமலையும் தவிர இதர சப்தங்கள் ஏதுமின்றி, ஒருவித மோன அமைதியில் மிதந்துகொண்டிருந்தது அந்த ஹால்.

"இப்போஉங்கவயசுஆறு. பொம்மைவைத்துவிளையாடிக்கொண்டிருக்கிறீர்கள். என்ன பொம்மை அதுன்னு சொல்ல முடியுமா?"

"கார்..." என்றாள் ஹாசினி, மழலை மாறாத குரலில்.

"காரா...? வெறிகுட். யாரோ அறைக் கதவைத் திறக்கிறாங்க போலிருக்கே... யார் வராங்க?"

"கெளரி அக்கா..."

"அடடே... உங்களுக்கு எல்லாமே நல்லா ஞாபகம் இருக்கே. அவங்க எதுக்கு வந்திருக்காங்க...?"

"வீட்டு வேலை செய்வாங்க. துணி துவைச்சுக் கொடுப்பாங்க. வீடு க்ளீன் பண்ணுவாங்க..."

"சரியாத்தான் சொல்றீங்க... ஞாபகம் இருக்கா, இன்னிக்கு ஆகஸ்ட் 18. இன்னிக்கு நடந்ததை நீங்க வரிசையா சொல்லிட்டே போங்க..."

கெளரி ஹாசினியின் அருகில் வருகிறாள். அவளின் கன்னத்தில் செல்லமாகத் தட்டி, "என்னா பண்ணிட்டிருக்கு குட்டி?" என்றபடி, கிச்சனுக்குள் நுழைகிறாள். சமையலறை மேடை மீது, வாயகன்ற கம்பிக் கூடையில் நிரப்பப்பட்டிருக்கும் எச்சில் பாத்திரங்களைக் கூடையோடு எடுத்துப் போய், பின்பக்கம் போட்டுத் தேய்க்கிறாள். தேய்த்து முடித்ததும், பாத்திரங்களை மீண்டும் கிச்சன் மேடையில் கொண்டு வந்து வைக்கிறாள். அடுத்து, படுக்கையறைக் கட்டிலில் மூட்டையாகக் கட்டி வைக்கப்பட்டிருந்த துணிகளை எடுத்துக்கொண்டு, 'ஒத்தையடிப் பாதையிலே...' என்று பாடலை 'ஹம்மிங்' செய்தபடி, பின்பக்கம் வாஷிங் மெஷினிடம் செல்கிறாள். துணிகளைப் போட்டு, அதை இயங்கச் செய்துவிட்டு, வாளித் தண்ணீரும் மாப் குச்சியுமாகத் தரைகளை க்ளீன் செய்யத் தொடங்குகிறாள். ஹால், அறைகள் எல்லாவற்றையும் துடைத்து முடிந்ததும், ஈரம் உலர்வதற்காக ஃபேன்களைச் சுழலவிடுகிறாள்.

அம்மா அவளிடம் வந்து, "இந்தா, காபியைக் குடிச்சுட்டு வேலை செய்" என்று காபி டம்ளரை நீட்டுகிறாள். அதை வாங்கிக்கொள்ளும் கெளரி, "அம்மா... எனக்கு இன்னிக்கு நாளாட்டிருக்குது... அதான் டயர்டா இருக்குது. கிறுகிறுப்பா வருது. நான் கொஞ்சம் சீக்கிரம் கிளம்பவாம்மா?" என்று கேட்கிறாள்.

"சரி, நீ கிளம்பு. துணிகளையெல்லாம் கொண்டு போய் மாடியில நான் ஒணத்திக்கிறேன்" என அம்மா, துவைத்து முடிந்திருந்த துணிகளையெல்லாம் மெஷினிலிருந்து எடுத்து டப்பில் போட்டு எடுத்துக்கொண்டு, இரண்டு மாடிகள் ஏறிச் செல்கிறாள்.

அப்போது வாசலில் அம்பாசடர் வந்து நிற்க, திரும்பிப் பார்க்கிறாள் ஹாசினி. அப்பாதான் அவசரமாக இறங்கி வருகிறார். 'பிரேமா, பிரேமா...' என்று குரல்

கொடுத்தப்படியே ஒவ்வொரு ரூமாக நுழைந்து பார்க்கும் அப்பா, "அம்மா எங்கேம்மா?" என்று ஹாசினியிடம் கேட்கிறார்.

"மாடிக்குத் துணி ஒணத்தப் போயிருக்காங்கய்யா..." என்கிறாள் கௌரி. அவளை உற்றுப் பார்க்கிறார் அப்பா.

பின்பு தன் அறைக்குள் நுழைகிறார். "கௌரி, இங்கே வா... கறை போகவேயில்லையே... தரையை சரியா தொடைக்கிறதில்லையா?" என்று குரல் கொடுக்க, "தோ வரேங்கய்யா" என்று உள்ளே செல்கிறாள் கௌரி. கதவு படீரென்று சார்த்தப்படுகிறது. ஹாசினி வெளியே திருதிருவென்று விழித்தபடி நிற்கிறாள். தன் மெல்லிய கைகளால் கதவைத் தட்டுகிறாள். பின்பு, சிட் அவுட்டுக்கு ஓடி, அங்குள்ள ஜன்னல் வழியாக உள்ளே எட்டிப் பார்க்கிறாள்.

"ஐயா, வேண்டாம். இதெல்லாம் நல்லாஇல்ல..." என்று சிறிக்கொண்டிருக்கிறாள் கௌரி. கதவைத் திறக்க முயல்கிறாள். அவளின் இடுப்பை வளைத்துப் பிடிக்கிறார் ராஜசேகர். அவரின் கையை விலக்க முயல்கிறாள் கௌரி.

"ஐயோ... விட்றா, விட்றா என்னை. நாசமாப் போறவனே... நீயெல்லாம் ஒரு பெரிய மனுஷனா?" என்று கத்துகிறாள்.

"ஐயய்ய... யார் சொன்னது அப்படி... நான் ரொம்பச் சின்னவன்மா. ஒரு ஃபைலை எடுத்துட்டுப் போக யதேச்சையா வந்தேன். அடிச்சுது பம்ப்பர் பிரைஸ். தகராறு பண்ணாம வாடி. நான் மறுபடியும் ஆபீஸ் போகணும். நிறைய வேலை இருக்கு..." என்று அவளை இறுக அணைக்கிறார் ராஜசேகர். இழுத்துக் கட்டிலில் தள்ளுகிறார். கௌரியின் நீல நிற தாவணியை உருவ, வீஎலென்று அலறுகிறாள் கௌரி. தாவணி கழன்று, பாம்பு போல் நீளமாகக் கட்டிலில் விழ, எழுந்திருக்கிறாள் கௌரி. அவளைப் பிடிக்க தோளில் கை வைக்கிறார் ராஜசேகர். வெள்ளை ஜாக்கெட் தையல் பிரிந்து, தேகம் வெளிப்படுகிறது.

"விட்ருங்கய்யா... என்னை விட்ருங்கய்யா... உங்களைக் கையெடுத்துக் கும்புடறேன், உங்க பொண்ணு மாதிரிய்யா நானு... விட்ருங்கய்யா..." என்று கதறி அழுகிறாள் கௌரி.

அவளை அப்படியே கட்டிலில் மல்லாக்கத் தள்ளி...

"நோ...!" என்று அலறியபடி ஆவேசமாக எழுந்தார் ராஜசேகர். உடன் ஜெயந்த்தும் எழுந்தான்.

"ஏண்டா, அயோக்கிய ராஸ்கல்! உன்னை நம்பினேன் பாரு, என் புத்தியை செருப்பால அடிக்கணும். நீயே மனோ வியாதி பிடிச்ச பொறம்போக்கு நாயி... நீ மனோதத்துவம் படிக்கிறியா? உன் சித்து வேலையைக் காட்டி, நடக்காத ஒண்ணை

நடந்த மாதிரி என் பொண்ணு வாயாலேயே சொல்ல வைக்கப் பார்க்கிறியா..?" என்று வேகமாகச் சென்று, சித்தார்த்தின் தாடையில் பலமாக ஒரு குத்து விட்டார் ராஜசேகர். ஹாசினி சட்டென்று கண்களை விழித்து, நிமிர்ந்து உட்கார்ந்தாள்.

"பொய்... பொய்... நீதான்... நீதான் என் அக்காவைக் கெடுத்தவன். உன்னாலதான் எங்க அக்கா தூக்கு மாட்டிக்கிட்டுச் செத்தா. உன்னைச் சும்மா விடமாட்டேன்..." என்று ராஜசேகரின் மார்பில் கை வைத்துத் தள்ளினான் சித்தார்த். வெகு தூரம் ஓடி வந்த சொறி நாய் மாதிரி மூச்சிரைத்தான்.

"பைத்தியமாடா நீ?! ஹாசினி சொல்றது முழுப் பொய். அந்த அறைக்கு ஜன்னலே கிடையாது. அப்புறம் எப்படி ஜன்னல் வழியா பார்த்ததா அவ சொல்றது உண்மையா இருக்க முடியும்?" என்றார் ராஜசேகர்.

"ஓ... அப்படி வரியா நீ? ஆக, சம்பவம் நடந்தது உண்மை! அப்படித்தானே...? மரம் எப்படிங்கய்யா வந்து சாட்சி சொல்லும்னு பஞ்சாயத்துல கேட்டானாம் ஒரு புத்திசாலி. நீயே வாயால ஒத்துக்கிட்டியா? மவனே, உன்னைத் தீர்த்துக்கட்டினாத்தாண்டா எங்கக்காவோட ஆத்மா சாந்தியடையும்..." என்று சீறிய சித்தார்த், ராஜசேகர் வயிற்றில் ஓங்கி உதைத்தான். அவர் மல்லாந்தவாக்கில் கீழே விழுந்தார். சித்தார்த் எகிறி அவர் மீது படர்ந்து, முழங்காலால் அவர் மார்பில் தாக்கினான்.

"ஜெயந்த், அந்த ஊசியை எடு. இங்கேயே, இப்பவே, இந்த நிமிஷமே இவன் கதையை முடிச்சுடுவோம்" என்று கை நீட்டினான் சித்தார்த்.

நீட்டிய கையைப் பற்றி, சித்தார்த்தை இழுத்துக் கீழே தள்ளி, அவன் தாடையில் தன் காலால் வலுவாக ஓர் உதை விட்டான் ஜெயந்த்.

நடப்பதையெல்லாம் ஏதோ ஒரு ஷோவுக்கான ஷூட் போல எண்ணி, மானிட்டரில் சுவாரஸ்யமாகப் பார்த்தபடி பதிவு செய்துகொண்டிருந்தான் 'மூவி பசார்' வீடியோகிராஃபர் முரளி.

27

ஹாசினி நாற்காலியிலிருந்து குதித்து, அப்பாவிடம் ஓடி வந்தாள். அவரைக் கை கொடுத்து எழுப்பி உட்கார வைத்தாள். அவரின் நெஞ்சைத் தடவிக் கொடுத்து ஆசுவாசப்படுத்தினாள்.

"அப்பா... அப்பா... ஒண்ணுமில்லையேப்பா உங்களுக்கு. இப்படி வாங்க. இந்த ரூம்ல வந்து உட்கார்ந்துக்குங்க" என்று அவரை எழுப்பி, முரளி இருந்த அறைக்கு அழைத்துச் சென்று, அங்கிருந்த ஒரு சோபா நாற்காலியில் உட்கார்த்தினாள்.

"முரளி, வெளியே போய் அந்த ராஸ்கலைப் பிடிங்க. ஜெயந்த் தனி ஆளா அவன்கூட போராடிக்கிட்டிருக்காரு" என்று அவனை அனுப்பினாள்.

ராஜசேகரை வஞ்சம் தீர்ப்பதில் தனக்கு ஆதரவாகச் செயல்படுவான் என்று எண்ணியிருந்த ஜெயந்த், இப்படி மலின அரசியல்வாதி போன்று தடம் மாறியதை நம்ப முடியாமல் விழித்துப் பார்த்தான் சித்தார்த். முரளி பாய்ந்து வந்து, சித்தார்த்தின் கையை முறுக்கிப் பின்புறம் வளைத்துப் பிடித்தான். "விடுங்க சார், நான் இவனைப் பார்த்துக்கறேன். அந்த ரூம்ல நைலான் கயிறு இருக்கு, எடுத்துட்டு வாங்க. இவனைக் கட்டிப் போட்டுடுவோம். சார் ரொம்பத் துள்றாப்ல" என்றான்.

"பைத்தியமே... பைத்தியமே... உங்கப்பனைக் கொன்னவண்டா இந்த ராஜசேகர். எங்கக்காவைக் கெடுத்தவன். இவனை உயிரோடு விட்டு வைக்கக் கூடாது. உன்னையும் கொன்னுடுவான். அதுக்கு முன்னே அவனைக் கொன்னுடு. அந்த ஊசியை அவனுக்குப் போடு! உடனே போடு! சாவடி அந்த நாயை!" என்று ஏகத்துக்கும் கத்திக்கொண்டிருந்தான் சித்தார்த்.

அவன் கன்னத்தில் பளாரென்று ஓங்கி ஒரு அறை விட்டு, எழுந்து போய், கயிறு கொண்டு வந்தான் ஜெயந்த். இருவருமாக சித்தார்த்தின் கைகளைப் பின்புறமாகக் கட்டி, கால்களையும் சேர்த்துக் கட்டி, ஒரு மூலையில் உருட்டினார்கள்.

"சாவடிச்சுருவேண்டா உன்னை... அக்காவோட ஆவி உன்னைச் சும்மா விடாதுடா. ரத்தம் கக்கித்தான் சாவப்போறே நீ..." என்று அப்போதும் புலம்பிக்கொண்டே இருந்தான் சித்தார்த். கொஞ்சம் கொஞ்சமாக அவன் கத்தலின் ஸ்ருதி இறங்கிக்கொண்டே வந்தது. அந்த ஏசி குளிரிலும் அவன் கழுத்தும் முகமும் முத்து முத்தாய் வியர்த்திருக்க, கண்கள் கோவைப்பழம் போல் சிவந்திருந்தன.

ராஜசேகர் சித்தார்த்தின் தாக்குதலிலும், நடந்த சம்பவம் தந்த அதிர்ச்சியிலும் நிலைகுலைந்து போயிருந்தார்.

"அப்பா... அப்பா... என்னை மன்னிச்சுடுங்கப்பா. தன் அக்கா கௌரியின் தற்கொலைக்கு நீங்கதான் காரணம்னு சொல்லிட்டேயிருந்தான் சித்தார்த். நான் நம்பலை. அப்படியொரு மாபாதகத்தை நீங்க பண்ணியிருக்க மாட்டீங்கன்னு அடிச்சு சொன்னேன். 'நீ சொல்றதுக்கு ஆதாரம் என்ன இருக்கு?'ன்னு கேட்டேன். என்னை ஹிப்னடைஸ் பண்ற மாதிரியும், அதுல மயங்கி நான் என் ஆழ்மனசுல பதிஞ்சிருக்கிற உண்மைகளைச் சொல்ற மாதிரியும், அப்போ உங்களை மிரட்டிக் கேட்டா, 'வசமா சிக்கிட்டோம். இனிமே தப்ப முடியாது'ன்னு நினைச்சு, 'ஆமடா... நான்தான் உங்கக்காவைக் கெடுத்தேன். இப்ப என்ன பண்ண முடியும் உன்னால?'னு நீங்க உங்க அந்தஸ்து, அதிகாரத் திமிர்ல எகிறுவீங்கன்னு சொன்னான். நீங்க அப்படிப்பட்டவர் இல்லேன்னு நான் இவன்ட்ட எவ்வளவோ எடுத்துச் சொன்னேன்பா. அவன் கேக்கலை. அவன் சந்தேகத்தைப் போக்கினா நல்லதுதானேன்னு நினைச்சேன். அதுக்காகத்தான் இந்த ஹிப்னடைஸ் நாடகத்துக்கு ஒத்துக்கிட்டேன். நீங்களும் நான் நினைச்சது போலவே உங்க மேல தப்பு இல்லைன்னு புரூவ் பண்ணிட்டீங்க. ஆனா, அதுக்கப்புறமும் இந்த ராஸ்கல் வெறி பிடிச்சவன் மாதிரி உங்களைத் தாக்குவான்னு நான் கொஞ்சம்கூட நினைக்கலேப்பா. ஸாரிப்பா... என்னை மன்னிச்சுடுங்கப்பா" என்று அவர் மடியில் தலை கவிழ்த்துக் கதறி அழுதுகொண்டிருந்தாள் ஹாசினி.

முரளிக்கு நடப்பதொன்றும் புரியவில்லை. "என்னக்கா... ஷூட் நல்லாத்தானே போயிட்டிருந்துது. நடுவுல என்ன ஆச்சு? நடிக்கும்போது ஏதாச்சும் தகராறு பண்ண ஆரம்பிச்சுட்டாரா இவரு?" என்று சித்தார்த்தைச் சுட்டிக்காட்டிக் கேட்டான்.

"ஆமா முரளி, பழைய சம்பவம் ஒண்ணை மனசுல வெச்சுக்கிட்டு இதுதான் சமயம்னு அடிதடியில இறங்கிட்டாரு. சரி, அதை விடு. எதையும் ஸேவ் பண்ண வேண்டாம். மொத்தமா டெலீட் பண்ணிடு. சிஸ்த்துலேர்ந்து சுத்தமா அழிச்சுடு. வேற ஒரு நாள் இன்னும் பக்காவா பிளான் பண்ணி இந்த ஸீனை எடுத்துப்போம்" என்றாள் ஹாசினி.

ஹாலையும் ரூமையும் ஒழுங்கு செய்து, சிஸ்த்தையும் கேமரா உள்ளிட்ட இதர உபகரணங்களையும் எடுத்துக்கொண்டு, ஷூட்டிங் நடத்த இடம் தந்து ஒத்துழைத்ததற்கு அங்கிருந்த உதவியாளர்களுக்கு நன்றி தெரிவித்துவிட்டுக் கிளம்பினார்கள்.

கொலை முயற்சி புகாரில், சித்தார்த் போலீஸில் ஒப்படைக்கப்பட்டான்.

"மாமா, ப்ளீஸ்! என்னையும் மன்னிச்சுடுங்க. உங்க நல்ல மனசு புரியாம, நானும் உங்களைச் சந்தேகப்பட்டுட்டேன்" என்றான் ஜெயந்த்.

ஹாசினி வீட்டில், அவரின் பிரத்யேக அறையில் அனைவரும் குழுமியிருந்தார்கள். அனைவரிடத்திலும் பதற்றம் 6 ரிக்டர் அளவில் இன்னும் மிச்சமிருந்தது.

"நீ என்னப்பா சந்தேகப்பட்டே?" என்றார் ராஜசேகர் பலஹீனமான குரலில்.

"சங்கரி அத்தையை நீங்கதான் கொன்னிருப்பீங்களோன்னு நினைச்சேன்..." என்றதும், ஹக்கென்று அதிர்ந்தார் ராஜசேகர். "என்னப்பா சொல்றே...? சங்கரியை நான் கொன்னேனா?" என்றார் விழிகள் தெறிக்க.

"அத்தையை மட்டுமில்லே... என் அப்பாவையும் நீங்கதான் ஆள் வெச்சுக் கொன்னுட்டீங்கன்னு சித்தார்த்தின் அம்மா சொன்னாங்களாம். அவங்களே அதுக்கு நேரடி சாட்சியா இருந்திருக்காங்கன்னு சொன்னான்..."

"ஈஸ்வரா..." என்று கைகூப்பி, முகத்தில் அழுத்திக்கொண்டார் ராஜசேகர்.

"அப்பாவுக்கு என்ன நடந்ததுன்னு கண்டுபிடிக்கத்தான் திருச்சி போனேன். அங்கே கலியமூர்த்திங்கிற ஒரு ரிப்போர்ட்டர் அப்பாவின் ஜாதகத்தையே புட்டுப் புட்டு வெச்சுட்டார், அவர் அப்பாவைப் பத்தின விஷயங்களைச் சொல்றதுக்கு முன்னாடி, 'ஒண்ணு சொன்னா கோவிச்சுக்க மாட்டியே?'ன்னார். 'சொல்லுங்க சார்'ன்னேன். 'இப்படி ஒரு அப்பனுக்குப் புள்ளயா வந்து பொறந்திருக்கேன்னு தெரிஞ்சா, அந்த நிமிஷமே தூக்கு மாட்டிச் செத்துடுவேன் நானு. மனுஷனாய்யா அந்த ஆளு!'ன்னார். அவர் அன்னிக்குத் தேதி போட்டு எழுதின ஒரு நியூஸை என்கிட்ட படிக்கக் கொடுத்தார். கௌரியின் தற்கொலைச் செய்திதான் அது. என் அப்பாதான் கௌரியை பலவந்தப்படுத்திக் கெடுத்திருக்கார்னு தெளிவா எழுதியிருந்தார் கலியமூர்த்தி..."

"அவருக்கு எப்படி இது தெரிய வந்துச்சாம்...?" என்று கேட்டாள் பிரேமா.

"சாகுறதுக்கு முந்தி ஒரு நோட்டுத் தாள்ல, 'என் சாவுக்கு மோட்டார்கார ராஜசேகர் ஐயா வீட்டுல இருக்குற கிருஷ்ணகுமார்தான் காரணம். அவர் என்னை பலவந்தப்படுத்திக் கெடுத்துட்டார். இதுக்கு மேல உயிர் வாழ எனக்குப் பிடிக்கலை. இப்படிக்கு, கௌரி'ன்னு கிறுக்கலா எழுதி, ஒரு கவர்ல போட்டு ஒட்டி, மேல 'திருச்சி டைம்ஸ்' பேப்பர்னு மட்டும் அட்ரஸ் எழுதி தபால் பெட்டியில போட்டிருந்தாளாம் கௌரி. அந்தத் தபால் வற்றப்போ அவர் அந்த ஆபீஸ்லதான் இருந்தாராம். ஸ்டாம்ப் ஒட்டாம இருந்ததால டியூ கட்டச் சொல்லிக் கேட்டிருக்காரு தபால்காரர். ஆபீஸ்ல 'முடியாது. திருப்பி அனுப்பிடுங்க'ன்னுட்டாங்க. கலியமூர்த்திக்குக் கொஞ்சம் குயுக்தியான மூளை. இந்த மாதிரி தபால்ல ஏதாவது எக்ஸ்க்ளூசிவ் விஷயம் சிக்கும்னு, உடனே அந்த டியூவைத் தானே கட்டி அந்தத் தபாலை வாங்கிப் பிரிச்சுப் பார்த்திருக்காரு..."

"ஆமாம். அதை எடுத்துக்கிட்டு அவர் நேரா என் வீட்டுக்குதான் வந்தார். விவரம் கேட்டார். 'உண்மைதான். ஆனா, அந்த நியூஸைப் போட வேண்டாம்'னு அவரைத் தடுத்துட்டேன். வளர்மதியம்மாவுக்குத் தெரிஞ்சா ரொம்ப வருத்தப்படுவாங்க. கௌரியோட தம்பி நல்லாப் படிக்கிற பையன். அவனுக்கும் இதனால ஸ்கூல்ல சங்கடங்கள் ஏற்படலாம். வீணா ஒரு குடும்பம் சிதைஞ்சு போகும். மத்தபடி இந்தச் செய்தியினால வேற எந்தப் பயனும் ஏற்படப்போறது இல்லைன்னு நினைச்சேன்..." என்றார் ராஜசேகர்.

"வீட்டை விட்டு அடிச்சுத் துரத்தினப்புறமும் அப்பா மறுபடி திருச்சி வந்திருக்கார் போல...?" என்றான் ஜெயந்த்.

"ஆமா. சம்பள பாக்கியைக் கேட்டுத் தகராறு பண்ண வந்தான். பிரேமாவைக் கல்யாணம் பண்ணிக்கிறதுக்காக அவன் தங்கை சங்கரியை நான் கொன்னுட்டதாகவும் ஆபீஸ்ல சில பேர்கிட்ட சொல்லியிருக்கான்..." என்றவரை மறித்துப் பேசத் தொடங்கினாள் பிரேமா.

"ஜெயந்த், உன்கிட்ட இப்ப ஒரு உண்மையைச் சொல்றேன். ஹாசினி உனக்கும்தாம்மா! ஆறு வயசுப் பொண்ணான உன்னைத் தனியா வளர்க்க முடியாமத்தான் உன் அப்பா தன்னைக் கட்டிக்கச் சம்மதமான்னு என்னைக் கேட்டார். அவருடைய பதவிக்கோ, அந்தஸ்துக்கோ, காசு பணத்துக்கோ மயங்கி நான் அவரைக் கல்யாணம் பண்ணிக்கலை. துறுதுறுன்னு சுட்டிப் பெண்ணா ஓடியாடிக்கிட்டிருந்த உன் மேல வெச்சிருந்த அன்பினாலதான் அதுக்கு நான் சம்மதிச்சேன். உனக்கு ஒரு அம்மாவைத் தேடினாரே தவிர, தனக்கு இன்னொரு பெண்டாட்டியைத் தேடலை உங்கப்பா. அதனால இன்னிய வரைக்கும் எங்களுக்குள்ள தாம்பத்ய உறவே நிகழ்ந்தது இல்லே..." என்று சொல்லி, தன் கண்களைச் சேலைத் தலைப்பால் துடைத்துக்கொண்டாள் பிரேமா.

"ஏய்... குழந்தைங்க கிட்ட எதுக்கு இப்போ இதெல்லாம்...?" என்று அதட்டினார் ராஜசேகர். தொடர்ந்து, "திருந்தி, உருப்புடறதுக்கு எவ்வளவோ வாய்ப்பு கொடுத்தும் உங்கப்பா கடைசி வரைக்கும் திருந்தவே இல்லை ஜெயந்த்" என்றார் வருத்தம் தோய்ந்த குரலில்.

"தெரியும் மாமா. எல்லாம் கலியமூர்த்தி சொல்லித் தெரியும். திருச்சிக்கு வர்றதுக்கு முந்தி, ஏற்கெனவே அப்பா கோயம்புத்தூர்ல ஒரு பொண்ணு கிட்ட தப்பா நடக்க முயற்சி பண்ணி, போலீஸ் கிட்ட மாட்டி, சில மாசம் ஜெயிலுக்குப் போயிட்டு வந்திருக்கார். இது அப்பவே தினத்தந்தியில வந்திருக்கு. அப்புறம் சில அடிதடி கேஸ்லயும் ஈடுபட்டிருக்கார். அதெல்லாமும்கூட சின்னச் சின்ன பிட் நியூஸா வெளியாகியிருக்கு. உங்க மேல உள்ள மரியாதையினால, நீங்க சொன்னதுக்காக 'திருச்சி டைம்ஸ்'ல கௌரி தற்கொலை நியூஸைக் கொடுக்கலை அவரு..."

"அடிச்சுத் துரத்தினப்புறமும் விதி அவனை மறுபடி இங்க இழுத்துட்டு வந்திருக்கு. வந்து ஒரு வாரம் இருக்கும்... கம்பெனியில வேலை செஞ்சிட்டிருந்த 'ராஜம்'கிற பெண்ணை, யுபிஎஸ் வெச்சிருந்த சர்வர் ரூமுக்கு இழுத்துட்டுப் போய், குடி வெறியில பலாத்காரம் பண்ணியிருக்கான். அந்தப் பொண்ணு தப்பிச்சு, அலங்கோலமா வெளியில ஓடி வந்திருக்கு. அவ புருஷனும் எங்க கம்பெனியில அப்ப வேலை செஞ்சிட்டிருந்தான். விஷயம் கேள்விப்பட்டு அவன் உங்கப்பாவைத் தட்டிக் கேட்கப் போக, அவனுக்கும் இவனுக்கும் கைகலப்பாகி, தடுமாறிப்போய் பாய்லர்ல விழுந்தான் உங்கப்பா. அல்லது அவனேதான் இவனைப் பிடிச்சுத் தள்ளினானோ, தெரியலை... முகம் பூரா எரிஞ்சு ஸ்பாட்லயே காலி. பொதுவா, ராஜத்தின் புருஷன் யாரோடயும் சண்டைக்குப் போற மனுஷன் இல்லை. எனக்கு நல்லா தெரியும். எல்லார்கிட்டயும் ஸ்மூத்தா பழகுவான். ஒரு வம்பு தும்புக்குப் போக மாட்டான். அதனால, உங்கப்பாவின் மரணத்தை விபத்துன்னே முடிச்சுட்டோம். கம்பெனியில எல்லா ஊழியர்களும் இதுக்கு ஒத்துழைக்கவும் செஞ்சாங்க. ப்ச்... என்ன பண்றது... யார் யாருக்கு எப்படி விதின்னு பிரம்மா என்னிக்கோ எழுதி வெச்சுட்டான். அவன் எழுதினதை மாத்தவா முடியும்?" என்றார் ராஜசேகர்.

"உண்மைதான் மாமா. 'மகாவீர் ஜெயின் மோட்டார்ஸ் நிறுவனத்தில் விபத்து. பாய்லரில் சிக்கி, ஊழியர் கிருஷ்ணகுமார் மரணம். அவரது குடும்பத்துக்கு ஒரு லட்ச ரூபாய் நஷ்ட ஈடு வழங்கியது நிர்வாகம்'னு திருச்சி டைம்ஸ்ல செய்தி வெளியிட்டிருக்காரு கலியமூர்த்தி. பார்த்தேன்."

"ஆனா, அந்த ஒரு லட்ச ரூபாயை நான் ஈஸ்வருக்குத் தரலை. பாதிக்கப்பட்ட அந்தப் பெண் ராஜத்தோட குடும்பத்துக்குப் பாதியும், வளர்மதியம்மாளுக்குப் பாதியுமா பிரிச்சுக் கொடுத்தேன். யாருக்கு என்ன நல்லது பண்ணி என்ன... மத்தவங்க பார்வையில கெட்டவனா போயிட்டேன். என் மேல வருஷக்கணக்கா வஞ்சம் வெச்சிட்டிருக்கான் ஒருத்தன். ஜெயந்த், நான் உன்னைச் சொல்லலை. சித்தார்த்தைச் சொன்னேன்" என்றார் ராஜசேகர்.

சில நிமிடங்களுக்கு ஒரு கனத்த மெளனம் அங்கே நிலவியது. "உள்ளே வரலாமா?" என்று கேட்டபடி அங்கே வந்தாள் நிவேதிதா.

"நியூஸ் கேட்டியா... சித்தார்த்துக்கு சித்தப்பிரமையாம். அவனைக் கீழ்ப்பாக்கம் மனநோய் மருத்துவமனையில கொண்டுபோய் அட்மிட் பண்ணியிருக்காம் போலீஸ். டி.வி-யில நியூஸ் ஓடிக்கிட்டிருக்கு" என்றாள்.

"அடடா... அவங்கம்மாவை நினைச்சாதான் பாவமா இருக்கு!" என்றார் ராஜசேகர் உள்ளார்ந்த வருத்தத்துடன்.

"சந்தேகம்தான் உள்ளதிலேயே பெரிய வியாதி. நல்லவேளைப்பா ஜெயந்த், நீயும் அப்படி சந்தேகத்தை மனசுலேயே பூட்டி வெச்சுக்காம, தீர விசாரிச்சுத்

தெரிஞ்சுக்கணும்னு முயற்சி எடுத்தியே, அந்த வரையில சந்தோஷம்!" என்றாள் பிரேமா.

"இனிமே எந்தக் குழப்பமும் இல்லாம, உங்க பிசினஸை எக்ஸ்பேண்ட் பண்ற வழியைப் பாருங்க ஜெயந்த். ஹாசினி ஹெல்ப் பண்ணுவா! ஒருத்தருக்கு ஹெல்ப் பண்ணனும்னு முடிவெடுத்துட்டாள்னா எந்த எக்ஸ்ட்ரீமுக்கும் போகத் தயங்க மாட்டா எங்க 'டாம்ப் கேர்ள்'; இல்லையா ஹாசினி?" என்று நிவேதிதா ஹாசினியின் தோளில் தட்ட, "ஏய்..." என்று சிணுங்கினாள் ஹாசினி.

* * *

"**ஹா**ஹா... நன்கு கடாவினை! விஸ்தாரமாய்ச் செப்புகின்றோம், கேட்டி! சிஷ்டன் தவறிப் பாபம் செய்தவனானேல், அவனை ஆசார்யன் சிட்சிக்கின்றனன். துஷ்டன் ஆசார்யன் ஆணையிலும் அடங்காததலால், அவனை அரசன் தண்டிக்கின்றனன். சிஷ்டனாயினும் துஷ்டனாயினும் யாரும் அறியாவண்ணம் பாபம் செய்யின், அவனை யமன் தண்டிக்கின்றனன். அவ்வெமனே பாபம் செய்யின்... ஹாஹா, அவனை யானே முன்னின்று தண்டிப்பேனென்றறியக்கடவாய்...!"

கருட புராண வசனம். இடம்: மனநோய் மருத்துவமனை. கம்பிகளுக்குப் பின்னால் மிடுக்கு நடை பயின்றபடி சித்தார்த் வீர உரை நிகழ்த்திக்கொண்டிருக்க, சேலைத் தலைப்பால் விழிகளைத் துடைத்துக்கொண்டு, வார்டனிடம் விடைபெற்று வெளியே வருகிறாள், பரிதாபத்துக்குரிய அவனது தாயார் வளர்மதி.

· 168 ·